Swahili

Kushirikiane Neno

Uumbaji Hadi Kristo

Mafunzo ya Biblia kwa Majadiliano ya Mdomo

Dr. Kevin Olson

Kushirikiana Neno

Uumbaji hadi Kristo
Mafunzo ya Biblia kwa majadiliano ya mdomo.

First Edition, 2019

Orality Institute ~ USA
3026 Virginia Ave. N.
Crystal, MN 55427
952-412-1366
kevino@oralityinstitute.org

ISBN-13: 978-1-940508-18-4
ORALITY INSTITUTE

TABLE OF CONTENTS

Term 3

UTANGULIZI

Mpango wa masomo haya ya Biblia ni tofauti na masomo yaliyo mengi ya Biblia, kwa sababu shabaha yake ni tofauti. Kitabu hiki kinatumika kama kiongozi cha waalimu, kwa mtu ambaye atatumia kitabu hiki kwa njia ya kufundisha wengine kwa majadiliano ya mdomo. Mambo mawili yanayofanya mafundisho haya kuwa maalum ni (1) sehemu maalumu za hadithi za Biblia na (2) maswali yanayotumika kusoma maandiko. Maandiko ni kiungo muhimu cha kitabu hiki, kwa hiyo katika kila somo tuliheshimu Neno la Mungu. Maswali yanayotuongoza katika majadiliano yapo katika sehemu mbili. Sehemu ya kwanza ya maswali, yanaitwa *Maswali kuhusu Maandiko.* Maswahili haya yanatusaidia kuangalia maandiko kwa undani, na kufanya uchunguzi. Sehemu ya pili, *Maswali ya Kunfanyia kazi*, yanamruhusu yule anayeongoza kuwaonyesha wanafunzi namna wanavyoweza kutumia Biblia. Kila somo lina utangulizi kwa hadithi, Nia, Mistari ya Moyo, na Maandiko kwa kusoma Zaidi. Inawezekana kutumia masomo haya katika Bible Study, badala ya majadiliano ya mdomo, na msaada kwa mwalimu kutambua dhamira ya kila kitabu kilichoandikwa.

Majadiliano ya mdomo, yamegawanyika katika sehemu mbili kubwa. Kwanza, ni lazima kwa wanafunzi wajue hadithi yote, ili waweze kubadalishana mawazo. Pili, wanafunzi wanajifunza maandiko na namna wanavyoweza kuyatumia katika maisha yao ya kila siku.

Sehemu hizi mbili, zimegawanyika katika sehemu tano zifuatazo:

1. Kusimulia Hadithi
2. Kusimulia tena Hadithi
3. Kufanya kwa Vitendo mkifuata Hadithi
4. Angalia kwa hazina
5. Uchukue hazina nyumbani

Kusimulia Hadithi

Shabaha ni kukumbuka maandiko kama hadithi. Unaweza kufanya mambo haya kwa njia mbalimbali, hatua hii inahitaji maandalizi ya mwalimu ili ifanyike vizuri. Msimuliaji wa hadithi afanye kwa vitendo, aweke msisitizo, asimulie maandiko kama hadithi. Ni lazima iwe na utangulizi mfupi kuwawezesha wasikilizaji kuelewa msingi wa hadithi. Anayesimulia asipunguze wala kuongeza maneno, kwa sababu maneno yanayotumika yatakumbukwa na wasikilizaji. Kuongeza au kupunguza kunaondoa maana ya hadithi, kwa hiyo kutopunguza au kutoongeza.

Simulia Hadithi mara ya pili

Majadiliano ya mdomo yanahitajika mara kwa mara. Kuna njia za namna mbalimbali ambazo mwalimu anaweza kutumia kuwasaidia wanafunzi kukumbuka kilichosimuliwa.

- Mtu anaweza kuombwa asimulie hadithi
- Watu wawili wanaweza kusimuliana hadithi
- Mtu anaweza kusoma hadithi
- Hadithi inaweza kutengenezewa kama wimbo.

Bila kujali njia na shabaha ya hatua ya pili, ni kumjenga mwanafunzi kukumbuka hadithi.

Mpitie hadithi pamoja

Mjifunze katika kikundi pamoja, na msiachane mwende pamoja. Shabaha ya kurudia mara ya tatu ni kuangalia wasikilizaji wanakumbuka kiasi gani baada ya kusikiliza mara mbili. Kazi ya mwalimu ni kuwawezesha wasikilizaji kuchangia. Lugha ya mwili na matendo itasaidia wasikilizaji wakumbuke maneno ya hadithi. Kuna njia tatu za kuwatia moyo wasikilizaji kukumbuka hadithi na kuchangia.

- Usimulie sehemu ya hadithi na uache nafasi kwa wasikilizaji wamalizie.
- Uulize maswali ambayo yatawafanya wasikilizaji wachangie.
- Useme sentensi ambayo si sahihi na uwape nafasi wasahihishe.

Hizi hatua tatu katika hadithi zinawawezesha wasikilizaji wasiweze kusahau hadithi.

Tuangalie hazina

Biblia ina utajiri wa maelezo ambayo tunaweza kuyapitia kwa urahisi. Kuangalia hazina ni hatua ya kujifunza mambo madogo madogo ya Neno la Mungu na kutambua maelezo madogo madogo yana maana gani kwa hadithi nzima. Vipengele vitatu vya kujifunza vinatoka kwa watu, Mungu na mazingira ya waandishi. Kila hadithi inatufundisha juu ya watu, juu ya Bwana na munganiko wa Neno la Mungu unaonekana. Kila hadithi inatokana na mazingira ambapo jambo limetendeka, na kuna mambo yaliyotokea kabla ya hadithi.

Hadithi juu ya Neno la Mungu inawajumwisha watu wa kawaida ambao wamefanya makosa mara kwa mara, na wanaonyesha imani kuu. Msimuliaji wa hadithi anaonyesha hisia, chaguo, majukumu, na matokeo ambayo inaonyesha tabia ya Kimungu na ambayo si ya Kimungu. Tukifuata mwenendo wa watu katika Biblia itawawezesha mwanafunzi wa

Neno la Mungu nafasi ya kujifunza juu ya wasifu wa Bwana na kazi ya Bwana.

Utajiri wa Neno la Mungu ni Ufunuo wa Bwana mwenyewe katika Biblia. Biblia ni mojawapo ya hadithi ndefu ambayo inaonyesha uhusiano kati ya Mungu na mwanadamu toka mwanzoni. Yaani uhusiano kati ya Mungu na Adamu na Hawa, mpaka ujio wa Yesu duniani, unaonyesha upendo wa Bwana. Tukisoma uhusiano wa Bwana na binadamu, tunaona maalifa ya Mungu na mafundisho ya Biblia.

Turudishe Hazina hizo nyumbani
Mara hazina itakapopatikana, jambo linalohitajika ni kuzifanyia kazi katika maisha yetu. Mazingira ya nyakati zile za Biblia bila shaka zimekuwa tofauti na maisha yetu ya leo, lakini kuna uhusiano na kile ambacho watu wanakiona leo. Kwa hiyo sasa, hatuna budi kupiga hatua na kujifunza kwa watu wa zamani.

Watu waliotumika katika Biblia ni sawa na watu wa leo. Watu wa leo wanafanya makosa na wanaonyesha imani kuu. Leo, watu wanahitaji mifano ili waweze kumtimikia Bwana.

Hakika, uwezo wetu katika maisha unatoka kwa Mungu. Unatoka kwa Yesu kwa njia ya Imani, na anabadili mioyo kwanza. Halafu anaendelea pole pole kubadili mawazo na matendo pia. Maalifa ya Bwana yanabadili mwenendo wa mtu, na kubadili maisha yake na kuwatumikia wengine.

Afadhali Mungu atumie masomo haya kubadili mioyo na nafsi kuifanya kazi yake, bila kujalisha njia utakayoitumia.

Ubarikiwe na Bwana,
Mch. Dr. Kevin Olson

1. Umbaji
Mwanzo 1, 2:1-3, 7, 18, 21-25

Mwanzo 1
1 Hapo mwanzo Mungu aliziumba mbingu na nchi. 2 Nayo nchi ilikuwa
tupu, tena bila umbo, na giza lilikuwa juu ya uso wa vilindi vya maji; Roho
ya Mungu ikatulia juu ya uso wa maji.

3 Mungu akasema, Iwe nuru; ikawa nuru. 4 Mungu akaiona nuru, ya kuwa
ni njema; Mungu akatenga nuru na giza. 5 Mungu akaiita nuru Mchana, na
giza akaliita Usiku. Ikawa jioni ikawa asubuhi, siku ya kwanza.

6 Mungu akasema, Na liwe anga katikati ya maji, likayatenge maji na
maji. 7 Mungu akaliumba anga, akayatenga yale maji yaliyo juu ya anga na
yale maji yaliyo chini ya anga; ikawa hivyo. 8 Mungu akaliita lile anga
Mbingu. Ikawa jioni ikawa asubuhi, siku ya pili.

9 Mungu akasema, Maji yaliyo chini ya mbingu na yakusanyike mahali
pamoja, ili pakavu paonekane; ikawa hivyo. 10 Mungu akapaita pale
pakavu Nchi; na makusanyiko ya maji akayaita Bahari; Mungu akaona ya
kuwa ni vyema.

11 Mungu akasema, Nchi na itoe majani, mimea itoayo mbegu, na miti ya
matunda izaayo matunda kwa jinsi yake, ambao mbegu zake zimo ndani
yake, juu ya nchi; ikawa hivyo. 12 Nchi ikatoa majani, mche utoao mbegu
kwa jinsi yake, na mti uzaao matunda, ambao mbegu zake zimo ndani
yake, kwa jinsi yake; Mungu akaona ya kuwa ni vyema. 13 Ikawa jioni
ikawa asubuhi, siku ya tatu.14 Mungu akasema, Na iwe mianga katika
anga la mbingu ili itenge kati ya mchana na usiku; nayo iwe ndiyo dalili ya
kuonesha majira, siku na miaka; 15 tena iwe ndiyo mianga katika anga la
mbingu itie nuru juu ya nchi; ikawa hivyo. 16 Mungu akaumba mianga
miwili mikubwa, ule mkubwa utawale mchana, na ule mdogo utawale
usiku; akafanya na nyota pia. 17 Mungu akaiweka katika anga la mbingu,
itie nuru juu ya nchi 18 na kuutawala mchana na usiku na kutenga nuru na
giza; Mungu akaona ya kuwa ni vyema. 19 Ikawa jioni ikawa asubuhi, siku
ya nne.

20 Mungu akasema, Maji na yajawe kwa wingi na viumbe vyenye uhai, na
ndege waruke juu ya nchi katika anga la mbingu. 21 Mungu akaumba
nyangumi wakubwa, na kila kiumbe chenye uhai kiendacho, ambavyo maji
yalijawa navyo kwa wingi kwa jinsi zao, na kila ndege arukaye, kwa jinsi
yake; Mungu akaona ya kuwa ni vyema. 22 Mungu akavibarikia, akisema,
Zaeni, mkaongezeke, mkayajaze maji ya baharini, ndege na wazidi katika
nchi. 23 Ikawa jioni ikawa asubuhi, siku ya tano.

24 Mungu akasema, Nchi na izae kiumbe hai kwa jinsi zake, mnyama wa

kufugwa, nacho kitambaacho, na wanyama wa mwitu kwa jinsi zake;
ikawa hivyo. 25 Mungu akaumba aina zote za wanyama wa porini na wa
kufugwa na viumbe vyote vitambaavyo nchini; Mungu akaona ya kuwa ni
vyema.

26 Mungu akasema, Na tumfanye mtu kwa mfano wetu, kwa sura yetu;
wakatawale samaki wa baharini, na ndege wa angani, na wanyama, na nchi
yote pia, na kila kiumbe kitambaacho nchini. 27 Mungu akaumba mtu kwa
mfano wake, kwa mfano wa Mungu alimwumba, mwanamume na
mwanamke aliwaumba. 28 Mungu akawabarikia, Mungu akawaambia,
Zaeni, mkaongezeke, mkaijaze nchi, na kuimiliki; mkatawale samaki wa
baharini, na ndege wa angani, na kila kiumbe chenye uhai kiendacho juu
ya nchi.

29 Mungu akasema, Tazama, nimewapa kila mmea utoao mbegu, ulio juu
ya uso wa nchi yote pia, na kila mti, ambao matunda yake yana mbegu;
vitakuwa chakula chenu; 30 na chakula cha kila mnyama wa nchi, na cha
kila ndege wa angani, na cha kila kitu kitambaacho juu ya nchi, chenye
uhai; majani yote ya miche, ndiyo chakula chenu; ikawa hivyo. 31 Mungu
akaona kila kitu alichokifanya, na tazama, ni chema sana. Ikawa jioni
ikawa asubuhi, siku ya sita.

Mwanzo 2

1 Basi mbingu na nchi zikamalizika kuumbwa, na jeshi lake lote. 2 Na
siku ya saba Mungu alimaliza kazi yake yote aliyoifanya; akastarehe siku
ya saba, akaacha kufanya kazi yake yote aliyoifanya. 3 Mungu akaibarikia
siku ya saba, akaitakasa kwa sababu katika siku hiyo Mungu alistarehe,
akaacha kufanya kazi yake yote aliyoiumba na kuifanya.

7 BWANA Mungu akamfanya mtu kwa mavumbi ya ardhi, akampulizia
puani pumzi ya uhai; mtu akawa kiumbe hai. 18 BWANA Mungu
akasema, Si vema huyo mtu awe peke yake, nitamfanyia msaidizi wa
kufanana naye.

21 BWANA Mungu akamletea Adamu usingizi mzito, naye akalala; kisha
akatwaa ubavu wake mmoja, akafunika nyama mahali pake, 22 na ule
ubavu alioutwaa katika Adamu BWANA Mungu akaufanya mwanamke,
akamleta kwa Adamu. 23 Adamu akasema, Sasa huyu ni mfupa katika
mifupa yangu, na nyama katika nyama yangu, basi ataitwa mwanamke,
kwa maana ametwaliwa katika mwanamume. 24 Kwa hiyo mwanamume
atamwacha baba yake na mama yake naye ataambatana na mkewe, nao
watakuwa mwili mmoja. 25 Nao walikuwa uchi wote wawili, Adamu na
mkewe, wala hawakuona haya.

Maswali ya Kujadili: Umbaji

Mwanzo 1; 2:1-3, 7, 18, 21-25

Utangulizi:

Mungu, mwenye Enzi Yote, Ndiye aliyeumba mbingu na nchi, miaka 6,000 iliyopita. Kila kitu kinachonekana (Wanyama, mimea, watu na sayari zote), vilitengenezwa bure kutoka kwa Mungu Mwenyewe, na Neno kutoka mdomoni mwake viliumbwa. Yohana 1:14 unasema kwamba Yesu alikuwa Neno. Baada ya uumbaji wa dunia kwa siku sita, Mungu akasema kwamba ilikuwa vyema na ilimpendeza. Tulikuwa sehemu ya uumbaji kwa shabaha ya kumpa Mungu utukufu na uhusiano pamoja Naye.

Nia:

Maalifa
- Kutambua mahali petu katika Umbaji.
- Kutambua ukuu wa Mungu na kuona jinsi Umbaji na Uwezo wake ulivyo na nguvu.
- Kutambua kwamba Mungu Mwenye Enzi anajali umbaji wake na ana mipango kwa lililo jema.

Tabia
- Kuamini kwamba Mungu ana Uwezo na kufanya yampendezayo.
- Kuamini kwamba tumeumbwa kwa mfano wa Mungu na kuruhusu jambo hilo lifanyike ndani yetu na kubadilisha Maisha yetu.

Matendo
- Mungu ametupa jukumu la kulinda na kutunza kila alichoumba, hasa Maisha ya binadamu, kwa sababu tumeumbwa kwa mfano wake.
- Kujulisha utukufu na maajabu ya Mungu mwenzi Enzi.

Mistari ya Moyo:

Zaburi 33:6 "Kwa neno la Bwana mbingu zilifanyika, Na jeshi lake lote kwa pumzi ya kinywa chake."
Yohana 1:1-3 "Hapo mwanzo kulikuwako Neno, naye Neno alikuwako kwa Mungu, naye Neno alikuwa Mungu. Huyo mwanzo alikuwako kwa Mungu. Vyote vilifanyika kwa huyo; wala pasipo yeye hakikufanyika cho chote kilichofanyika."

Maandiko kwa kusoma Zaidi:

Kutoka 20:8-11; Ayubu 38:1-7; Zaburi 8:3-9; 19:1-6; 33:6; 90:1-4; 104:14-21; Yohana 1:1-3; Waebrania 11:3

Maswali kuhusu Maandiko:

1. Maneno ya kwanza ya Biblia yanatuambia nini? (Mwanzo 1:1 -- Yanatuambia kwamba Mungu aliumba mbingu na nchi)

2. Nani alikuwapo kabla ya umbaji? (Mwanzo 1:1-2 – Mungu ndiye aliyekuwapo, dunia ilipokuwa tupu bila vitu.)
3. Nani alitulia juu ya vilindi vya maji? (Mwanzo 1:2 – Roho wa Mungu)
4. Mungu aliumba nini siku ya kwanza? (Mwanzo 1:3-5 --- Mungu aliumba nuru na alitenganisha nuru na giza.)
5. Mungu aliumbaje kila kitu? (Mwanzo 1:3, 6, 9, 14, 20, 24 – Mungu alisema, "Na iwe..." na ikatokea. Mungu alisema na ikatokea.)
6. Tunajuaje kwamba Mungu aliumba kwa siku, na si kwa muda mrefu (au miongo)? (Mwanzo 1:5, 8, 13, 19, 23, 31 – Kulikuwa na mchana na usiku kila siku)
7. Mungu alimba nini kila siku ya umbaji? (Mwanzo 1:3, 6, 9, 14, 20, 24, 26 – Siku ya kwanza: Aliumba Nuru. Siku ya pili: Aliumba mbingu. Siku ya tatu: Mimea na miti izaayo mbegu (matunda). Siku ya Nne: Aliumba Jua, Mwezi na Nyota. Siku ya Tano: Aliumba viumbe vya baharini, na ndege wa angani. Siku ya Sita: Aliumba Wanyama na Binadamu).
8. Kuna tofauti gani kati ya binadamu na viumbe vingine alivyoviumba? (Mwanzo 1:26 – Mungu aliumba binadamu kwa mfano wake, na alimpa jukumu la kuvitawala juu ya nchi, na kuvitunza vitu vyote.)
9. Kuna umuhimu gani Mungu anaposema, "Na TUmfanye mtu kwa mfano wetu"? (Mwanzo 1:26 unatuonyesha uwepo wa Baba, na Mwana na Roho Mtakatifu katika Umbaji. Unaweza kusoma Yohana 1:1-3)
10. Mungu alionaje umbaji wake baada ya kumaliza umbaji wa kila siku? (Mwanzo 1:4, 10, 12, 18, 21, 25, 31 – Mungu alisema ni vyema, au inapendeza.)
11. Mungu aliwapa maelekezo gani baada ya kuwaumba? (Mwanzo 1:28 –
"Zaeni, mkaongezeke, mkaijaze nchi, na kuitiisha").
12. Mungu alifanya nini siku ya saba, baada ya siku sita? (Mwanzo 2:2 – Alipumzika.)
13. Mungu alisema nini juu ya siku ya saba? (Mwanzo 2:3 – Aliibariki na kuifanya kuwa takatifu.)
14. Mungu alimumbaje binadamu? (Mwanzo 2:7 – Mungu alimumba binadamu kutoka mavumbi na kumpulizia pumzi ya uhai, na binadamu akawa na uhai.)
15. Nani alimuumbia Adamu mwanamke? (Mwanzo 2:21-22 – Mungu aliona hitaji la Adamu na alimletea mwanamke katika Maisha yake kumsaidia.)
16. Wajibu wa Hawa ulikuwa nini kwa mumewe? (Mwanzo 2:18 – Alikuwa msaidizi wake.)
17. Alipewa amri gani kuhusu mwanamume na mwanamke kuishi pamoja na kujuana? (Mwanzo 2:24 – "Kwa hiyo mwanamume

atamwacha baba yake na mama yake naye ataambatana na mkewe, nao watakuwa mwili mmoja.”)

18. Tunajuaje kwamba Adamu na Hawa hawakuwa na dhambi Mungu alipowaumba? (Mwanzo 2:25 – Walikuwa utupu na hawakuona aibu.)

Maswali ya Kufanyia Kazi:

1. Tunajifunza nini juu ya mwenendo wa Mungu kutoka umbaji wa binadamu mwanzoni? (Mwanzo 1:1 --- Tunajua kwamba tunamtumikia Mungu aliye hai, hakuna yeyote aliyemwumba. Tunajua kwamba ni Mungu wa utaratibu na mipangilio. Anafanya kwa uhakika kila anachokifanya.)
2. Tunaona nini juu ya uweza wa Mungu, aliposema kila kitu na kikatokea? (Mwanzo 1:3, 6, 9, 14, 20, 24 --- Tunaona kwamba tunamtumikia Mungu mwenye enzi yote, anashangaza kuliko tunavyofikiri au kuelewa. Ana uwezo wa kufanya kitu anachopenda hata kwa neno.)
3. Ina maanisha nini sisi na Adamu na Hawa kuumbwa kwa mfano wa Mungu? (Mwanzo 1:26 – Kwetu, kuumbwa kwa mfano wa Mungu haina maana kwamba sisi si miungu. Badala yake, tumeumbwa kwa haki na utukufu. Unaweza kusoma Waepheso 4:22-24)
4. Inatofautisha nini ikiwa Yesu ameshiriki katika umbaji, na anafanana nasi na tumeumbwa kwa mfano wake? (Mwanzo 1:26 – Yeye ndiye Bwana, na alijitoa sadaka msalabani imetukomboa.)
5. Kwa sababu tunatambua kwamba watu wameumbwa kwa mfano wa Mungu, tuamini nini juu ya samani ya Maisha ya binadamu? (Mwanzo 1:26 – Tunahitaji kutambua Maisha ya binadamu yana thamani kubwa, tunahitaji kutambua mahitaji ya watu wote.)
6. Tunajifunza nini binafsi tukijifunza na kutambua kwamba Mungu ameumba kila kitu na kusema “vema”? (Mwanzo 1:4, 10, 12, 18, 21, 25, 31 – Tusifikiri kwamba hatujaumbwa kwa malengo, kwa sababu Mungu amesema “vema”. Tukifikiri hivyo, tunasema Mungu ni mwongo, kwa sababu ameshatambua kwamba umbaji wake ni mzuri.)
7. Tunapata tumaini gani kutoka mwenendo wa Mungu aliposema umbaji ni mzuri? (Mwanzo 1:4, 10, 12, 18, 21, 25, 31 – Tunaweza kuona tumaini kwamba Mungu ni pendo, anatuthamini katika maisha yetu.)
8. Inamaanisha nini kwetu kutawala dunia na umbaji wa Mungu? (Mwanzo 1:28 – Mungu amewaita kutunza umbaji wake na kuulinda. Unaweza kusoma Zaburi 8:6-8)
9. Kwa nini Mungu amesema siku ya saba ni takatifu? (Mwanzo 2:2-3 – Mungu ameibariki kuwa takatifu, na siku ya kumwabudu na kupumzika.)

10. Tunawezaje kuheshimu amri za Mungu na kufuata kibiblia, "Zaeni, mkaongezeke"? (Mwanzo 1:28 – Tunahitaji kufuata amri za Mungu juu ya ndoa. Kwanza, umoja kama "mume na mke", kama Mungu alivyomwumba kama mwanamume; washirikiane kama mke na mume, uzinzi wa aina yoyote ni kinyume na mpango wa Mungu katika ndoa. Tuache wazazi wetu, na kuwa na umoja kama mke na mume, na kuwa familia mpya.)
11. Nafasi ya mke ni nini kwa mumewe? (Mwanzo 2:18 – Mke ni kama msaidizi wa mume katika kazi ya Bwana kama mume alivyopewa na Mungu. Unaweza kusoma Mhubiri 4:9-12.)
12. Tukitambua kwamba Adamu na Hawa si wenye dhambi walipoumbwa, tunajifunza nini juu ya umbaji wa Mungu? (Mwanzo 2:25 – Umbaji wa Mungu ulikuwa mtakatifu na bila dhambi, kwa sababu Adamu na Hawa waliishi bila aibu.)

2. Anguka la Mwanadamu

Mwanzo 2:8-10, 16-17 & 3:1-23

Mwanzo 2
8 BWANA Mungu akapanda bustani upande wa mashariki wa Edeni,
akamweka ndani yake huyo mtu aliyemfanya. 9 BWANA Mungu
akachipusha katika ardhi kila mti unaotamanika kwa macho na kufaa kwa
kuliwa; na mti wa uzima katikati ya bustani, na mti wa ujuzi wa mema na
mabaya. 10 Ukatoka mto katika Edeni wa kuitilia bustani maji, na kutokea
hapo ukagawanyika kuwa vichwa vinne.

16 BWANA Mungu akamwagiza huyo mtu, akisema, "Matunda ya kila
mti wa bustani waweza kula, 17 Lakini matunda ya mti wa ujuzi wa mema
na mabaya usile, kwa maana siku utakapokula matunda ya mti huo utakufa
hakika."

Mwanzo 3
1 Basi nyoka alikuwa mwerevu kuliko wanyama wote wa mwitu
aliowafanya BWANA Mungu. Akamwambia mwanamke, Ati! Hivi ndivyo
alivyosema Mungu, Msile matunda ya miti yote ya bustani? 2 Mwanamke
akamwambia nyoka, Matunda ya miti ya bustanini twaweza kula; 3 lakini
matunda ya mti ulio katikati ya bustani Mungu amesema, Msiyale wala
msiyaguse, msije mkafa. 4 Nyoka akamwambia mwanamke, Hakika
hamtakufa, 5 kwa maana Mungu anajua ya kwamba siku mtakayokula
matunda ya mti huo, mtafumbuliwa macho, nanyi mtakuwa kama Mungu,
mkijua mema na mabaya.

6 Mwanamke alipoona ya kuwa ule mti wafaa kwa chakula, wapendeza
macho, nao ni mti wa kutamanika kwa maarifa, basi alichuma matunda
yake akala, akampa na mumewe, naye akala. 7 Wakafumbuliwa macho
wote wawili wakajitambua kuwa wako uchi, wakashona majani ya mtini,
na kujifanyia mavazi ya kusitiri uchi wao. 8 Kisha wakasikia sauti ya
BWANA Mungu, akitembea bustanini wakati wa jua kupunga; Adamu na
mkewe wakajificha kati ya miti ya bustani, BWANA Mungu asiwaone.

9 BWANA Mungu akamwita Adamu, akamwambia, Uko wapi? 10
Akasema, Nilisikia sauti yako bustanini, nikaogopa kwa kuwa mimi ni
uchi; nikajificha. 11 Akasema, Ni nani aliyekuambia ya kuwa u uchi? Je!
Umekula matunda ya mti niliyokuagiza usiyale? 12 Adamu akasema,
Huyo mwanamke uliyenipa awe pamoja nami ndiye aliyenipa matunda ya
mti huo, nikala.

13 BWANA Mungu akamwambia mwanamke, Nini hili ulilolifanya?
Mwanamke akasema, Nyoka alinidanganya, nikala.

14 BWANA Mungu akamwambia nyoka, Kwa sababu umeyafanya hayo,

umelaaniwa wewe kuliko wanyama wote, na kuliko hayawani wote walioko mwituni; kwa tumbo utakwenda, na mavumbi utakula siku zote za maisha yako;
15 nami nitaweka uadui kati yako na huyo mwanamke, na kati ya uzao wako na uzao wake; huo utakuponda kichwa, na wewe utamponda kisigino.

16 Akamwambia mwanamke, Hakika nitakuzidishia uchungu wako, na kuzaa kwako; kwa uchungu utazaa watoto; hata hivyo, hamu yako itakuwa kwa mumeo, naye atakutawala.

17 Akamwambia Adamu, Kwa kuwa umeisikiliza sauti ya mke wako, ukala matunda ya mti ambao nilikuagiza, nikisema, Usiyale; ardhi imelaaniwa kwa ajili yako; kwa uchungu utakula mazao yake siku zote za maisha yako;
18 michongoma na miiba itakuzalia, nawe utakula mboga za kondeni;
19 kwa jasho la uso wako utakula chakula, hata utakapoirudia ardhi, ambayo katika hiyo ulitwaliwa; kwa maana u mavumbi wewe, nawe mavumbini utarudi.
20 Adamu akamwita mkewe jina lake Hawa; kwa kuwa yeye ndiye aliye mama yao wote walio hai.

21 BWANA Mungu akawafanyia Adamu na mkewe mavazi ya ngozi, akawavika.
22 BWANA Mungu akasema, Basi, huyu mtu amekuwa kama mmoja wetu, kwa kujua mema na mabaya; na sasa asije akanyosha mkono wake akatwaa matunda ya mti wa uzima, akala, akaishi milele;
23 kwa hiyo BWANA Mungu akamtoa katika bustani ya Edeni, ailime ardhi ambayo katika hiyo alitwaliwa.

Maswali kuhusu Maandiko: Anguka la Mwanadamu

Mwanzo 2:8-10, 16-17 & 3:1-23

Utangulizi:
Mungu aliumba mti maalum katikati ya bustani, mti uitwawo "Mti wa ujuzi wa mema na mabaya". Ulikuwa mti maalum katika bustani ile, mti usioliwa matunda yake. Bali, matunda ya miti mingine, yanaweza kuliwa. Mungu aliwapa angalizo lililo wazi kwamba wanaweza kufa wakila matunda yake. Ingawa Adamu na Hawa, waliumbwa bila dhambi, sasa wanaweza kukata shauri kufuata amri za Mungu kuhusu mti, au kupuuza amri za Mungu. Kutofuata mafundisho ya Mungu itakuwa adhabu na mwisho kifo. Mungu aliwapa ahadi kuhusu uzao wao, kwamba "huo utakuponda kichwa" cha nyoka, na huo utajitoa sadaka na kuvika nguo za haki kwao.

Nia:

Maalifa

- Tutambue adhabu ya dhambi, na malipo ya kutomtii Mungu.
- Tutambua njia za Ibilisi, na vita yake na wafuasi wa Mungu.
- Tujue kwamba Mungu anatupa amri zake kwa nia nzuri.

Tabia

- Tutambue mshara wa dhambi unakaa kwa muda mrefu.
- Tutubu dhambi katika maisha yetu.
- Tumtumaini Mesiya aliyekuja kutupatia uzima na msamaha wa dhambi zetu.

Matendo

- Tuache dhambi na kumtegemea Mungu na Neno na ahadi zake.
- Tumkatae Shetani na kazi zake zote, na njia zake zote, katika nguvu ya Yesu, na ushindi wake zidhi ya Shetani.

Mstari wa Moyo:
Warumi 6:23 "Kwa maana mshahara wa dhambi ni kifo; lakini zawadi anayotoa Mungu ni uhai wa milele katika kuungana na Kristo Yesu, Bwana wetu.."
1 Wakorintho 10:13 "Majaribu mliyokwisha pata ni ya kawaida kwa binadamu. Mungu ni mwaminifu, naye hataruhusu mjaribiwe kupita nguvu zenu, ila pamoja na majaribu, yeye atawapeni pia nguvu ya kustahimili na njia ya kutoka humo salama."

Scriptures for Further Study:
Kutoka 34:6-7; Yeremia 17:9-10; Matayo 4:1-11; Luka 4:1-13; 1 Wakorintho 10:13; Warumi 3:10-12, 22-23; 5:12-21; 1 Timotheo 1:15-17; Yakobo 1:13-15; 1 Yohana 2:15-17

Maswali kuhusu Maandiko:

1. Nani aliumba bustani ambayo Adamu na Hawa waliishi? (Mwanzo 2:8 – Bwana Mungu mwenyewe.)
2. Vitu gani Mungu aliwaruhusu Adamu na Hawa kutumia? (Mwanzo 2:9, 16 – Miti yote, inayofaa kwa chakula bustanini.)
3. Mungu aliwakataza nini Adamu na Hawa bustanini? (Mwanzo 2:16-17 – Walikatazwa wasile Mti wa ujuzi wa mema na mabaya.)
4. Waliambiwa nini juu ya ahadi hiyo wasipoifuata? (Mwanzo 2:17 – Watakufa.)
5. Kuna tabia gani tofauti kati ya nyoka na wanyama wengine wote walioumbwa na Mungu? (Mwanzo 3:1 – Nyoka alikuwa mwerevu kuliko wanyama wengine wote).
6. Jambo gani lisilo la kawaida nyoka alipomjia yule mwanamke? (Mwanzo 3:1 – Alizungumza naye.)
7. Jambo gani lilikuwa la kwanza alilomwambia mwanamke? (Mwanzo 3:1 – "Ati! Hivi ndivyo alivyosema Mungu...?")
8. Kwa utambuzi wake, aliongeza nini kwa amri yake Mungu? (Mwanzo 2:16-17; 3:3 – Mwanamke alisema "<u>tusiguse</u> mti" uliopo katikati ya bustani.)
9. Mwanamke alikumbuka nini kwa ufasaha juu ya madhala akila matunda ya mti huo? (Mwanzo 3:3 – Alikumbuka kwamba wakila matunda yale, watakufa)
10. Yule nyoka alijibu nini kwa mawazo ya mwanamke? (Mwanzo 3:4 – Alipuuzia amri kutoka Mungu kwa kusema kwamba Neno la Mungu halisemi hivyo)
11. Yule mwovu alimdanganyaje mwanamke ili ale lile tunda? (Mwanzo 3:5 – Alimwambia akila matunda, mtajua mambo mema na mabaya na mtakuwa "kama Mungu.")
12. Baada ya kusikia maneno ya nyoka, yule mwanamke alifanyaje? (Mwanzo 3:6 - Alikubali kula tunda, na kumpa mumewe.)
13. Mume wake alikuwa wapi wakati mke wake anajaribiwa na Shetani, na alifanyaje juu ya jaribu hilo? (Mwanzo 3:6 – Alikuwa naye, na yeye alikula pia.)
14. Nini kilitokea baada ya kula tunda? (Mwanzo 3:7-10 – Wakafumbuliwa macho, wakajiona kuwa wa uchi, <u>waliogopa uwepo wa Mungu</u>.)
15. Mungu alifanyaje baada ya hapo? (Mwanzo 3:9 – Akamwita Adamu "Uko wapi?")
16. Adamu alijibu nini kwa kukosa utii kwa Mungu? (Mwanzo 3:11-13 – Alimlaumu Hawa, na Hawa alimlaumu nyoka.)
17. Mungu alimpa adhabu gani kila mmoja kwa dhambi zao? (Mwanzo 3:14-17 – Nyoka alilaaniwa, akaambiwa kwamba "Utatembea kwa tumbo" na mtakuwa maadui milele. Atasikia uchungu zaidi wakati wa kujifungua, na ataatawaliwa na mumewe. Na mume atapata riziki kwa jasho.)

18. Tunapata tumaini gani kwa maneno ya unabii yaliosemwa pamoja na maneno ya adhabu kutoka kwa Mungu? (Mwanzo 3:15 – Uzao wa mwanamke utamponda kichwa uzao wa nyoka, na uzao wa nyoka utamponda kisigino cha uzao wa mwanamke.)
19. Alitengeneza nini kwa Adamu na Hawa kwa sababu ya wao kuwa uchi? (Mwanzo 3:21 – Aliwatengenezea mavazi ya ngozi.)
20. Tunajifunza nini juu ya umbaji wa Mungu, katika bustani hasa umbaji wa miti, na kwa Adamu na Hawa? (Mwanzo 3:22-23 – Mungu akasema, "Basi, huyu mtu amekuwa kama mmoja wetu, kwa kujua mema na mabaya; na sasa asije akanyosha mkono wake akatwaa matunda ya mti wa uzima, akala, akaishi milele". Akawafukuza bustanini.)

Maswali ya Kufanyia Kazi:

1. Tunajifunza nini kuhusu Umbaji wa Mungu juu ya miti bustanini na kwa Adamu na Hawa? (Mwanzo 2:8-9 – Mungu alitoa mahitaji katika umbaji wake.)
2. Tunajifunza nini juu ya utaratibu na mipango ya Mungu katika maisha yetu? (Mwanzo 2:16-17 – Amri za Mungu zinatuonyesha upendo wake. Anatupa majaribu kuona kama tunatii. Ingawa Mungu aliwaambia Adamu na Hawa wasile mti ule wa Maalifa wa mema na mabaya, aliwapa sheria moja tu, na amewapa vitu vingi kwa mahitaji yao. Mungu atupenda sana! Anataka tuishi kwa furaha kama alivyotujalia. Sisi huangalia zaidi kile kitu kimoja asichokipenda.)
3. Nyoka ni nani? (Mwanzo 3:1 – Nyoki ni yule Shetani. Tuone Ufunuo 12:9; 20:2).
4. Tunamtambuaje huyu Shetani? (Mwanzo 3:1-4 – Yeye ni mwongo, na ni baba wa uongo. Unaweza kusoma Yohana 8:44. Anapotosha Neno la Mungu. Anawaingiza watu majaribuni, kwa sababu alikuwa mwelevu.)
5. Shetani anafanyaje majaribu yake leo, ukilinganisha na wakati ule wa Adamu na Hawa? (Mwanzo 3:1, 4 – Anawatia watu shaka juu ya Neno la Mungu na Mungu mwenyewe; "Ati! Hivi ndivyo alivyosema Mungu..?" Yeye ni mshtaki wenu kwa Mungu, na kuwalaumu wengine.)
6. Watu wanapata majaribu ya aina gani? (Mwanzo 3:1, 4-6 – Majaribu ya leo ni sawa na yale ya Adamu na Hawa waliyoyapata miaka 6,000 iliyopita: majaribio ya mashaka juu ya mamlaka ya Mungu na juu ya Neno lake. Majaribu ya Adamu na Hawa yatufundisha aina tatu za ubinafsi zinazotufanya tujaribiwe. Tamaa za Mwili – kujisikia vizuri; Tamaa za Macho – vinavyoonekana vizuri kwetu; kiburi kiletwacho na mali – kinachotutofautisha na wengine. Unaweza kusoma 1 Yohana 2:16.)

7. Majaribu yanatukumbusha nini? (Mwanzo 3:6 – Kila mtu anajaribiwa na tunaanguuka dhambini kama Adamu na Hawa. Warumi 3:10-12 – Tunamhitaji Mwokozi.)
8. Bwana anatarajia nini kwa mtu aliyeanguka dhambini? (Mwanzo 3:8-13 – Anatarajia ungamo, kuacha dhambi, na kumrudia Bwana kwa rehema na neema.)
9. Adamu na Hawa walikuwa na siraha gani ya kupambana na majaribu? (Mwanzo 2:16 – Neno la Mungu ni ulinzi wa mwanzo. Yesu alitumia Neno la Mungu kumshinda Shetani katika Matayo 4:1-11. Kwa sababu Yesu ni Neno, na alimwangusha Shetani, yeye ni mlinzi wetu vile vile. Ulinzi wa pili ni maombi; wangalimwomba Mungu wangalishinda. Tunaweza kuyashinda majaribu kwa Neno la Mungu, na kulishika kwa hakika, au tunaweza kuongozwa na tamaa zetu za mwili, na kumruhusu atutawale katika matendo yetu. Mungu atawepeni mlango wa kutoka katika majaribu, na Yeye ndiye Mlango. 1 Wakorintho 10:13; Waepheso 6:10-18;
10. 1 Petro 5:8-9.)
11. Kwa nini Adamu na Hawa walikimbia na kujificha na uso wa Mungu? (Mwanzo 3:7 – Walitambua aibu na walikuwa utupu.)
12. Tunapoona Mungu anawaita Adamu na Hawa, tunajifunza nini juu ya mwenendo wake? (Mwanzo 3:9 – Ingawa Mungu ajua dhambi zetu, lakini anatutunza. Anataka uhusiano mzuri na sisi na kutujali.)
13. Nini umuhimu wa Mungu kuwavisha Adamu na Hawa nguo za ngozi? Inatukumbusha kwamba Yesu ametufanyia nini? (Mwanzo 3:21 – Hii ilikuwa mara ya kwanza kwa mnyama kuchinjwa. Iliwaonyesha Adamu na Hawa kwamba dhabihu ilihitajika kwa ajili ya msamaha wa dhambi. Huu ni mfano mkuu wa Kristo, alitwaa dhambi zetu msalabani na kutupa nguo ya haki.)
14. Kwa nini Mungu aliwafukuza Adamu na Hawa bustanini? (Unaweza kusoma Kitabu cha Kutoka 34:6-7)
15. Nini jukumu la Mungu tunapomkosea? Kwa nini Mungu anatupa adhabu tunapomkosea? (Unaweza kusoma Waebrania 12:5-11)
16. Mpango wa Mungu ni nini kwa kutukomboa kutoka dhambini? (Unaweza kusoma Warumi 5:18-19, Yohana 3:16-18.)
17. Unabii huo wa "kumponda kichwa" na "kumponda kisigino" una maana gani? (Mwanzo 3:15 – Kumpondwa kichwa maana yake ni kuua kabisa, lakini kupondwa kisigino kunaleta maumivu tu. Kwa hiyo basi, tunatiwa moyo na kukumbushwa ahadi ya Mungu kwamba Shetani atapondwa na uzao wa mwanamke, yaani Kristo, ingawa atapata mateso msalabani.)

3. Kaini na Abeli

Mwanzo 4:1-16

Mwanzo 4
1 Adamu akamjua Hawa mkewe; naye akapata mimba, akamzaa Kaini,
akasema, Nimepata mtoto wa kiume kwa msaada wa BWANA. 2
Akaongeza akamzaa ndugu yake, Habili. Habili alikuwa mchunga kondoo,
na Kaini alikuwa mkulima.

3 Ikawa hatimaye Kaini akaleta mazao ya ardhi, sadaka kwa BWANA. 4
Habili naye akaleta wazao wa kwanza wa wanyama wake na sehemu
zilizonona za wanyama. BWANA akamtakabali Habili na sadaka yake; 5
bali Kaini hakumtakabali, wala sadaka yake. Kaini akaghadhibika sana,
uso wake ukakunjamana. 6 BWANA akamwambia Kaini, Kwa nini una
ghadhabu? Na kwa nini uso wako umekunjamana? 7 Kama ukitenda
vyema, hutapata kibali? Usipotenda vyema dhambi iko, inakuotea
mlangoni, nayo inakutamani wewe, lakini yapasa uishinde.

8 Kaini akamwambia Habili nduguye, [Twende uwandani].a Ikawa
walipokuwapo uwandani, Kaini akamwinukia Habili nduguye, akamwua. 9
BWANA akamwambia Kaini, Yuko wapi Habili ndugu yako? Akasema,
Sijui, kwani mimi ni mlinzi wa ndugu yangu? 10 Akasema, Umefanya
nini? Sauti ya damu ya ndugu yako inanililia kutoka katika ardhi. 11 Basi
sasa, umelaaniwa wewe katika ardhi, iliyofumbua kinywa chake ipokee
damu ya ndugu yako kutoka kwa mkono wako; 12 utakapoilima ardhi
haitakupa mazao yake; utakuwa mtoro na mtu asiye na makao duniani.

13 Kaini akamwambia BWANA, Adhabu yangu imeniwia kubwa,
haichukuliki. 14 Tazama, umenifukuza leo katika uso wa ardhi, nitasitirika
mbali na uso wako, nami nitakuwa mtoro na mtu asiye na makao duniani;
hata itakuwa kila anionaye ataniua. 15 BWANA akamwambia, Kwa
sababu hiyo yeyote atakayemwua Kaini atalipizwa kisasi mara saba.
BWANA akamtia Kaini alama, mtu amwonaye asije akampiga.16 Kaini
akatoka mbele za uso wa BWANA, akakaa katika nchi ya Nodi, Mashariki
mwa Edeni.

Maswali kuhusu Maandiko: Kaini na Abeli

Mwanzo 4:1-16

Utangulizi:

Kaini na Abeli, watoto wa kiume wa Adamu na Hawa, wameonyesha tabia tofauti za mioyo walipotoa sadaka zao kwa Bwana. Kaini akatoa sadaka kwa Bwana kutoka mavuno yake. Kaka yake, Abeli alimtolea Mungu sadaka ya mwanakondoo aliyenona, kutoka wazaliwa wa kwanza wa mifugo yako. Mungu alipokea sadaka ya Abeli, lakini Mungu hakupendezwa na sadaka ya Kaini. Kaini alikasirika kwa sababu Mungu alikataa sadaka yake, na kuipokea sadaka ya Abeli. Mungu alimpa tahadhali, kwamba dhambi inamtafuta, Mungu alimkaribisha atenda yaliyo mema, ili apokelewe pia. Kaini hakumsikiliza Mungu, hakuonyesha heshima kwa maisha ya kaka yake, na akamwuua Abeli. Ingawa Kaini alitambua kuwa ana uhuru wa kuchagua mambo ya kutenda, ana deni juu ya dhambi. Baadaye, Mungu alimruhusu Mwana wake wa pekee ili afe na kulipa deni la dhambi za Kaini na zetu pia. Amechukua dhambi zetu, ili tusamehewe. Kwa sababu ya msamaha wa dhambi zetu tunamheshimu Mungu kama Abeli.

Nia:

<u>Maalifa</u>

- Na sisi pia tumelaaniwa kwa sababu ya dhambi zetu, asiyeacha dhambi na kutubu atapata adhabu.
- Kujua kwamba Mungu anatupa rehema, ingawa kuna adhabu za maovu yetu.
- Kutambua kuwa Yesu ni Mwana wa pekee aliyetwa mizigo yetu ya dhambi.

<u>Tabia</u>

- Kuamini kwamba Mungu anastahili heshima, utukufu na kupewa kila kitu.
- Kuheshimu watu wote, kwa sababu wameumbwa kwa mfano wa Mungu.

<u>Matendo</u>

- Kutubu wakati Roho Mtakatifu anatukumbusha kutubu dhambi, badala ya kuendelea kutenda dhambi.
- Kumshukuru Mungu kwa kila alichotupa.

Mstari wa Moyo:

1 Samweli 15:22 "Ndipo Samwelii akamwambia, "Je, Mwenyezi-Mungu anapendelea zaidi dhabihu za kuteketezwa na matambiko, kuliko kuitii sauti yake? Tazama, kumtii yeye ni bora kuliko matambiko na kumsikiliza kuliko kumtambikia mafuta ya beberu."

Scriptures for Further Study:
Mwanzo 1:26-27; 9:6; Malaki 1:6-9; 3:8-10; Luka 21:1-4; Wagalatia 5:16-17; Waebrania 11:4; 1 Yohana 3:12

Maswali kuhusu Maandiko:

1. Hawa alimshukuru nani kwa kumzaa mtoto wa kiume? (Mwanzo 4:1 – Alimpa heshima Mungu, kwa kusema, "Nimepata mtoto mwanamume kwa Bwana.")
2. Kuna tofauti gani baina ya kazi za Abeli na Kaini? (Mwanzo 4:2 – Abeli alifuga mifugo, na Kaini alifanya kazi shambani.)
3. Kitu muhimu kilikuwa nini kwa sadaka ya Abeli, ukilinganisha na sadaka ya Kaini? (Mwanzo 4:3-4 – Abeli alileta sadaka yenye thamani mbele za Mungu, fungu nono la wazaliwa wa kwanza katika mifugo yake; Kaini alimtolea sehemu fulani ya mavuno.)
4. Mungu aliangaliaje sadaka iliyotolewa na Abeli? (Mwanzo 4:4 – Akapendezwa na sadaka yake.)
5. Kaini alikuwa na tabia gani wakati Mungu alipoikataa sadaka yake. (Mwanzo 4:5 – Alikasirika, na uso ulikuwa na huzuni.)
6. Mungu alimkaribisha Kaini ili abadilike? (Mwanzo 4:7 – Alipata mwaaliko ili abadilika na kutenda vema, ili akubaliwe.)
7. Mungu anaitazamaje dhambi? (Mwanzo 4:7 – "Dhambi iko, inakusubiri mlangoni, nayo inakutamani wewe".)
8. Mungu alimwaambia Kaini afanye nini juu ya dhambi zake? (Mwanzo 4:7 – Lazima ashinde dhambi.)
9. Mpango wa Kaini ulikuwa nini alipompeleka Abeli shambani? (Mwanzo 4:8 – Kumvamia Abeli na kumwuua.)
10. Kaini alimkoseaje Mungu, alipolizwa habari za kaka yake? (Mwanzo 4:9 – Kaini alisema uwongo kwamba hajui kaka yake alipo. Kaini alikuwa na moyo mgumu na moyo bila upendo, na hakuonyesha heshima kwa Mungu alipomwambia "Mimi si mlinzi wa kaka yangu".)
11. Alipata changamoto gani kwa sababu ya kumwuua kaka yake? (Mwanzo 4:11-12, 14 – Kaini alilaaniwa, na kufukuzwa, na ardhi haitampa mavuna tena. Na yeye atukuwa mtu wa kuhangaika, na alifichwa mbali na uwepo wa Mungu.)
12. Kaini alisemaje juu ya adhabu yake? (Mwanzo 4:13 – Alisema ilikuwa kubwa mno, zaidi ya uwezo wake.)
13. Ingawa Mungu alimwadhibu Kaini kwa dhambi zake, alimsaidiaje? (Mwanzo 4:15 – Mungu alimweka alama ya tahadhali, ili ye yote atakayemwona asimwuue. Na ye yote atakeyemwuua Kaini atapata adhabu mara saba ya Kaini.)

Maswali ya Kufanyia Kazi:

1. Kazi ya Mungu ni nini katika umbaji wake? (Mwanzo 4:1 – Tunamshukuru Mungu kwa sababu ndiye aliyetupa uzima, kama ilivyo kwa Hawa alipomzaa mtoto wake wa kwanza wa kiume, na akamshukuru Mungu.)
2. Kuna umuhimu gani wa kumtolea Mungu sadaka? (Mwanzo 4:3-4 – Sadaka zetu ziwe zenye ubora, kama vile sehemu ya kwanza ya mavuno, kama vile Mungu alivyomtoa Mwana wake wa Pekee kwa ajili yetu. Haya ni mavuno yaliyo bora ya Mungu. Tunachoweza kumpa ni sehemu ndogo tu ya alichotoa Mungu kwetu. Unaweza kuangalia 2 Wakorintho 8.)
3. Tunajifunza nini juu ya wasifu wa Mungu tunaposikia maneno yake kwa Kaini? (Mwanzo 4:7 – Tunajifunza kwamba kuna nafasi ya kutubu na kumrudia Mungu, na atatusamehe. Anatupokea kila wakati.)
4. Tunajifunza nini juu ya tahadhali aliyopewa Kaini na Mungu? (Mwanzo 4:7 – Dhambi inatutafuta na kutuwinda, ili ituangamize.)
5. Ina maana gani "kuishinda" dhambi zetu? (Mwanzo 4:7 – Kwa kushinda dhambi na tamaa ya mwili inatupasa kufa kimwili na kuishi Kiroho, na kumruhusu Roho Mtakatifu kutusaidia, katika mawazo, katika tamaa, na matendo. Kifo hicho hutokea na kusoma Neno la Mungu, na maombi, na kushirikiana na wafuasi wa Kristo. Maisha ya Kiroho yanaanza na tunapokubali na kutii mipango ya Mungu.)
6. Kwa nini ni muhimu kutubu dhambi na kuacha mara moja? (Mwanzo 4:6-10 – Kama hatuachi dhambi zetu, <u>itatutawala,</u> na kuonekana mwenye dhambi mbele za Mungu. Dhambi za siri zitakuwa matendo ya wazi, na maisha ya dhambi yataathiri watu wanaotuzunguka.)
7. Mungu anapotuonyesha dhambi zetu, kwa nini tusitubu? (1 Yohana 1:5-9 – Ni muhimu kutubu na kuwa washirika wa Neno la Mungu, ili tusamehewe dhambi zetu)
8. Kwa nini Kaini alimwuliza Mungu, "Mimi ni mlinzi wa kaka yangu?" (Mwanzo 4:9) Tuwe walinzi wa kaka zetu? (Kaini hakufikiri kwamba ni jukumu lake kumtunza kaka yake, Mungu alitegemea litakuwa jukumu lake. Kwetu, ni jukumu letu kutunza vyote vinavyotuzunguka, Matayo 7:12).
9. Mungu anaangaliaje dhambi katika maisha yetu? (Mwanzo 4:11-13 – Mungu anatoa adhabu ya dhambi kwa sababu Yeye ni Mtakatifu, na Yeye hapendi watu wafanye dhambi. Yeye ni Mtakatifu kwa ndani, na anatoa adhabu dhidi ya dhambi.)
10. Watu wasiotubu dhambi zao, nini hukumu ya mwisho dhidi yao? (Mwanzo 4:11-14 – Adhabu ya mwisho inawatenganisha na uwepo wa Mungu.)

11. Tunajifunza nini kuhusu wasifu wa Mungu kutoka maandiko haya ya Kaini na Abeli? (Mwanzo 4:15 – Ingawa Mungu anatuadhibu kwa upendo, lakini pia anatusamehe bure. Jambo hili linaonekana pale Mungu alipomweka alama Kaini ili asiwawe na wengine.)
12. "Uzao wa kwanza wa mifugo" kutoka kwa Mungu ni nani? (Uzao wa kwanza ndiye Yesu Mwokozi aliyebeba mizigo ya dhambi za Kaini na zetu pia.)

4. Nuhu
Mwanzo 6-9

Mwanzo 6

5 BWANA akaona ya kuwa maovu ya mwanadamu ni makubwa duniani
na kwamba kila kusudi analowaza moyoni mwake ni baya tu siku zote. 6
BWANA akaghairi kwa kuwa amemwumba mwanadamu duniani,
akahuzunika moyo. 7 BWANA akasema, Nitamfutilia mbali mwanadamu
niliyemwumba usoni pa nchi; mwanadamu na mnyama, na kitambaacho na
ndege wa angani; kwa maana naghairi ya kwamba nimewaumba. 8 Lakini
Nuhu akapata neema machoni pa BWANA.Nuhu atengeneza safina9 Hivi
ndivyo vizazi vya Nuhu. Nuhu alikuwa mtu wa haki, mkamilifu katika
vizazi vyake; Nuhu alikwenda pamoja na Mungu. 10 Nuhu akazaa wana
watatu wa kiume, Shemu, na Hamu, na Yafethi.

13 Mungu akamwambia Nuhu, Mwisho wa kila kiumbe umefika mbele
zangu; kwa sababu wameijaza dunia maovu, basi nitawaangamiza pamoja
na dunia. 14 Jitengenezee safina ya mti wa mvinje; tengeneza vyumba
ukaifunike kwa lami ndani na nje.

15 Hivi ndivyo utakavyoifanya; dhiraa mia tatu urefu wa safina, dhiraa
hamsini upana wake, na dhiraa thelathini kwenda juu. 16 Uifanyie safina
mwangaza, ukaumalize juu kiasi cha mkono mmoja; ukautie mlango wa
safina katika ubavu wake; ukaifanyie dari tatu, ya chini, ya pili, na ya tatu.

17 Tazama, nitaleta gharika ya maji juu ya nchi, niharibu kila kitu chenye
mwili na pumzi ya uhai, kisiwepo chini ya mbingu; kila kilichoko duniani
kitakufa. 18 Lakini nitafanya agano langu nawe kuwa thabiti; nawe
utaingia katika safina, wewe, na wanao, na mkeo, na wake za wanao,
pamoja nawe.

21 Ukajitwalie chakula cha kila namna kinacholika, ukakusanye, nacho
kitakuwa ni chakula chenu na chao. 22 Ndivyo alivyofanya Nuhu,
sawasawa na vyote alivyomwamuru Mungu, hivyo ndivyo alivyofanya.

Mwanzo 7
1 BWANA akamwambia Nuhu, Ingia wewe na jamaa yako yote katika
safina; kwa maana nimekuona wewe u mwenye haki mbele zangu katika
kizazi hiki. 4 Kwa maana baada ya siku saba nitainyeshea dunia mvua,
siku arubaini mchana na usiku; na kila kilicho hai nilichokifanya juu ya
uso wa nchi nitakifutilia mbali. 5 Nuhu akafanya kama vile BWANA
alivyomwamuru.

7 Nuhu akaingia katika safina, yeye, na wanawe, na mkewe, na wake za
wanawe pamoja naye; kwa sababu ya maji ya gharika. 12 Mvua ikanyesha

juu ya nchi, siku arubaini mchana na usiku 17 Ile gharika ilikuwako juu ya nchi siku arubaini; nayo maji yakazidi, yakaifanya safina ielee, ikaelea juu ya nchi. 21 Wakafa watu wote waendao juu ya nchi, na ndege, na wanyama wa kufugwa, na kila mnyama wa mwitu, na kila kitambaacho chenye kutambaa juu ya nchi, na kila mwanadamu; 23 Kila kilichokuwa hai juu ya uso wa nchi kikafutiliwa mbali; mwanadamu, wanyama wa kufugwa, kitambaacho na ndege wa angani; vilifutiliwa mbali katika nchi, akabaki Nuhu tu, na hao waliokuwa pamoja naye katika safina. 24 Maji yakapata nguvu juu ya nchi siku mia na hamsini.

Mwanzo 8
3 maji yakadumu kuondoka katika nchi; na mwisho wa siku mia moja na hamsini maji yakapunguka. 4 Mwezi wa saba, siku ya kumi na saba ya mwezi, safina ikatua juu ya milima ya Ararati.

6 Ikawa baada ya siku arubaini, Nuhu akalifungua dirisha la safina, alilolifanya; 10 Akangoja na siku saba tena; kisha akamtoa yule njiwa katika safina mara ya pili, 12 Akangoja na siku saba tena, akamtoa yule njiwa; naye asimrudie tena kamwe.

15 Mungu akamwambia Nuhu, akisema, 16 Toka katika safina, wewe, na mkeo, na wanao, na wake za wanao pamoja nawe. 17 Utoe pamoja nawe kila kilicho hai kilichomo pamoja nawe, chenye mwili, ndege, na mnyama, na kila kitambaacho, chenye kutambaa juu ya nchi; wajae katika nchi, wawe na uzazi, wakaongezeke katika nchi. 20 Nuhu akamjengea BWANA madhabahu; akatwaa katika kila mnyama aliye safi, na katika kila ndege aliye safi, akavitoa sadaka za kuteketezwa juu ya madhabahu. 21 BWANA akasikia harufu ya kumridhisha; BWANA akasema moyoni, Sitailaani nchi tena baada ya hayo kwa sababu ya wanadamu, maana mawazo ya moyo wa mwanadamu ni mabaya tangu ujana wake; wala sitapiga tena baada ya hayo kila kilicho hai kama nilivyofanya.

Mwanzo 9
13 Mimi nauweka upinde wangu winguni, nao utakuwa ni ishara ya agano kati yangu na nchi. 17 Mungu akamwambia Nuhu, Hii ndiyo ishara ya agano nililoliweka kati yangu na watu wote walioko katika nchi.

Maswali kuhusu Maandiko: Nuhu

Mwanzo 6-9

Utangulizi:

Vizazi vingi vimepita tangu umbaji wa dunia, ni mioyo ya watu imegeuka na kupenda maovu. Mungu ni mvumilivu, na aliwapa watu muda wa kutubu. Ingawa, waliendelea kutenda maovu. Nuhu na familia yake tu ndio waliompenda Mungu na kumheshimu. Familia ya Nuhu ilikuwa na watu wanane. Matokeo yake, Mungu alileta gharika kuharibu nchi na vilivyomo, isipokuwa wale watu wanane tu waliomtii na kumheshimu Mungu. Kwa imani, Mungu aliwaokoa, Nuhu na wanawe, walijenga safina, walipata haki kwa njia ya imani. Kwa sababu ya neema na rehema yake, Mungu aliwalinda katika safina. Baada ya gharika, Nuhu na familia yake walikuwa ni watu pekee duniani.

Nia:

Maalifa

- Kuelewa kwamba haki inakuja kwa njia ya imani katika Neno la Mungu. Yesu ndiye mwokozi pekee.
- Tutambue kwamba Mungu ni mwingi wa rehema, ndiye mwenye subira anatupa nafasi ya kutubu dhambi zetu.
- Tutambue kuwa kuna adhabu ya dhambi, Mungu ndiye mwenye kuhukumu kwa haki, hawezi kuacha dhambi isiadhibiwe.

Tabia

- Kuhukumiwa kwa dhambi, na kuwa makini na uhitaji wa rehema.
- Kumwamini Mungu ni jambo la mwaminifu, na kutulinda katika dunia ya maovu.
- Kumtegemea Mungu ni mpango mkuu, kuliko tunavyoweza kuona.

Matendo

- Kuishi kwa imani, na kufuata Neno la Mungu ni tumaini.

Mistari ya Moyo:

Ezekieli 18:32 "Sifurahii kifo cha mtu yeyote. Hivyo tubuni ili mpate kuishi. Mimi Bwana Mwenyezi-Mungu nimesema."
2 Petro 3:9 "9Bwana hakawii kutimiza yale aliyoahidi kama watu wengine wanavyofikiri kuwa atakawia. Yeye ana saburi kwa ajili yenu, maana hapendi hata mmoja wenu apotee, bali huwavuta wote wapate kutubu."

Scriptures for Further Study:

Zaburi 34:15; 45:7; Yeremia 11:11; 32:19; Amosi 3:7; Matayo 24:37-39; Luka 17:26; 1 Wathesalonike 5:9; 1 Timotheo 1:15-17; Waebrania 11:7; 1 Petro 3:20; 2 Petro 2:5; 3:6-7

Maswali kuhusu Maandiko:

1. Mungu anaona nini ndani ya mioyo ya watu, na anajisikiaje? (Mwanzo 6:5-8 – Mungu anaona mawazo, na binadamu ni mwenye dhambi muda wote. Anawaruhumia watu wa dunia, na moyo wake unasikia maumivu.)
2. Adhabu ya Mungu ni nini juu ya wenye dhambi. (Mwanzo 6:5-8 – Mpango wa Mungu ulikuwa kuharibu watu katika nchi.)
3. Kwa nini Nuhu alipendelewa mbele ya uso wa Mungu. (Mwanzo 6:9-10 – Yeye alikuwa ni mwenye haki, na hakustahili kula umiwa, na alitembea na Mungu.)
4. Mungu alimwonesha nini Nuhu? Kwa Nini? (Mwanzo 6:13-19 – Mungu alimwambia Nuhu ataangamiza watu na wanyama wote duniani kwa gharika kuu. Alimshirikisha Nuhu mipango yake, na Nuhu alitafuta njia ya kujikomboa na gharika.)
5. Mungu alimwambie Nuhu afanye nini ili familia yake ikombolewe? (Mwanzo 6:13-19 – Mungu alimwambia atengeneze safina. Ilikuwa sehemu salama kwa Nuhu na familia yake, na wanyama aliowaweka.)
6. Safina ilikuwa kubwa kiasi gani? (Mwanzo 6:14-16 – Ilikuwa na urefu wa meta 140, na upana wa meta 23, na kimo cha meta 14, na magorofa matatu, na mlango pembeni, na paa.)
7. Je, Nuhu alifanya Mungu kama alivyomwagiza? (Mwazo 6:19 – Ndiyo, alifanya kama Mungu alivyomwagiza.)
8. Nuhu alikuwa na wana wangapi? (Mwanzo 6:9-10 – Nuhu alikuwa na wana watatu, Yafethi, Hamu na Shemu.)
9. Unafikiri kwa nini Mungu alileta wanyama wa kike na wa kiume kwa kila aina? (Mwanzo 6:18 – Waweza kuzaliana na kujaza nchi baada ya gharika.)
10. Kwa muda gani Mungu alisema mvua itanyesha? (Mwanzo 7:4 – Mungu alisema itanyesha usiku na mchana kwa siku arobaini.)
11. Nani alifunga mlango wa safina? (Mwanzo 7:7 – Mungu ndiye aliyefunga mlango, baada ya kila mmoja kuwa ndani ya safina.)
12. Nini kilitokea baada ya mvua kwisha? (Mwanzo 7 – Maji yalianza kupungua, baada ya siku 150 safina ya Nuhu ilitua juu ya mlima wa Ararati.)
13. Nuhu alijuaje kwamba maji yalipungua? (Mwanzo 8 – Kwa sababu alifungua dirisha na kumtuma kunguru kuangalia nchi. Mara ya kwanza, yule kunguru hakupata mahali pa kukaa, kwa sababu maji yalifunika kila kitu. Mara ya pili, kunguru alirudi na jani la mti, Nuhu alijua kwamba mimea inaendelea kukua. Mara ya tatu, yule kunguru hakurudi, ilimwonyesha Nuhu kwamba maji yamepungua.)
14. Nuhu alifanya nini alipotoka nje ya safina? (Mwanzo 8:20 – Alipotoka nje ya safina, Nuhu alimjengea Mungu madhabahu na alimtolea Mungu sadaka.)

15. Mungu alwafanyia nini Nuhu na familia yake baada ya gharika? (Mwanzo 9:7 – Mungu aliwabariki, kuwapa baraka wakazae, ili waongezeke.)
16. Mungu aliwapa Nuhu na wanawe ahadi gani? (Mwanzo 9:7, 11 – (1) Mungu aliwahidi hataharibu nchi kwa maji tena. (2) Aliwaambia kuwa na watoto wengi, kuijaza nchi.)
17. Mungu aliweka alama gani ya kuonyesha kwamba ataheshimu ahadi yake? (Mwanzo 9:13 – Upinde wa mvua, ulikuwa agano la adahi ya Mungu.)

Maswali ya Kufanyia Kazi:

1. Mungu anaona nini anapoangalia dhambi ndani ya mioyo yetu? (Mwanzo 6:5-6 – Anaona udhaifu mkubwa ndani yetu. Anaona mioyo inayopenda maovu, na tabia za kishetani, kwa mawazo, maneno na matendo. Inamsikitisha.)
2. Katika hadithi hii, tunajifunza nini juu ya majibu ya Mungu kwa dhambi za watu? (Mwanzo 6:5-8 – Tunajifunza kwamba ni lazima kwa Mungu kutoa adhabu kwa dhambi za watu. Anahukumu dhambi kwa sababu Yeye ni mtakatifu. Unaweza kusoma 2 Petro 3:3-7).
3. Nini kinatufanya tuwe na haki mbele ya macho ya Mungu anapotunagalia? (Mwanzo 6:9-10 – Mungu anatuhesabia wenye haki tunapoliamini Neno la Mungu, na kumwamini Yesu Kristo. Unaweza kusoma Waebrania 11:7)
4. Ina maanisha nini kutembea pamoja na Mungu? (Mwanzo 6:9 – Tungane naye katika kila kitu.)
5. Tunajifunza nini kwa wasifu wa Mungu alipowakomboa Nuhu na wanawe? (Mwanzo 6:13-19 – Tunaona kwamba Mungu ni mwenye rehema kwa hao wanaomwamini. Anatunza yeye mwenyewe watu wenye imani ili wapate urithi wao aliowahidi.)
6. Kuna mifano gani katika maisha yako inayoonyesha kwamba Mungu amekuonyesha uaminifu kwako?
7. Yesu anafananishwaje na safina kwa wanaomwamini? (Kama Nuhu na familia yake walivyokombolewa na safina wakati wa gharika, Yesu ametukomboa na mauti. Unaweza kusoma 1 Petro 3:20-21)
8. Tutengeneze safina ya namna gani leo katika makanisa? (Matayo 28:19-20 – Yesu aliwapa wanafunzi yake kazi ya kuhubiri Neno lake kila mahali, na kuwabatiza wanaomwamini, na kuwafundishi kushika amri zake ili waweze kuokolewa.)
9. Tunalinganishaje madhabahu ya Nuhu na madhabahu ya Kristo Yesu? (Mwanzo 8:20 – Madhabahu ni mahali pa kutoa sadaka kwa ajili ya dhambi. Madhabahu ya msalaba ni mahali tulipokombolewa.)
10. Upinde wa mvua una maana gani kwetu? (Mwanzo 9:13 – Mungu anatunza ahadi yake. Hataharibu nchi kwa maji tena.)
11. Tunachukuliaje Mungu anapotulinda na gharika yetu ya maisha? (Kama Nuhu, tuna jukumu la kuomba na kuonyesha heshima na kumsifu Mungu.

5. Wito wa Abramu
Mwanzo 12:1-8; 15:1-6

Mwanzo 12
1 BWANA akamwambia Abramu, Toka wewe katika nchi yako, na jamaa
zako, na nyumba ya baba yako, uende mpaka nchi nitakayokuonesha; 2
nami nitakufanya wewe kuwa taifa kubwa, na kukubariki, na kulikuza jina
lako; nawe uwe baraka;

3 nami nitawabariki wakubarikio,
naye akulaaniye nitamlaani;
na katika wewe jamaa zote za dunia watabarikiwa.

4 Basi Abramu akaenda, kama BWANA alivyomwamuru; Lutu akaenda
pamoja naye. Naye Abramu alikuwa mtu wa miaka sabini na mitano
alipotoka Harani. 5 Abramu akamchukua Sarai mkewe, na Lutu mwana
wa nduguye, na vitu vyao vyote walivyokuwa wamejipatia na hao watu
waliowapata huko Harani, wakatoka ili kwenda nchi ya Kanaani; nao
wakaingia katika nchi ya Kanaani.

6 Abramu akapita katikati ya nchi mpaka mahali patakatifu pa Shekemu;
mpaka mwaloni wa More. Na Wakanaani siku zile walikaa katika nchi
hiyo.

7 BWANA akamtokea Abramu, akasema, Uzao wako nitawapa nchi hii.
Naye akamjengea BWANA madhabahu huko alikomtokea. 8 Kisha
akaondoka huko akaenda mpaka mlima ulio upande wa mashariki wa
Betheli, akaipiga hema yake; Betheli ilikuwa upande wa magharibi, na Ai
upande wa mashariki, akamjengea BWANA madhabahu huko, akaliitia
jina la BWANA.

Mwanzo 15
1 Baada ya mambo hayo neno la BWANA likamjia Abramu katika njozi,
likinena, Usiogope, Abramu, Mimi ni ngao yako, na thawabu yako itakuwa
kubwa sana. 2 Abramu akasema, Ee Bwana MUNGU, utanipa nini, nami
naenda zangu hali sina mtoto, na atakayeimiliki nyumba yangu ni huyu
Eliezeri, Mdameski? 3 Abramu akasema, Tazama, hukunipa uzao, na
mtumwa aliyezaliwa nyumbani mwangu ndiye mrithi wangu.

4 Nalo neno la BWANA likamjia likinena, Huyu hatakurithi, bali
utakayemzaa ndiye atakayekurithi. 5 Akamtoa nje, akasema, Tazama juu
mbinguni kisha uzihesabu nyota, kama unaweza kuzihesabu.
Akamwambia, Ndivyo utakavyokuwa uzao wako.

*6 Abramu akamwamini Mwenyezi-Mungu, naye Mwenyezi-Mungu
akamkubali Abramu kuwa mwadilifu.*

Maswali kuhusu Maandiko: Wito wa Abramu

Mwanzo 12:1-8; 15:1-6

Utangulizi:

Miaka mengi baada ya gharika ya Nuhu, kulikuwa mtu jina lake Abramu. Walihama kutoka nchi ya Uru na kwenda nchi ya Harani. Abramu na mkewe Sarai, walikuwa wazee sana, hawakuwa na watoto kwa sababu Sarai alikuwa tasa. Siku moja Mungu alimwita Abramu, aiache nyumba yake aende katika mji ambao Mungu atamwonyesha. Wito huu haukubadilisha maisha ya Abramu na familia yake. Kwa kutumia wito huu, Mungu alianza kuonyesha mpango wake kwa kumleta Mesiya.

Nia:

Maalifa

- Kuelewa ahadi ya Bwana kwamba watu wote wa dunia watabarikiwa kwa uzao wa Abramu, Yesu.
- Kutambua baraka za Mungu kunaleta nafasi na jukumu. Baraka ni ahadi za Mungu kuwa watoto wake; na jukumu ni kuileta baraka hiyo kwa dunia yote.

Tabia

- Kumwamini na kumtegemea Mungu kunatupa uwezo wa kufanya kila kitu kwa njia ya imani.
- Kuamini mipango ya Bwana, ingawa huwezi kuiona yote.

Matendo

- Kumfuata na kumwabudu Bwana bila kuuliza kwa nini.
- Mungu anataka twende anapotuambia bila kuchelewa.
- Tunapokea baraka, anazozitoa, nasi tuwapatie wengine.

Mistari ya Moyo:

Kutoka 4:12 “Basi, nenda! Mimi nitakiongoza kinywa chako na kukufundisha cha kusema.”
Waebrania 11:8 “Kwa imani Abrahamu alimtii Mungu alipoitwa aende katika nchi ambayo Mungu angempa iwe yake. Ingawa hakujua alikokuwa anakwenda, Abrahamu alihama”

Scriptures for Further Study:

Mwanzo 15:13-15; 17:1-22; Ayubu 42:1-2; Waebrania 11:8-13; Warumi 4:1-25

Maswali kuhusu Maandiko:

1. Nani alimwita Abramu? (Mwanzo 12:1 – Bwana alimwita Abramu.)
2. Abramu alilekezwa nini na Bwana? (Mwanzo 12:1 – Bwana Mungu alimwamuru Abramu ache nchi yake aende katika nchi ya ahadi.)

3. Abramu aliambiwa aache nini katika nchi yake? (Mwanzo 12:1 – Aliacha watu wake, na familia yake pia.)
4. Abramu alienda wapi alipoacha nchi yake? (Mwanzo 12:1 – Abramu alikwenda katika nchi alioambiwa na Bwana Mungu).
5. Mungu alimwahidi nini Abramu? (Mwanzo 12:2-3 – Mungu alimwahidi ala Abramu kuwa baba wa mataifa na kumbariki, na kulifanya jina lake kuwa kubwa, na kumfanya yeye kuwa baraka kwa wengine. Watu wote wa dunia walibarikiwa kupitia yeye.)
6. Abramu alikuwa na miaka mengapi alipoondoka katika nchi ya Harani? (Mwanzo 12:4 – Abramu alikuwa na miaka sabini na tano.)
7. Abramu alisafiri na nani? (Mwanzo 12:4-5 – Mkewe Sarai, Loti mwana wa ndugu yake, na watumishi aliowapata huko Harani.)
8. Mungu alimtokea tena lini Abramu? (Mwanzo 12:5-7 – Mungu alimtokea alipokuwa anasafiri kuelekea Kanani.)
9. Mungu alimwahidi nini Abramu kuhusu nchi ile aliyokwenda? (Mwanzo 12:7 – Atairithi nchi hiyo.)
10. Abramu alifanya nini baada ya Mungu kumwahidi kumpa nchi kwa uzao wake? (Mwanzo 12:7-8 – Abramu alijenga madhabahu Shekemu, na madhabahu nyingine karibu na Betheli, akaita Jina la Bwana.)
11. Mungu alimwahidi nini Abramu katika maono? (Mwanzo 15:1 – Mungu alimwahidi kwamba mimi ni ngao yako na thawabu yako kubwa sana.)
12. Abramu aliogopa nini? (Mwanzo 15:2-3 – Aliogopa kwamba hana watoto, kwa kurithi ahadi alizopewa na Mungu.)
13. Nani alinung'unika kwa Abramu kukosa watoto? (Mwanzo 15:3 – Alimnung'unikia Bwana: Abramu alimwambia Bwana, "Hujanipia watoto.")
14. Kuondoa wasiwasi Mungu alimpa Abramu ahadi gani? (Mwanzo 15:4 – Mungu alimwambia kwamba atampata mtoto wa kumzaa mwenyewe atakayezaliwa atakuwa mrithi wako.)
15. Mungu alimtoa Abramu na kuangalia juu. Alilinganisha uzao wake na nini? (Mwanzo 15:5 – Bwana alisema uzao wa Abramu siku moja utakuwa kama nyota angani.)
16. Kwa nini Mungu alimhesabia Abramu kuwa mwenye haki? (Mwanzo 15:6 – Abramu akamwamini Bwana, naye kwake hili likahesabiwa kuwa haki.)

Maswali ya Kufanyia Kazi:

1. Mungu anatuita kwa njia gani leo hii? (Mwanzo 12:1 – Mungu anatuita kwa njia ya mahubiri, mafundisho, kusoma Neno lake, na kwa njia ya Roho Mtakatifu.)
2. Tujibu kwa njia gani Mungu anapotuita tufanye jambo? (Mwanzo 12:1-4 – Hatuna budi kwenda anapotaka yeye twende, na kufanya kile alichotuamuru.)

3. Mungu alimwamuru Abramu aache nchi aliyoipenda Harani. Mungu alituamuru tuache nini na tumfuate? (Mwanzo 12:1 – Mungu anatuamuru tuache kila kitu na tumfuate, hata dhambi zetu.)
4. Tumepewa baraka gani? Jukumu gani linakuja pamoja na baraka hiyo? (Mwanzo 12:1-3 – Baraka ni Yesu, uzao wa Abramu. Jukumu letu kubwa ni kumfuata Yesu na kuhubiri habari njema, kama ilivyoandikwa katika Matayo 28:19-20.)
5. Mungu anapotuita, Je tunajua tunapokwenda? (Mwanzo 12:1 – Hapana, lakini tumwamini atatuonyesha muda utakapofika.)
6. Maandiko yanatufundisha nini kuhusu ulinzi wake anapotuita? (Mwanzo 12:2-3, 7 – Tuwe na hakika kwamba Mungu anapotuita na tutii, atatubariki na kutulinda.)
7. Abramu alikuwa na umri wa miaka sabani na tano alipoitwa na Mungu aache nchi yake. Nini kinachotuwezesha kumfuata Bwana? (Mwanzo 12:1-8 – Hatuna chochote ila ahadi ya Mungu. Nchi mypa na adhababu inaonyesha dhabihu iliyomwezesha.)
8. Umri wa Abramu unatuambia nini, Mungu anaweza kumwita nani na kumtumia katika utukufu wake? (Mwanzo 12:4 – Mungu anaweza kumwita yeyote. Mungu anapomtumia mtu asiye na nguvu ya kutosha kufanya vitu vikubwa, jambo hili linampa utukufu zaidi, kwa sababu ni wazi kwa kila mtu kwamba Mungu amefanya mwenyewe.)
9. Tunyenyekeje Mungu anapotuita? (Mwanzo 12:7-8 – Tumwabudu Mungu na kumpa utukufu wote. Tumwombe atuongoze tunapokata shauri.)
10. Ina maana gani Mungu anaposema Abramu ni "ngao yako na thawabu yako kubwa sana"? (Mwanzo 15:1 – Mungu ni kama ngao inayotuzunguka na kutulinda dhidi ya mwovu, na dunia, na kimwili. Mungu ni thawabu kwa sababu Yesu ametupa uwezo wa kumtambua Yeye. Pia anatupatia mahitaji yetu tunayohitaji katika maisha na uungu na uchaji wa Mungu kwa kumjua yeye aliyetuita kwa utukufu wake. Unaweza kusoma 2 Petro 1:3, na Wafilipi 4:19.)
11. Nini kinachomfanya Mungu atuone wenye haki? (Mwanzo 15:6 – Tukiamini Neno lake na ahadi zake, anatuona sisi ni wenye haki. Kama tukimwamini, tutafuata anachotuambia tukifanye. Warumi 4:1-5, 18-25; 5:1)
12. Imani ni nini? (Mwanzo 15:6 – Imani ni kumwamini Mungu na maandiko yake. "Imani ni kuwa na hakika ya mambo yatarajiwayo, ni udhahiri wa mambo yasiyoonekana." Unaweza kusoma Waebrania 11:1, 8-10.)

6. Kuzaliwa kwa Isaka

Mwanzo 16-21

Mwanzo 16
1 Basi Sarai mkewe Abramu hakumzalia mwana, naye alikuwa na
mjakazi, Mmisri, jina lake Hajiri. 2 Sarai akamwambia Abramu, kwa
kuwa BWANA amenifunga tumbo nisizae, sasa mwingilie mjakazi wangu,
labda nitapata uzao kutoka kwake. Abramu akaisikiliza sauti ya Sarai.

3 Kwa hiyo, baada ya Abramu kukaa miaka kumi katika nchi ya Kanaani,
Sarai mkewe Abramu alimtwaa Hajiri Mmisri, mjakazi wake, akampa
Abramu mumewe, kama mke. 4 Basi akamwingilia Hajiri, naye akapata
mimba. Naye alipoona ya kwamba amepata mimba, bimkubwa alikuwa
duni machoni pake.

15 Hajiri akamzalia Abramu mwana wa kiume; Abramu akamwita jina
lake Ishmaeli, yule mwanawe, ambaye Hajiri alimzaa. 16 Naye Abramu
alikuwa mtu wa miaka themanini na sita, hapo Hajiri alipomzalia Abramu
Ishmaeli.

Mwanzo 17
1 Abramu alipokuwa mtu wa miaka tisini na tisa, BWANA akamtokea
Abramu, akamwambia, Mimi ni Mungu Mwenyezi, uende mbele yangu,
ukawe mkamilifu. 2 Nami nitafanya agano langu nawe, nami
nitakuzidishia sana. 3 Abramu akaanguka kifudifudi. Mungu
akamwambia, 4 Hili ndilo agano langu nawe, utakuwa baba wa mataifa
mengi, 5 wala jina lako hutaitwa tena Abramu, lakini jina lako litakuwa
Abrahamu,e kwani nimekuweka uwe baba wa mataifa mengi…. 8 Nami
nitakupa wewe na uzao wako baada yako nchi hii unayokaa kama mgeni,
nchi yote ya Kanaani, kuwa milki ya milele; nami nitakuwa Mungu wao.
10 Hili ndilo agano langu utakalolishika, kati yangu nawe, na uzao wako,
Kila mwanamume wa kwenu atatahiriwa.

15 Mungu akamwambia Abrahamu, Sarai mkeo, hutamwita jina lake Sarai,
kwa kuwa jina lake litakuwa Sara. 16 Nami nitambariki, na tena nitakupa
mwana kwake, naam, nitambariki, naye atakuwa mama wa mataifa, na
wafalme wa makabila ya watu watatoka kwake.

17 Ndipo Abrahamu akaanguka kifudifudi akacheka, akasema moyoni, Je!
Mtu wa umri wa miaka mia moja, kwake atazaliwa mtoto? Naye Sara
mwenye umri wa miaka tisini atazaa? 18 Abrahamu akamwambia Mungu,
Lau kwamba Ishmaeli angeishi mbele yako.

19 Mungu akasema, Sivyo, lakini Sara mkeo atakuzalia mwana wa kiume,
nawe utamwita jina lake Isaka. Nami nitafanya agano langu imara kwake

kuwa agano la milele kwa ajili ya uzao wake baada yake.

Mwanzo 18
1 BWANA akamtokea Abrahamu karibu na mialoni ya Mamre, alipokuwa
ameketi mlangoni pa hema yake mchana wakati wa joto. 2 Akainua macho
yake akaona, na tazama, watu watatu wamesimama mbele yake. Naye
alipowaona alipiga mbio kuwalaki kutoka mlangoni pa hema, akainama
mpaka chini, 3 akasema, Bwana wangu, kama nimeona fadhili machoni
pako nakuomba usinipite sasa mimi mtumwa wako. 6-8 Abrahamu
aliwakaribisha wanaume na kuandalia chakula mapema.

13 BWANA akamwambia Abrahamu, Mbona Sara amecheka akisema,
Mimi kweli nitazaa mwana, nami ni mzee? 14 Kuna neno gani lililo gumu
la kumshinda BWANA? Kwa muhula wake nitakurudia, wakati huu huu
mwakani, na Sara atapata mwana wa kiume. 15 Akakana Sara, akisema,
Sikucheka, maana aliogopa. Naye akasema, Sivyo! Umecheka.

Mwanzo 21
1 BWANA akamjia Sara kama alivyonena, na BWANA akamfanyia kama
alivyosema. 2 Sara akapata mimba akamzalia Abrahamu mwana wa kiume
katika uzee wake, kwa muhula alioambiwa na Mungu. 3 Abrahamu
akamwita jina lake Isaka, yule mwana aliyezaliwa, ambaye Sara alimzalia.
4 Abrahamu akamtahiri Isaka mwanawe, alipokuwa mwenye siku nane,
kama Mungu alivyomwamuru. 5 Naye Abrahamu alikuwa mtu wa miaka
mia moja, alipozaliwa mwana wake Isaka.

6 Sara akasema, Mungu amenifanyia kicheko; kila asikiaye atacheka
pamoja nami. 7 Akasema, Ni nani angemwambia Abrahamu, Sara
atanyonyesha wana? Maana nimemzalia mwana katika uzee wake.

Maswali kuhusu Maandiko: Kuzaliwa kwa Isaka

Mwanzo 16-21

Utangulizi:

Miaka ishini na nne imepita tangu Mungu amtokee Abramu amwite Abramu aondoke katika nchi yake ya Harani. Ndipo Mungu alipobadili jina la Abramu kuwa Abrahamu, maana yake "baba wa mataifa". Hii inamkumbusha Abrahamu ile ahadi aliyopewa na Mungu kwamba uzao wake watakuwa wengi kama nyota. Abrahamu alikuwa na miaka 86, na alianza kupata wasiwasi na mashaka aliposubiri ahadi ya Mungu ikamilike. Mkewe Sara alikuwa bado tasa. Miaka 11 bada ya ahadi, Abrahamu alikaa na mtumishi wa mkewe, alitumaini kwa kupitia yeye, angeweza kutimiza ahadi yake na kupata mlithi wake. Ingawa, Mungu alipanga kutimiza ahadi yake kwa kupitia Sarah, na ahadi ya Mungu alikamilika baadaye kwa ujio wa Mesiya, aliyekuja kwa njia ya mwanamke mwenye uhuru, na si kwa njia ya utumwa.

Nia:

Maalifa
- Kukumbuka kwamba Mungu hachelewi kutimiza ahadi yake, anatimiza kwa muda maalum, kwa matako yake.
- Ingawa tu watumwa wa Sheria, kama ilivyo kwa Ishmaeli, lakini ahadi inatuweka huru, kama ilivyo kwa Isaka.

Tabia
- Kuamini ahadi ya Mungu, tunayoipata katika Neno Lake; ambalo ni Yesu.
- Tumwamini Mungu yeye ana uweza, mawazo yake, na njia zake ni bora kuliko zetu. Tupokee ahadi za Mungu kwa unyenyekevu.

Matendo
- Tumsubiri Mungu atuongoze, na tusifanye vitu kwa kutumia njia zetu.
- Tusikilize Neno la Mungu kwa umakini, tulishike kwa moyo wote.

Mistari ya Moyo:

Wagalatia 4:31 "Hivyo basi, ndugu, sisi si watoto wa mtumwa bali wa mama huru."
Yeremia 17:7 "Abarikiwe mtu anayemtegemea Mwenyezi-Mungu, mtu ambaye Mwenyezi-Mungu ndiye tegemeo lake."
Mika 7:7 "Lakini mimi namtumainia Mwenyezi-Mungu, namtazamia Mungu mwenye kuniokoa; Mungu wangu atanisikiliza."

Scriptures for Further Study:
Wagalatia 4:22-31; Mithali 3:5-6; Isaya 40:28-31; Warumi 4:18-21; Wagalatia 3:6-9 Waebrania 11:11-13; Yakobo 1:2-4

Maswali kuhusu Maandiko:

1. Je, Mungu alitimiza ahadi kwa Abramu na Sara ya kupata mtoto? (Mwanzo 16:1 – Hapana, miaka mingi ilipita, kabla ya Mungu hajtimiza ahadi yake.)
2. Sara alimlaumu nani kwa kukosa mtoto? (Mwanzo 16:2 – Sarai alisema kwamba Bwana hakumpa baraka ya kumpata mtoto.)
3. Sara na Abrahamu walifanya nini walipojaribu kusubiri ahadi yao kutoka kwa Mungu? (Mwanzo 16:1-15 – Sara alimpa Abramu mtumishi wake Hagari, ili apate mtoto kwake.)
4. Sara na Abrahamu walisubiri kwa muda gani kabla ya kujaribu kumsaidia Mungu? (Mwanzo 16:3 – Abramu alikuwa ameishi Kaanani kwa miaka kumi na moja.)
5. Nini matokeo ya mpango wa Abramu na Sara? (Mwanzo 16:4, 15 – Hagari, mtumishi wa Sara, alimzalia Abrahamu mtoto, na Abrahamu akampa jina Ishmaeli.)
6. Nini kilitokea kwa Abramu alipokuwa na miaka 99? Ilikuwa miaka 13 baada ya kuzaliwa kwa Ishmaeli. (Mwanzo 17:1-10 – Bwana Mungu alimtokea Abramu na kumwamuru kutembea bila hatia mbele ya Mungu. Na pia alitambua ahadi iliyofanywa na Abramu, na Abramu aliambiwa kwamba ahadi yake itatimizwa.)
7. Mungu ametambuaje ile ahadi iliyotimizwa na Abramu? (Mwanzo 17:5, 10 – Kutambua ahadi yake, Bwana alimpa jina jipya; lilikuwa Abrahamu, maana yake "Baba wa watu wengi". Mungu alimpa agano la tohara, kama alama kati yake na Abrahamu, kuonyesha kwamba kuna uwepo kati ya Mungu na Abrahamu iliendelea kwa vizazi vingi.)
8. Mungu alimwamuru Abrahamu kufanya nini kwa wana wa kiume na watumishi wake wa kiume? (Mwanzo 17:10; 21:4 – Mungu aliwaamuru wapate tohara, kama alama ya agano na Abrahamu.)
9. Mungu alimwahidi nini Abrahamu juu ya mkewe Sara? (Mwanzo 17:16 – Mungu alimwahidi kwamba Sara atabarikiwa, na atapata mtoto.)
10. Abrahamu na Sara walifanya nini waliposikia neno la Mungu? Kwa nini? (Mwanzo 17:17-19; 18:1-12 – Abrahamu na Sara walicheka waliposikia maneno ya Mungu, walipata mashaka kwamba wataweza kupata mtoto katika uzee wao. Abrahamu alipendekeza baraka zipewe Ishmaeli, aliyekuwa na miaka 13.)
11. Mungu aliwajibuje Abrahamu na Sara juu ya wasiwasi wao? (Mwanzo 17:19; 18:13-14 – Mungu alitimiza ahadi yake na Sara ataweza kumzaa mtoto wa kiume na jina lake Isaaka. Mungu alisema pia: "Kuna jambo gani lililogumu la kumshinda Mungu?")

12. Je Mungu alitimiza ahadi kwa Abrahamu na Sara kupata mtoto? (Mwanzo 21:1-2 – Ndiyo, baada ya muda mfupi, Sara aliweza kupata uja uzito, na muda uliopangwa na Mungu, aliweza kujifungua mtoto.)
13. Abrahamu na Sara walikuwa na miaka mengapi mtoto wao alipozaliwa? (Mwanzo 17:17 – Abrahamu alikuwa na miaka 100, na Sara alikuwa na miaka 90.)
14. Abrahamu na Sarah walimpa mtoto jina gani? (Mwanzo 21:3, 6 – Isaaka, maana yake "kucheka".)

Maswali ya Kufanyia Kazi:

1. Mipango ya Abramu na Sarai ilikuwa sahihi au haikuwa sahihi kwa Abramu kulala na mtumishi wa Sarai? Kwa nini? (Mwanzo 16:1-4, unaweza pia kusoma Mithali 3:5-6 – Abramu na Sarai hawakuwa sahihi, kwa sababu mbili. (1) Kwanza hakuwa mke wa Abramu. (2) Pili, hawakuamini ahadi waliopewa na Mungu, au nguvu kutoka kwa Mungu.)
2. Ina maana gani kuwa mtoto wa mwanamke mtumwa, badala ya mwanamke mwenye uhuru? (Inamanisha kwamba tunajaribu kufanya vitu kwa njia zetu wenyewe, badala ya kuamini ahadi za Mungu. Unaweza kusoma Wagalatia 4:22-31.)
3. Kuna nini cha zaidi katika ahadi ya Mungu ya kupata mtoto? (Ahadi ilikuwa agano na Mungu. Ilikuwa agano la mataifa mengi yatapata urithi wa milele. Maana yake kisichowezekana, kinawezekana kwa Mungu. Mwanzo 17:3-5, 8)
4. Hadithi inatufundisha nini juu ya umuhimu wa kusubiri mipango ya Mungu? (Inatufundisha kwamba subira ni kitu muhimu, na kusubiri mipango ya Mungu ni kitu muhimu pia. Uzao wa Ishmaeli, mwana wa Hagari, baadaye wakawa adui mkubwa wa uzao wa Isaaka, Waisraeli. Kama Abrahamu na Sara wangesubiri mipango ya Mungu, wangeweza kuzuia vita vitakavyotokea baadaye kati ya uzao wao.)
5. Mungu anatengeneza nini wakati tunaposubiri mipango yake? (Yakobo 1:2, 4, 12 – Anajenga imani ya kusubiri mipango yake ikamilike, na uvumilivu na kukua kiimani katika maisha yetu.)
6. Mungu anatujibuje tunapoaanguka na tunaposhindwa kusubiri kwake? (Mwanzo 17:1-10; 18:13-15 – Anatukumbusha maandiko yake na ahadi zake kwetu. Anatuonyesha njia sahihi, anatukataza, na kuturudisha tumfuate yeye tena.)
7. Mungu ameweka agano gani kwetu sisi kama Wakristo? (Mungu ametupa agano la rehema kwa njia ya imani na Mwanawe Kristo Yesu. Na kutupa nafasi ya kuwa familia yake kupitia rehema zake kwa njia ya ubatizo. Unaweza kusoma Wagalatia 3:26-29, Wakolosai 2:11-12)
8. Kwa njia gani sisi kama Abrahamu na Sara, tunacheka na kutoamini Neno la Mungu leo?

9. Kuna kisichowezekana kwa Bwana? (Hakuna. Mwanzo 18:14.) Ukipata nafasi, usimulie hadithi ambayo inaonyesha kwamba Mungu amefanya maajabu katika maisha yako.
10. Hadithi inatufundisha nini juu ya ahadi ya Mungu na uaminifu wake? (Hatuna budi kuamini ahadi za Mungu kwetu, na yeye ni mwaminifu kutumiza ahadi zake. Unaweza kusoma Yeremia 17:7.)

7. Imani ya Abrahamu inajaribiwa
Mwanzo 22

Mwanzo 22
1 Ikawa baada ya mambo hayo Mungu alimjaribu Abrahamu,
akamwambia, Ee Abrahamu! Naye akasema, Mimi hapa. 2 Akasema,
Umchukue mwanao, mwana wako wa pekee, umpendaye, Isaka, ukaende
zako mpaka nchi ya Moria, ukamtoe sadaka ya kuteketezwa huko juu ya
mlima mmojawapo nitakaokuambia.

3 Abrahamu akaondoka alfajiri, akatandika punda wake, akachukua vijana
wawili pamoja naye, na Isaka mwanawe, akachanja kuni kwa ajili ya hiyo
sadaka ya kuteketezwa, akaondoka, akaenda mpaka mahali alipoambiwa
na Mungu. 4 Siku ya tatu Abrahamu akainua macho yake, akapaona mahali
pakiwa bado ni mbali. 5 Abrahamu akawaambia vijana wake, Kaeni ninyi
hapa pamoja na punda, na mimi na kijana tutakwenda kule, tukaabudu, na
kuwarudia tena.

6 Basi Abrahamu akazitwaa kuni za hiyo sadaka, akamtwika Isaka
mwanawe; akatwaa moto na kisu mkononi mwake, wakaenda wote wawili
pamoja. 7 Isaka akasema na Abrahamu baba yake, akinena, Babangu!
Naye akasema, Mimi hapa, mwanangu. Akasema, Tazama! Moto upo, na
kuni zipo, lakini yuko wapi mwana-kondoo kwa sadaka ya kuteketezwa? 8
Abrahamu akasema, Mungu atajipatia mwana-kondoo kwa hiyo sadaka,
mwanangu. Basi wakaendelea wote wawili pamoja.

9 Wakafika mahali pale alipoambiwa na Mungu, Abrahamu akajenga
madhabahu huko, akaziweka tayari kuni, kisha akamfunga Isaka
mwanawe, akamweka juu ya madhabahu, juu ya zile kuni. 10 Abrahamu
akanyosha mkono wake, akakitwaa kisu ili amchinje mwanawe.

11 Ndipo malaika wa BWANA akamwita kutoka mbinguni, akasema,
Abrahamu! Abrahamu! Naye akasema, Mimi hapa. 12 Akasema,
Usimnyoshee kijana mkono wako, wala usimtendee neno; kwa maana sasa
ninajua ya kuwa unamcha Mungu, kwa kuwa hukunizuilia mwanao,
mwanao wa pekee. 13 Abrahamu akainua macho yake, akaangalia, na
tazama, kondoo dume yuko nyuma yake, amenaswa pembe zake katika
kichaka. Basi Abrahamu akaenda akamtwaa huyo kondoo, akamtoa awe
sadaka ya kuteketezwa badala ya mwanawe.

14 Abrahamu akapaita mahali hapo Yehova-yire,i kama watu wasemavyo
hata leo, Katika mlima wa BWANA itapatikana.

15 Malaika wa BWANA akamwita Abrahamu mara ya pili kutoka
mbinguni 16 akasema, Nimeapa kwa nafsi yangu asema BWANA, kwa
kuwa umetenda neno hili, wala hukunizuilia mwanao, mwanao wa pekee,

17 katika kubariki nitakubariki, na katika kuzidisha nitauzidisha uzao
wako kama nyota za mbinguni, na kama mchanga ulioko pwani; na uzao
wako utamiliki lango la adui zao; 18 na katika uzao wako mataifa yote ya
dunia watajibarikia; kwa sababu umetii sauti yangu. 19 Basi Abrahamu
akawarudia vijana wake, wakaondoka, wakaenda zao pamoja mpaka Beer-
sheba; Abrahamu akakaa huko Beer-sheba.

Maswali kuhusu Maandiko: Imani ya Abrahamu inajaribiwa

Mwanzo 22

Utangulizi:
Baada ya Abrahamu kupewa mtoto akiwa na umri wa miaka 100, sasa Mungu anampa mtihani wa ajabu. Mungu anamwambia Abrahamu amtoe Isaaka kuwa sadaka takatifu. Mambo haya yamekuja kama habari zenye maumivu, kwa sababu Isaaka ndiye mtoto aliyeahidiwa kubarikiwa na kupata urithi. Ilimpasa Abrahamu afanye maamuzi magumu: kumheshimu Mungu, au kutomheshimu Mungu. Hii ni dalili ya ujio wa Mesiya, ambaye atatufia.

Nia:

Maalifa
- Kutambua kwamba Abrahamu aliambiwa kumtoa sadaka mwana wake wa pekee na alikatazwa, na badala yake Mungu alimtoa Mwana wake wa pekee, yaana Kristo Yesu.
- Kutambua kwamba Yesu ndiye Mwana kondoo wa sadaka, aliyekufa kwa ajili yetu. Mungu ndiye mhudumu wetu.

Tabia
- Tumwamini Mungu, hata pale tusipoona, na kumfuata si kwa moyo tu hata kwa njia ya matendo.
- Tuwe na imani kwamba Bwana ni kweli Jehovah-Jireh (Mungu anaye hudumu) na kutupatia kila tunachohitaji kwa njia ya Yesu.
- Unaweza kubaki katika maalifa kwamba Mungu alikuwa tayari kumtoa Mwana wake wa pekee.

Matendo
- Kumfuata Bwana mara moja anapotupa amri, kwa sababu Yeye ndiye anayetupatia (mhudumu).
- Tusikilize Neno la Mungu kwa umakini, ili tutambue sauti yake, na kuona anavyotuongoza.

Mistari ya Moyo:
Ayubu 1:21b "Mwenyezi-Mungu amenipa, Mwenyezi-Mungu amechukua; litukuzwe jina lake Mwenyezi-Mungu."
Isaya 53:6 "Sisi sote tumepotea kama kondoo, kila mmoja wetu ameelekea njia yake. Lakini Mwenyezi-Mungu alimtwika adhabu, ambayo sisi wenyewe tuliistahili."

Scriptures for Further Study:
Waebrania 11:17-19; Ayubu 1:21; Warumi 4:17-18; Wagalatia 3:6-9; Yakobo 2:21-23

Maswali kuhusu Maandiko:

1. Nani aliyemjaribu Abrahamu? (Mwanzo 22:1 – Mungu ndiye aliyemjaribu.)
2. Amri gani Abrahamu alipewa na Mungu. (Mwanzo 22:2 – Amtoe mwana wake, aliyempenda mno, kuwa sadaka.)
3. Abrahamu alifanye alipoambiwa amtoe Isaaka kuwa sadaka? (Mwanzo 22:3 – Alikubali mara moja, na aliamka asubuhi na mapema ili atimize agano kati yake na Mungu.)
4. Abrahamu aliwaambia nini watumishi wake walipokwenda mlimani? (Mwanzo 22:5 – Abrahamu alisema "Tunakwenda kuabudu, halafu tutarudi kwenu.")
5. Walihitaji nini kwa sadaka mlimani? (Mwanzo 22:6-8 – Walihitaji moto, kuni, kisu na mwana kondoo.)
6. Je, Abrahamu alimchukua kondoo alipopanda mlimani? (Mwanzo 22:8 – Hapana.)
7. Abrahamu alisema nani atampa kondoo kwa ajili ya kutoa sadaka? (Mwanzo 22:8 – Mungu yeye pekee yake atakayempa kondoo.)
8. Nini kilitokea Abrahamu na Isaaka walipofika sehemu ya kutoa sadaka? (Mwanzo 22:9 – Abrahamu alijenga madhabahu, aliweka kuni, na kumfunga mwanawe, na kumweka juu ya madhabahu.)
9. Abrahamu alikuwa anafanya nini alipoitwa na malaika? (Mwanzo 22:10-11 – Alitoa mkono wake na kuchukua kisu ili amchinje mwanawe.)
10. Malaika wa Bwana alimwambia nini Abrahamu? (Mwanzo 22:12 – "Usimchinje mwanao. Usimfanyie lolote. Sasa najua kwamba unamcha Mungu, kwa sababu hukunizuilia mwana wako wa pekee.")
11. Abrahamu aliona nini pale karibu? (Mwanzo 22:13 – Mwana kondoo aliyekamatwa na nyasi katika pembe zake.)
12. Abrahamu aliupa jina ule mlima? (Mwanzo 22:14 -- Abrahamu aliuita "Katika mlima wa Bwana itapatikana".)
13. Malaika wa Bwana alimwambia Abrahamu mara ya pili? (Mwanzo 22:15-18 – Bwana alimwahidi Abrahamu, kwa ajili ya utii wake, atambariki na kumpa watoto wengi. Kwa kupitia uzao wa Abrahamu, dunia yote itabarikiwa.)

Maswali ya Kufanyia Kazi:

1. Kwa nini Mungu anatupa nafasi tujaribiwe? (Mwanzo 22:1 – Kwa sababu kwa njia ya majaribu, tunapata nguvu ya kumwamini zaidi. Mungu pia anatujaribu ili ajue ni nini kilichomo ndani ya mioyo yetu. Unaweza kusoma Yakobo 1:2-3)
2. Abrahamu alipojaribiwa amtoe mwanawe sadaka, angeweza kujibu kwa njia gani? (Mwanzo 22:1 – Angeweza kujibu kwa njia

ya imani na kumwamini Mungu, au kwa njia ya mashaka, ingeonyesha kwamba hamchi Mungu.)

3. Leo, tunawezaje kumjibu Mungu anapotuomba tumfanyie kitu fulani? (Kama Abrahamu, tunaweza kumwamini na kumtii Mungu, au tunaweza kuchagua kuwa na hofu, wasiwasi na kukosa utii.)
4. Soma Waebrania 11:17-19. Abrahamu alifikiri Mungu atafanya nini? (Abrahamu alifikiri kwamba atakapomtoa Isaak sadaka, Mungu atamfufua ili Mungu atumize ahadi yake.)
5. Majaribu ya Mungu kwa Abrahamu, yanatufundisha nini juu ya wasifu wa Mungu? (Mwanzo 22:2 – Mungu ni mhudumu. Ingawa sisi tu dhaifu. Majaribu katika maisha yanatufanya tukuwe kiimani.)
6. Sisi kama Wakristo, tunajibuje Mungu anapotuomba kufanya jambo fulani? (Mwanzo 22:3 – Tufanye kama Abrahamu alivyofanya, tutii amri za Mungu na kumcha Mungu.)
7. Ile sadaka ya Isaaka inatukumbusha nini ukilinganisha na ile sadaka ya Yesu Kristo? (Kuna mambo matatu, maandiko yanatukumbusha sadaka ya Yesu Kristo. (1) Kwanza, kama ilivyo kwa Abrahamu, Mungu alimtoa Mwana wake wa pekee sadaka. (2) Yesu alikuwa kama Isaaka na alimtii baba yake. (3) Yesu amefananishwa na yule mwana kondo aliyetolewa sadaka badala ya Isaaka. Kwa hiyo, Yesu alitufia.
8. Tunajifunza nini kuhusu wasifu wa Mungu pale tunapotambua kwamba yeye ni hudumu? (Mwanzo 22:13 – Mungu awapenda wafuasi wake, na kutupatia hitaji muhimu ambalo ni wokovu. Alimwokoa Isaaka pale alipomtoa mwana kondo atolewe sadaka; na anatukomboa sisi kwa kumtoa Yesu sadaka. Huduma hii ina maana kubwa kwa Abrahamu, ndiyo maana alitoa jina kwa sehemu ile, "Katika mlima wa Bwana inapatikana".)
9. Je, Mungu anataka tuwatoe watoto wetu sadaka? (Hapana, bila shaka hapana. Mungu alifanya hivyo kwa Abrahamu tu, ili aone imani yake. Mungu hapendezwi pale wazazi wanapowaua watoto wao. Unaweza kusoma Yeremiah 19:4-5.)

8. Yakobo na Esau: Ahadi na Agano

Mwanzo 25:19-34

Mwanzo 25
19 Na hivi ndivyo vizazi vya Isaka, mwana wa Abrahamu. Abrahamu
alimzaa Isaka. 20 Isaka akawa mwenye miaka arubaini alipomtwaa
Rebeka binti Bethueli, Mshami, wa Padan-aramu, ndugu wa Labani,
Mshami, kuwa mke wake.21 Isaka akamwomba BWANA kwa ajili ya
mke wake, maana alikuwa tasa. Naye BWANA akamwitikia, na Rebeka
mkewe akachukua mimba. 22 Watoto wakashindana tumboni mwake.
Naye akasema, Ikiwa ni hivi, kuishi kwanifaa nini? Akaenda kumwuliza
BWANA.

23 BWANA akamwambia,□
Mataifa mawili yako tumboni mwako,
Na makabila mawili ya watu watafarakana tangu tumboni mwako.
Kabila moja litakuwa hodari kuliko la pili,
Na mkubwa atamtumikia mdogo.

24 Siku zake za kuzaa zilipotimia, tazama! Mapacha walikuwamo tumboni
mwake. 25 Wa kwanza akatoka, naye alikuwa mwekundu mwili wote
kama vazi la nywele. Wakamwita jina lake Esau. 26 Baadaye ndugu yake
akatoka, na mkono wake ukiwa umemshika Esau kisigino. Akaitwa jina
lake Yakobo. Isaka alikuwa mwenye miaka sitini mkewe alipowazaa.

27 Watoto wakakua, Esau alikuwa mtu ajuaye kuwinda wanyama, mtu wa
nyikani, na Yakobo alikuwa mtu mtulivu, mwenye kukaa hemani. 28 Basi
Isaka akampenda Esau, kwa sababu alikula mawindo yake, na Rebeka
akampenda Yakobo.

29 Yakobo akapika chakula cha dengu. Esau akaja kutoka mbugani, naye
alikuwa amechoka sana. 30 Esau akamwambia Yakobo, Tafadhali, unipe
hicho chakula chekundu nile, kwa kuwa ninazimia mimi. Kwa hiyo
walimwita jina lake Edomu.k 31 Yakobo akamwambia, Kwanza niuzie leo
haki yako ya mzaliwa wa kwanza. 32 Esau akasema, Tazama, mimi ni
karibu kufa, itanifaa nini haki hii ya uzazi? 33 Yakobo akamwambia,
Niapie kwanza. Naye akamwapia, akamwuzia Yakobo haki yake ya
mzaliwa wa kwanza. 34 Yakobo akampa Esau mkate na chakula cha
dengu, naye akala, akanywa, kisha akaondoka, akaenda zake. Hivyo Esau
akaidharau haki yake ya mzaliwa wa kwanza.

Maswali kuhusu Maandiko:
Yakobo na Esau: Ahadi na Agano
Mwanzo 25:19-34

Utangulizi:
Sasa, Abrahamu amefariki, na urithi wake, ulipewa mwanawe Isaaka, ambaye alikuwa na watoto mapacha, Yakobo na Esau. Esau alikuwa mzaliwa wa kwanza, kwa kawaida inamaanisha kwamba urithi wa mali na zile baraka za kiroho ni za kwake. Ingawa, Mungu alipanga kabla ya kuzaliwa kwao urithi uende kwa Yakobo. Badala ya kumwachia Mungu afanye kazi yake, Yakobo aliamuwa kutumia hila kupokea ile ahadi ya Mungu kwake. Kwa upande wetu, heshima ya urithi wa mzaliwa wa kwanza unapatikana kwa njia ya Yesu.

Nia:

Maalifa
- Kuelewa kwamba Mungu ametupa heshima na kubarikiwa na kupata urithi, na kuwa wana familia, kwa njia ya Yesu.
- Tunaweza kutambua na kuwa na uwezo kuacha urithi wetu kama Esau alivyofanya.

Tabia
- Tuheshimu na kutii kwa kuitwa wana wa Mungu, na kuwa warithi.
- Tupokee baraka za Baba wa Mbinguni na jina la familia yake.

Matendo
- Tuheshimu kuwa Wakristo kwa hakika sisi ni warithi wa Mfalme.
- Kuishi kama "uzao mteule, ukuhani mtukufu, taifa taka tifu, watu pekee wa Mungu, mlioteuliwa kutangaza matendo makuu ya aliyewaita kutoka gizani na kuwaingiza katika nuru yake ya ajabu." – 1 Petro 2:9

Mistari ya Moyo:
Yohana 1:12-13 "Lakini wale waliompokea, wale waliomwamini, aliwapa uwezo wa kuwa watoto wa Mungu, ambao walizaliwa si kwa maumbile ya kibinadamu, wala kwa nguvu za kimwili, wala mapenzi ya mtu, bali kutokana na Mungu mwenyewe."

Scriptures for Further Study:
Malaki 1:2-5; Warumi 9:10-16; Waepheso 1:11-14; 1 Petro 1:3-4; Waebrania 12:16-17; 1 Petro 2:9

Maswali kuhusu Maandiko:

1. Kwa nini Isaaka alimwombea mke wake? (Mwanzo 25:21 – Kwa sababu alikuwa tasa, hakuweza kuwapata watoto.)
2. Isaaka alikuwa na miaka mingapi wakati alipopata mtoto? (Mwanzo 25:26 – Isaaka alikuwa na miaka 60.)
3. Mungu alijibuje maombi ya Isaaka? (Mwanzo 25:21 – Mungu alimjibu, na Rebeka alipata mimba ya mapacha ya kiume.)
4. Mungu alimwambia nini Rebeka alipomwomba mtoto ndani ya tumbo? (Mwanzo 25:23 – Mungu akamwambia, "Mataifa mawili yamo tumboni mwako.... na mkumbwa atamtumikia mdogo".)
5. Nani ni mzaliwa wa kwanza wa Isaaka? Mzaliwa wa pili ni nani? (Mwanzo 25:25-26 – Esau alikuwa mzaliwa wa kwanza, na Yakobo alikuwa mzaliwa wa pili, na mkono wake ulikuwa umemshika nduguye kisigino.)
6. Nini tofauti ya watoto hawa? (Mwanzo 25:27-28 – Esau alikuwa mwindaji mtu wa mbogani, Yakobo alikuwa mkimya, wa kukaa nyumbani. Esau alipendwa na baba yake, na Yakobo alipendwa na mama yake.)
7. Esau alikuwa na hali gani aliporudi kutoka mbugani? (Mwanzo 25:29-32 – Alikuwa na njaa kali, kana kwamba anakaribia kufa.)
8. Alimwoma nini Yakobo? (Mwanzo 25:30 – Aliomba bakuli lenye mchuzi mwekundu uliotengenezwa na Yakobo.)
9. Yakobo alitaka nini kwanza, kabla hajapewa chochote? (Mwanzo 25:31 – Aliomba haki yake ya mzaliwa wa kwanza.)
10. Haki ya mzaliwa wa kwanza ni nini? (Mwanzo 25:31 – Haki ya mzaliwa wa kwanza ni heshima ya kupewa jina la familia, urithi na baraka.)
11. Mungu alimwahidi nani apate haki ya uzaliwa wa kwanza? (Mwanzo 25:23 – Mungu alimwahidi Yakobo urithi, kabla ya kuzaliwa kwao. Aliahidi kwamba mkubwa atamtumikia mdogo.)
12. Esau alipata heshima gani ya kuwa mzaliwa wa kwanza? (Baraka kutoka kwa baba, sehemu kubwa ya mali, na jina la familia.)
13. Nini mawazo ya Esau juu ya haki yake ya kuzaliwa? (Mwanzo 25:32, 34 –Ni kama vile Esau alidharau, na kama kusema ni mamoja kwake.)
14. Ni yupi kati ya wana hawa aliyepata haki ya uzao wa kwanza? Na alipataje? (Mwanzo 25:31-34 – Yakobo alipata haki ya uzaliwa wa kwanza, kwa sababu alimwapia Esau. Kwa hiyo Esau alipata ile bakuli ya mchuzi.)

Maswali ya Kufanyia Kazi:

1. Tunapopata changamoto kama Rebeka ya kuwa tasa, au Esau alipokuwa na njaa kali, tufanye nini kwanza? (Mwanzo 25:21-22 – Tumwombe Mungu atusaidie, kwa sababu Yeye ana nguvu, na anaweza kufanya zaidi ya tunachomwomba. Anajua mahitaji yetu, na anajibu maombi yetu. Unaweza kusoma 1 Yohana 5:14-15)

2. Tunawezaje kujua kwamba tunaweza kumwomba Mungu kwa mambo yasiyowezekana? (Mwanzo 25:21 – Kama Isaaka aliyekuwa karibu na miaka 60, akamwomba Mungu ampe mtoto kutoka kwa mkewe tasa, tunaweza kwenda kwa Mungu kwa hitaji lolote na kutambua kwamba anaweza kutusaidia.)
3. Kwa nini tunadanganya ili tupate tunachotaka badala ya kusubiri Mungu atupatie? (Mwanzo 25:31)
4. Je, ni sawa au si sawa kutumia uwongo au kutumia rushwa? (Hii si sawa, kwa sababu hatuwezi kujiongoza mwenyewe, tunahitaji msaada wa Mungu. Yakobo alitakiwa amsubiri Mungu ampe anachohitaji, na hakutakiwa apate vitu kwa njia ya uwongo.)
5. Tuna heshima gani ya kuwa Wakristo? (Kwa sababu ya Yesu, tunayo haki ya kuitwa wana wa Mungu (unaweza kusoma Yohana 1:12). Pia tunapokea urithi kutoka kwa Mungu, ambao ni uzima wa milele kule mbinguni.)
6. Ina maana gani kuuza haki yako ya uzaliwa wa kwanza? (Mwanzo 25:33 – Kusamehe heshima yako na nafasi yako, na urithi wako, kwa kubadilisha na kitu kingine.)
7. Tunawezaje kuuza utakatifu wetu na "haki yetu ya uzaliwa wa kwanza" kama Wakristo? (Wakristo wengi wanaacha "haki yao ya uzaliwa wa kwanza" na heshima ya kuwa wana wa Mungu, na kufurahia tamaa za kidunia. Kwa kufanya hivi, wanakosa baraka za uzima wa milele na nafasi kushirikiana na Mungu. Ni rahisi kufikiri mambo ya leo tu, na kukosa mambo yajayo. Waebrania 11:24-26.)
8. Mtu anawezaje kutoheshimu haki yake ya uzaliwa wa kwanza? (Kwa kupuuzia. Kwa Esau, hakuona thamani ya haki yake ya uzaliwa wa kwanza, aliona kwamba supu ina thamani zaidi*. Waebrania 12:16-17.)

*Ni kama mtu akipata bahati ya kuchagua kati ya baisikeli na gari, na yeye alichagua baiskeli.

9. Yosufu anauuzwa Misri

Mwanzo 37:3-11, 18-34; 39:1-6

Mwanzo 37
3 Basi Israeli akampenda Yusufu kuliko wanawe wote, maana ni mwana
wa uzee wake, akamfanyia kanzu ndefu. 4 Ndugu zake wakaona ya kuwa
baba yao anampenda kuliko ndugu zake wote, wakamchukia, wala
hawakuweza kusema naye kwa amani.

5 Yusufu akaota ndoto, akawapa ndugu zake habari, nao wakazidi
kumchukia; 6 akawaambia, Tafadhalini, sikieni ndoto hii niliyoiota. 7
Tazama, sisi tulikuwa tukifunga miganda shambani, kumbe! Mganda
wangu ukaondoka ukasimama, na tazama, miganda yenu ikazunguka
ikainama mbele ya mganda wangu. 8 Ndugu zake wakamwambia, Je!
Kweli wewe utatumiliki sisi? Nawe utatutawala sisi? Wakazidi kumchukia
kwa ajili ya ndoto yake, na kwa maneno yake.

9 Akaota tena ndoto nyingine, akawaambia ndugu zake, akasema,
Angalieni, nimeota ndoto nyingine; na tazama, jua na mwezi na nyota
kumi na moja zikaniinamia. 10 Akawaambia baba yake na ndugu zake;
baba yake akamkemea akamwambia, Ni ndoto gani hii uliyoiota? Je! Mimi
na mama yako na ndugu zako tutakuja tukusujudie mpaka chini? 11
Ndugu zake wakamhusudu; bali baba yake akalihifadhi neno hili.

18 Wakamwona akiwa mbali, na kabla hajawakaribia, wakafanya shauri
juu yake ili wamwue. 19 Wakasemezana wao kwa wao, Tazama, yule
bwana wa ndoto anakuja. 20 Haya, twende, tukamwue na kumtupa katika
shimo mojawapo, nasi tutasema, Mnyama mkali amemla; kisha tutaona
zitakuwaje ndoto zake.

21 Reubeni akasikia akamwokoa katika mikono yao, akasema, Tusimwue.
22 Reubeni akawaambia, Msimwage damu; mtupeni katika shimo hili
lililopo nyikani, wala msimguse; ili apate kumwokoa katika mikono yao,
akamrudishe kwa baba yake. 23 Ikawa Yusufu alipofika kwa ndugu zake,
wakamvua Yusufu kanzu yake, kanzu ile ndefu aliyoivaa, 24 wakamtwaa
wakamtupa katika shimo; na hilo shimo ilikuwa tupu, hamna maji.

25 Nao wakakaa kitako kula chakula; wakainua macho yao, wakaona,
msafara wa Waishmaeli wanakuja wakitoka Gileadi na ngamia zao,
wakichukua ubani na zeri na manemane, wakisafiri kuvichukua mpaka
Misri. 26 Yuda akawaambia ndugu zake, Kwafaa nini kumwua ndugu
yetu, na kuificha damu yake? 27 Haya, na tumuuze kwa hawa
Waishmaeli, wala mikono yetu isimdhuru, maana yeye ni ndugu yetu, na
damu yetu. Ndugu zake wakakubali. 28 Wakapita wafanya biashara
Wamidiani; basi wakamtoa Yusufu, wakampandisha kumtoa katika shimo,
wakamuuza Yusufu kwa Waishmaeli kwa vipande vya fedha ishirini; nao

wakamchukua Yusufu mpaka Misri.

29 Akarudi Reubeni birikani, kumbe! Yusufu hayumo katika birika,
akararua nguo zake. 30 Akarudi kwa ndugu zake, akasema, Mtoto hayuko,
nami niende wapi? 31 Wakaitwaa kanzu ya Yusufu, wakachinja mwana-
mbuzi, na kuichovya kanzu katika damu. 32 Wakaenda nayo ile kanzu
ndefu, wakamletea baba yao, wakasema, Tumeona hii; basi, utambue kama
kanzu hii ni ya mwanao, ama siyo. 33 Akaitambua, akasema, Ndiyo kanzu
ya mwanangu, mnyama mkali amemla; bila shaka Yusufu ameraruliwa. 34
Yakobo akararua mavazi yake, akajivika gunia viunoni, na kumlilia
mwanawe siku nyingi.

Mwanzo 39
1 Basi Yusufu akaletwa mpaka Misri, naye Potifa, ofisa wa Farao, mkuu
wa askari walinzi, mtu wa Misri, akamnunua mkononi mwa hao
Waishmaeli waliomleta huko. 2 BWANA akawa pamoja na Yusufu, naye
akasitawi; naye alikuwa katika nyumba ya bwana wake, yule Mmisri. 3
Bwana wake akaona ya kwamba BWANA yu pamoja naye, na ya kuwa
BWANA anafanikisha mambo yote mkononi mwake.

4 Yusufu akaona neema machoni pake, akamtumikia. Naye akamweka
kuwa msimamizi wa nyumba yake, na yote yaliyomo akayaweka mkononi
mwake. 5 Ikawa tokea wakati alipomweka kuwa msimamizi wa nyumba
yake, na vyote vilivyomo, BWANA akabariki nyumba ya yule Mmisri kwa
ajili ya Yusufu. Baraka za BWANA zikawa juu ya vyote alivyokuwa
navyo katika nyumba, na katika shamba.

6 Akayaacha yote aliyokuwa nayo mkononi mwa Yusufu; wala hakujua
habari za kitu chochote chake, ila hicho chakula alichokula tu.

Maswali kuhusu Maandiko: Yosufu anauuzwa Misri

Mwanzo 37:3-11, 18-34; 39:1-6

Utangulizi:

Yakobo (aliyeitwa Israeli) aliondoka kutoka nchi ya Kanaani kutafuta mke kutoka kwa ndugu katika nchi ya Harani, ambapo babu yake Abrahamu aliishi miaka mingi iliyopita. Yakobo alimtumikia Mjomba wake Labani kwa miaka saba, ili ampate Raheli kuwa mke wake. Labani alifanya udanganyifu kwa Yakobo, na alimpa Lea badala ya Raheli. Yakobo alitumika miaka saba tena ili aweze kumwoa Raheli pia. Akina dada wawili walikuwa na watumishi wawili Bilhah na Zilpa kuwa wake wa Yakobo pia, kwa hiyo Yakobo alikuwa na wake wanne. Kila mtumishi alikuwa na watoto wawili, na Lea alizaa watoto sita, lakini Raheli alikuwa tasa. Mungu alimkumbuka Raheli, na alimzaa Yosufu na baadaye Benyamini. Yosufu na Benyamini walikuwa watoto wadogo miongoni mwa watoto kumi na wawili wa Yakobo. Hao walipendelewa naye, kwa walikuwa watoto wa Raheli. Kwa sababu ya upendeleo huo, kaka zake wakubwa hawakumpenda, na wakamwuuza utumwani Misri. Wakati anauuzwa utumwani, maisha yake yalionekana kama Mesiya, atakayeuuzwa na ndugu zake kwa beii ya mtumwa pia.

Nia:

Maalifa

- Kuona matokeo ya dhambi kwa kila mtu. Kuelewa kwamba mambo mabaya yanatokea kwa watu wema.
- Bwana hatatuacha wala hatatusahau.
- Kukumbuka kwamba hata Yosufu aliuuzwa na nduguze, vivyo hivyo kwa Yesu Kristo.

Tabia

- Kutubu dhambi za asili tunazorithi kutoka kizazi mpaka kizaza.
- Tumwamini Mungu ingawa hatuwezi kuona mipango yake.
- Tutiwe moyo kwa ahadi ya uwepo wa Bwana, kwa sababu Yesu anaona maumivu yetu.

Matendo

- Tuache dhambi ya upendeleo, udanganyifu, wivu, hasira, na chuki.
- Tuonyeshe huruma kwa wale walioumizwa, kama kwamba wao ni Kristo.

Mstari wa Moyo:

Yoshua 1:9 "Kumbuka kuwa mimi nimekuamuru uwe imara na hodari. Usiogope wala usifadhaike kwa kuwa mimi Mwenyezi-Mungu, Mungu wako, niko pamoja nawe popote uendapo."

Scriptures for Further Study:
Yoshua 1:6-9, Zaburi 18:1-3; 34:18; 46:1-3; Wagalatia 6:7-8

Maswali kuhusu Maandiko:

1. Nani alikuwa Israeli? (Mwanzo 37:3 – Israeli lilikuwa jina jipya alilopewa Yakobo kwa sababu ya ahadi. Unaweza kusoma Mwanzo 35:10.)
2. Kaka zake walijuaje kwamba baba yao alimpenda Yosufu zaidi kuliko wao? (Mwanzo 37:3-4 – Alimshonea Yosufu kanzu lililorembwa vizuri sana. Mavazi yenye thamani na ubora.)
3. Kwa nini kaka zake walimchukia Yosufu? (Mwanzo 37:2-4 – Walimchukia Yosufu kwa sababu nyingi (1) Alimwambia baba yao kuhusu kazi yao mbaya walipochunga. (2) Walimchukia kwa sababu baba yako alimpenda Yosufu zaidi. (3) Yosufu alikuwa na kanzu maalum. Biblia inasema, "walimchukia na hawakusema naye neno lo lote jema".)
4. Ndoto ya kwanza ya Yosufu ilikuwa nini aliyowaambia kaka zake? (Mwanzo 37:5-7 -- Walikuwa wanafunga miganda shambani, na mganda wa Yosufu ukasimama wima, na miganda ya kaka zake ilizunguka na kuuinami mganda wake.)
5. Kwa nini kaka wa Yosufu walimchukia zaidi baada ya kusikia habari za ndoto? Walielewaje ndoto? (Mwanzo 37:5, 8 – Maana ya ndoto ilikuwa Yosufu atakuwa mtawala, na watakuwa chini yake. Walimchukia zaidi baada ya kuambiwa ndoto yake, kwa sababu alikuwa mdogo kuliko wao, na yeye alisema atakuwa mtawala. Walifikiri kwamba atajikweza.)
6. Ndoto ya pili ya Yosufu ilikuwa nini? (Mwanzo 37:9-11 – Aliota kwamba jua, mwezi, na nyota kumi na moja, na zilimsujudia. Alitafsiri maana ya ndoto kuwa wazazi na kaka zake watamsujudia pia.)
7. Kaka zake waliamini ndoto yake? (Mwanzo 37:10-11 – Yakobo alimfukuza Yosufu, na alipata wasiwasi juu ya ile ndoto.)
8. Kaka zake Yosufu walipanga mpango gani walipomwona barabarani? (Mwanzo 37:18 – Walipanga kumwuua, na kumptupa ndani ya shimo mojawapo, na tuseme kwamba mnyama mkali amemrarua.)
9. Reubeni alimwokoaje Yosufu ili asiuuawe na kaka zake? Kwa nini alifanya hivyo? (Mwanzo 37:21-22 – Reubeni aliwaomba badala ya kumwuua wamtupe katika shimo mojawapo. Alipata wazo la kurudi kumwokoa, na kumridisha kwa baba yake Yakobo.)
10. Kaka zake waliona nini walipoketi na kula chakula chao? (Mwanzo 37:25 – Waliona msafara wa Waishmaeli, ukiwajia.)
11. Nini lilikuwa wazo la Yuda kwa kaka zake? (Mwazo 37:26-27 – Kumwuuza Yosufu kwa hawa Waishmaeli kama mtumwa, ili wasipate dhambi ya uuwaji, na wapate pesa kidogo.)

12. Waishmaeli walimnunua Yosufu kwa bei gani? (Mwanzo 37:28 – Bei ilikuwa shekeli ishirini za fedha. Kibarua angelipwa shekeli moja kwa siku.)
13. Reubeni alisema nini aliporudi kwa kaka zake? Alihangaishwa na nini? (Mwanzo 37:29-30 – Alirarua nguo zake na kusema "Kijana hayumo mle! Nielekee wapi sasa?" Alimwonea huruma baba yake aliyempenda sana Yosufu.)
14. Kaka zake walifanya nini kumdanganya baba yao na kuficha walichokifanya? (Mwanzo 37:31 – Walimchinja mbuzi, na kupaka vazi la Yosufu damu, ili lionekane kwamba ameraruliwa na mnyama mkali.)
15. Kwa nini kaka zake walimdanganya baba yao? Yakobo alimdanganya mtu yeyot? (Mwanzo 37:32 – Walimdanganya baba yao ili kuficha dhambi yao. Yakobo alimdanganya baba yake, Isaaka, alipojifanya yeye ni Esau, na kupata baraka yake.)
16. Yakobo anapataje mavuno ya mbegu alizozipanda? (Unaweza kusoma Wagalatia 6:7-8 – Yakobo alimdanganya baba yake, sasa yeye ni baba anapata maumivu ya udanganyifu kutoka kwa wanawe.)
17. Je, Yakobo aliamini kwamba mtoto wake alifariki? (Mwanzo 37:33-34 – Hakika, alisema, "Yosufu ameraruliwa vipande vipande." Halafu Yakobo alirarua nguo zake, na kumwombolezea kwa siku nyingi.)
18. Kwa njia gani Mungu alimkomboa Yosufu katika maisha yake? (Mwanzo 37:18-22 – Mungu alimkomboa Yosufu kwa njia tatu tofauti: Njia ya kwanza alimtumia Reubeni alipowaomba ndugu zake wasimwuue, Mungu aliwatuma Waishmaeli kwa muda mwafaka, na kumpa wazo la kumwuuza Yosufu badala ya kumwuua.)
19. Yosufu alichukuliwa wapi? Nani alimnunua? (Mwanzo 39:1 – Yosufu alichukuliwa Misri na kuuzwa nyumbani kwa Potifa, mmojawapo wa maafisa wa Farao, mkuu wa ulinzi.)
20. Je, Bwana alimtelekeza Yosufu Misri? (Mwanzo 39:2-3 – Hapana. Mungu alikuwa pamoja naye na kubariki kila alichokifanya Yosufu. Unaweza kusoma Zaburi 34:17-18, 46:1-3; Yoshua 1:9)
21. Potifa alifanyaje alipotambua kwamba Bwana amempa Yosufu mafanikio? (Mwanzo 39:3-6 – Potifa alimpa upendeleo, na kumpa nafasi ya usimamizi nyumbani na kuwa mwangalizi wa kila kitu alichokuwa nacho.)

Maswali ya Kufanyia Kazi:

1. Upendeleo unaletaje shida miongoni mwa wana familia, marafikia na jamii kwa ujumla? (Mwanzo 37:3-4 – Unasababisha chuki na hasira kati ya watu, kwa sababu mmojawapo anafikiri kwamba hatendewi haki. Unaweza kusoma Yakobo 2:1-4.)

2. Tufanyaje kutatua changamoto zinazojitokeza na swala la upendeleo? (Kuwatumikia watu wengine kwa unyenyekevu na kutambua kwamba watu wengine ni muhimu kuliko mimi. Tujifunze tabia na mwenendo wa Yesu katika Waphilipi 2:5-11.)
3. Nini kinatokea dhambi ya chuki inapoingia katika maisha yetu? (Chuki inakua na mtu mwenye chuki anakuwa mtumwa wa chuki. Kama asipoungama, anaweza kufanya vitu asivyofikiri kwamba anaweza kuifanya. Chuki inaweza kuharibu maisha ya mtu. Unaweza kusoma Wakolosai 3:13, Waepheso 4:26-27.)
4. Kwa nini udanganyifu ni dhambi yenye hatari? (Mwanzo 37:31-32 – Udanganyifu unaharibu msingi wa uhusiano, yaani tumaini na imani. Unabadilisha ukweli kuwa uwongo, shida itaongezeka na kuwa kubwa zaidi.)
5. Jukumuu letu ni nini tunapoona kwamba wengine hawatendewi haki? (Mwanzo 37:21-22 – Tunaweza kufanya kila tuwezacho kuwakomesha wale wasiowatendea haki wengine. Tunaweza kuwatetea wale wasioweza kujitetea. Jambo hili linaleta haki na amani.)
6. Yosufu alipitia magumu katika maisha yake, lakini kitabu cha Mwanzo 39:2 kinatuambia kwamba Mungu alikuwa pamoja naye. Mungu anaonekanaje kwetu tunapokuwa na magumu maishani mwetu? (Unaweza kusoma Zaburi 34:18)
7. Nini kinachoendelea kwa wale wanaomfuata Yesu katika maisha yao? (Mwanzo 39:3-6 – Baraka za Mungu zipo juu yao, na kuwabariki wengine.)
8. Maisha ya Yosufu yanafananaje na maisha ya Yesu Kristo? (Ndugu zake Yosufu walimfanyaje? Aliuzwa kwa thamani ya mtumwa na alivuliwa nguo zake. Kwa kupitia Yosufu waliokolewa baadaye.)
9. Mungu anaokoaje maisha yetu? (Anatukomboa kwa njia ya Yesu, aliyeuuzwa kwa thamani ya mtumwa. Alipigwa na kuwawa, badala yetu. Alifufuka tena kutoka kwa wafu, na kuwapa waliomwamini maisha mapya. Unaweza kusoma Waepheso 2:8-9)

10. Yosufu Anajitambulisha kwa kaka zake

Mwanzo 42-45

Mwanzo 42
1 Basi Yakobo akaona ya kuwa kuna nafaka katika Misri, Yakobo
akawaambia wanawe, Kwa nini mnatazamana? 2 Akasema, Angalia,
nimesikia ya kuwa kuna nafaka Misri; shukeni huko mkatununulie
chakula, tupate kuishi wala tusife. 3 Basi ndugu kumi wa Yusufu
wakashuka Misri ili wanunue nafaka. 4 Lakini Benyamini, ndugu wa
Yusufu, Yakobo hakumpeleka pamoja na ndugu zake, maana alisema,
Mabaya yasimpate.5 Wana wa Israeli wakaja wanunue chakula miongoni
mwao waliokuja, kwa kuwa kulikuwa na njaa katika nchi ya Kanaani.

6 Naye Yusufu alikuwa ni mkuu juu ya nchi, ndiye aliyewauzia watu wote
wa nchi. Nao ndugu zake Yusufu wakaja, wakainama kifudifudi mbele
yake. 7 Yusufu akawaona nduguze, akawatambua, lakini alijifanya kama
mgeni kwao. Akasema nao kwa maneno makali, akawaambia, Mmetoka
wapi ninyi? Wakasema. Tumetoka nchi ya Kanaani, ili tununue chakula. 8
Yusufu akawatambua nduguze, bali wao hawakumtambua yeye. 9 Yusufu
akazikumbuka zile ndoto alizowaotea. Akawaambia, Wapelelezi ninyi,
mmekuja ili mwuone utupu wa nchi. 10 Wakamwambia, Hasha, bwana,
watumwa wako tumekuja ili tununue chakula. 11 Sisi sote ni wana wa mtu
mmoja tu watu wa kweli sisi; watumwa wako si wapelelezi.

12 Akawaambia, Sivyo, mmekuja ili mwuone utupu wa nchi. 13
Wakamwambia, Sisi watumwa wako tu ndugu kumi na wawili, wana wa
mtu mmoja katika nchi ya Kanaani; na mdogo wetu yuko pamoja na baba
yetu leo, na mmoja hayuko.14 Yusufu akawaambia, Ndivyo
nilivyowaambia, nikisema, Wapelelezi ninyi.

18 Siku ya tatu, Yusufu akawaambia, Fanyeni hivi, mkaishi, maana mimi
namcha Mungu. 19 Kama ninyi ni wa kweli, mmoja wenu na afungwe
gerezani, nanyi mwende mkachukue nafaka kwa ajili ya njaa ya nyumba
zenu, 20 mkamlete ndugu yenu mdogo kwangu; hivyo maneno yenu
yatahakikishwa, wala hamtakufa. Ndivyo walivyofanya. *Kwa hiyo Simioni
alibaki katika nchi ya Misri na ndugu zake walirudi nyumbani ili walete
nafaka kwa familia zao, na walimjisha baba yao mambo haya.*

Mwanzo 43
1 Njaa ikawa kali katika nchi. 2 Ikawa walipokwisha kula nafaka
waliyoileta kutoka Misri, baba yao akawaambia, Rudini huko,
mkatununulie chakula kidogo. 3 Yuda akamwambia akisema, Yule mtu
alituagizia sana akisema, Hamtaniona uso wangu, ndugu yenu asipokuwa
pamoja nanyi. 4 Ukimtuma ndugu yetu pamoja nasi, tutashuka na

kukununulia chakula.

9 Mimi nitakuwa mdhamini wake, umtake mkononi mwangu. Nisipomleta tena kwako, na kumweka mbele yako, nitakuwa mwenye hatia mbele yako daima;

11 Israeli, baba yao, akawaambia, Kama ndivyo, fanyeni hivi; twaeni tunu
za nchi katika vyombo vyenu, mkamchukulie mtu huyo zawadi, zeri
kidogo, na asali kidogo, ubani, na manemane, na jozi, na lozi. 13 Mtwaeni
na ndugu yenu, mwondoke na kurudi kwa mtu yule. 14 Mungu Mwenyezi
na awape rehema usoni pa mtu yule ili awafungulie ndugu yenu huyo
mwingine, na Benyamini. Nami nikifiwa na watoto wangu, nimefiwa.

15 Basi hao watu wakatwaa zawadi ile, wakatwaa na fedha maradufu
mikononi mwao, na Benyamini; wakaondoka, wakashuka mpaka Misri,
wakasimama mbele ya Yusufu. 16 Naye Yusufu alipomwona Benyamini
pamoja nao, akamwambia msimamizi wa nyumba yake, Uwalete watu
hawa nyumbani, ukachinje mnyama na kuwaandalia, maana watu hawa
watakula pamoja nami adhuhuri. 17 Yule mtu akafanya kama Yusufu
alivyomwambia Naye akawaleta watu hao nyumbani mwa Yusufu.

24 Mtu yule akawaleta wale watu nyumbani mwa Yusufu, akawapa maji,
wakanawa miguu, akawapa punda wao chakula. 26 Alipokuja Yusufu
nyumbani, wakamletea ile zawadi iliyokuwa mikononi mwao nyumbani
mwake, wakamwinamia mpaka chini. 34 Wakapelekewa sehemu za
chakula kutoka mezani pake, lakini akazidisha sehemu ya Benyamini iwe
kubwa mara tano kuliko zao. Wakanywa, wakafurahi pamoja naye.

Mwanzo 44
1 Akamwamuru yule msimamizi wa nyumba yake akisema, Jaza magunia
ya watu hawa chakula kwa kadiri wawezavyo kuchukua, utie na fedha ya
kila mtu kinywani mwa gunia lake. 2 Na kikombe changu, kikombe kile
cha fedha, ukitie kinywani mwa gunia la yule mdogo pamoja na fedha ya
nafaka yake. Akafanya kama vile alivyomwambia Yusufu.

Walipokuwa wamesafiri mwendo mfupi tu kutoka mjini, Yosufu alimtuma msimamizi wa nyumba yake awasimamishe njiani. Mtumishi wake alipotafuta kikombe katika mfuko wa Benyamini, aliwarudisha Misri tena. Yosufu aliamuru kwamba yule Benyamini abaki Misri ili amtumikie yaani awe mtumwa wake, na wale kaka wengine waliruhusiwa kurudi nyumbani.

18 Ndipo Yuda akamkaribia, akasema, Tafadhali, bwana wangu, mtumwa wako na aseme neno moja masikioni mwa bwana wangu, wala hasira yako isimwakie mtumwa wako, maana wewe u kama Farao.
30 Basi, nikienda kwa mtumwa wako, baba yangu, na huyu kijana hayupo
pamoja nasi, iwapo roho yake imeshikamana na roho ya kijana; 31 itakuwa

atakapoona ya kwamba huyu kijana hayuko, atakufa; na watumwa wako
watashusha mvi za mtumwa wako, baba yetu, kwa huzuni kaburini. 32
Kwa maana mtumwa wako alijifanya mdhamini wa huyu kijana kwa baba
yangu, nikisema, Nisipomrudisha kwako, nitakuwa na hatia kwa baba
yangu daima. 33 Basi, sasa nakusihi, uniache mimi mtumwa wako nikae
badala ya huyu kijana kuwa mtumwa wa bwana wangu; na huyu kijana
umwache aende pamoja na nduguze.

Mwanzo 45
1 Hapo Yusufu hakuweza kujizuia mbele yao wote waliosimama karibu
naye. Akapiga kelele, na kusema, Mwondoeni kila mtu mbele yangu. Wala
hakusimama mtu pamoja naye, Yusufu alipojitambulisha kwa nduguze. 2
Akapaza sauti yake akalia, nao Wamisri wakasikia. Watu wa nyumba ya
Farao nao wakasikia. 3 Yusufu akawaambia ndugu zake, Mimi ndimi
Yusufu; baba yangu angali hai bado? Wala ndugu zake hawakuweza
kumjibu, maana waliingiwa na hofu mbele yake. 4 Yusufu akawaambia
ndugu zake, Karibuni kwangu; basi, wakakaribia. Akasema, Mimi ni
Yusufu, ndugu yenu, ambaye mliniuza kwenda Misri. 5 Basi sasa,
msihuzunike, wala msiudhike nafsi zenu, kwa kuniuza huku; maana
Mungu alinituma mbele yenu kuhifadhi maisha ya watu. 6 Maana miaka
hii miwili njaa imekuwa katika nchi, na iko tena miaka mitano isiyo ya
kulima wala kuvuna. 7 Mungu alinituma mbele yenu kuwahifadhia mabaki
katika nchi, na kuwaokoa ninyi kwa wokovu mkuu. 8 Basi si ninyi
mlionileta huku, ila Mungu; naye ameniweka kama baba kwa Farao, na
bwana katika nyumba yake yote, na mtawala katika nchi yote ya Misri. 9
Fanyeni haraka, mmwendee baba yangu, mkamwambie, Hivi ndivyo
asemavyo mwanao Yusufu, Mungu ameniweka kuwa bwana katika Misri
yote, basi unishukie, usikawie. 14 Akaanguka shingoni mwa ndugu yake
Benyamini, akalia; Benyamini naye akalia shingoni mwake.

Maswali kuhusu Maandiko:
Yosufu Anajitambulisha kwa kaka zake
Mwanzo 42-45

Utangulizi:
Baada ya Yosufu kutafsiri ndoto ya Farao, ambayo ilisema kutakuwa na njaa katika nchi kwa miaka saba. Farao alimteuwa Yosufu kuwa msimamizi wa nchi yote ya Misri kusimamia kazi za kutunza nafaka kwa sababu ya njaa ijayo. Njaa ilipofika, nchi ya Kanaani ilipata changamoto pia, ambapo Yakobo na familia yake waliishi. Maajabu katikati ya njaa, Misri ilikuwa na chakula cha kingi cha kutosha, kwa sababu wakati wa uongozi wa Yosufu walihifadhi chakula kingi cha kutosha. Ilitokea ndugu zake Yosufu walikwenda Misri kwa sababu ya kutafuta chakula. Maisha ya Yosufu yanafanana na maisha ya Yesu Mtarajiwa, kwa sababu aliwatangulia familia yake kwenda Misri ili aokoe maisha yao.

Nia:

Maalifa
- Kutambua kwamba ingawa kaka zake walifanya dhambi walipomwuuza Yosufu utumwani, Mungu alimtumia kuwakomboa wengi.
- Kujua kwamba hakuna shida kubwa kumzidi Mungu, hata mahangaiko yetu yanamletea Bwana utukufu.
- Tuone mifano ya maisha ya Yesu na maisha ya Yosufu.

Tabia
- Tumwamini kwamba Mungu yeye ana uwezo wa kujenga umoja uhusiano na kutengeneza uhusiano ulioharibika.
- Tuangalie watu wote, hata maadui, kwa kutumia macho ya Mungu, na kuwaona kama wao ni zawadi.

Matendo
- Kwa sababu tumeshasamehewa dhambi nyingi, tunaweza kuwasamehe wengine pia.
- Kwa vile, uhusiano wetu na Mungu umetengenezwa, na sisi vivyo hivyo tunaweza kutengeneza uhusiano wetu na wengine.

Mistari ya Moyo:
Mwanzo 50:20 “Nanyi kweli mlinikusudia mabaya, bali Mungu aliyakusudia kuwa mema, ili itokee kuokoa taifa kubwa, kama ilivyo leo.”
Yeremia 29:11 “Maana nayajua mawazo ninayowawazia ninyi, asema BWANA, ni mawazo ya amani wala si ya mabaya, kuwapa ninyi tumaini siku zenu za baadaye.”
2 Timotheo 3:12 “Naam, na wote wapendao kuishi maisha ya utauwa katika Kristo Yesu wataudhiwa.”

Scriptures for Further Study:
Yeremia 20:11; Matayo 5:10-12; 2 Wakorintho 4:8-11

Maswali kuhusu Maandiko:

1. Kwa nini Yakobo aliwatuma watoto wake kumi kwenda Misri? (Mwanzo 42:1-2 – Yakobo aliwatuma watoto wake Misri kwa sababu alisikia kuna chakula. Hapakuwa na chakula pale Kanaani, ambapo Yakobo na wanawe waliishi, kwa sababu ya njaa katika nchi hiyo.)
2. Kwa nini ndugu zake Yosufu hawakumtambua? (Mwanzo 42:8 – Kwa sababu Yosufu alionekana na alizungumza kama Mmisiri.)
3. Yosufu aliwaamuru nini kabla hawajarudi nyumbani? (Mwanzo 42:20 – Aliwaamuru walete kaka yao mdogo kuliko wote, kama ushahidi kama wanasema ukweli jinsi walivyo.)
4. Je, Yakobo alikubali kumtoa Benyamini kwenda na kaka zake katika safari ya pili? Yuda alimpa baba yake dhamana gani? (Mwanzo 43:1-9 – Yakobo hakukubali mara ya kwanza, baada ya Yuda kumhakikishia usalama wa Benyamini, Yakobo alikubali kumtuma katika safari ya pili ili wanunue nafaka.)
5. Ndugu zake Yosufu walipofika nyumbani kwake, Benyamini alifanyiwa nini? (Mwanzo 43:34 – Alipokea mara tano zaidi ya ndugu zake wakati ule wa shere ya kula na kunywa.)
6. Nini kilitokea pale kaka zake walipoanza safari ya kurudi nyumbani? (Mwanzo 43:2; 44:1-7 – Walisimamishwa na mtumishi wa Yosufu, na kikombe cha fedha cha Yosufu kilikuwa ndani ya gunia lake la nafaka, kilichowekwa ndani ya gunia na watumishi wa Yosufu. Ndugu zake wote, waliweza kurudi Misri.)
7. Nini lilikuwa jukumuu la kaka dhidi ya Benyamini? Jambo hili linatuonyesha nini? (Mwanzo 44:18-33 – Yuda aliomba yeye awe mtumwa badala ya Benyamini, ili Benyamini aweze kurudi kwa baba salama.)
8. Maneno ya Yuda yalikuwa nini yaliomfanya Yosufu aliye kwa sauti kuu? (Mwanzo 44:18-33 – Yosufu aliona kwamba tabia ya kaka zake imebadilika. Yuda yule yule aliyekuwa na wazo la kumwuuza Yosufu kama mtumwa, sasa anajitolea kuwa mtumwa badala ya Benyamini.)
9. Ndugu zake Yosufu walijibu nini alipowaambia yeye alikuwa nani? (Mwanzo 45:3 – Hawakuweza kumjibu kwa sababu walishikwa na hofu kuu.)
10. Baada ya kuwaambia ndugu zake yeye alikuwa nani, kwa nini aliwaambia kwamba wasijichukie wala wasihuzunike wenyewe? (Mwanzo 45:5-7 – Yosufu alijua wazo lao kwamba atawapa adhabu, lakini aliwaambia kwamba Mungu alimtuma Misri kuokoa maisha yao, na kuhifadhi mabaki katika nchi kwa wakovu mkuu.)

11. Mpango wa Mungu ulikuwa nini alipomruhusu Yosufu auuzwe Misri kama mtumwa? (Mwanzo 45:5-7 – Kwa njia ya Yosufu nchi ya Misri ilitayarishwa kwa njaa, na maisha ya wengi yaliokombolewa, akiwemo Yakobo na familia yake.)
12. Yosufu alituma ujumbe gani kwa baba yake? (Mwanzo 45:9 – Yosufu alimwambia baba yake kwamba Bwana amemchagua kuwa msimamizi wa Misri, na baba yake aende mara moja Misri, bila kuchelewa.)

Maswali ya Kufanyia Kazi:

1. Kuna changamoto nyingi katika maisha, kama ilivyoonyeshwa katika hadithi. Kama vile njaa, utumwa wa Yosufu, hata kikombe kilichofichwa ndani ya gunia. Changamoto za maisha zinatusaidiaje? (Mwanzo 44:18-33 – Zinaonyesha kipi moyoni kilicho muhimu. Na kinatuonyesha tunaamini nini? Na kutufanya tuwe wanyenyekevu mbele za Mungu.)
2. Tunajifunza nini kwa mfano huu wa Yosufu walipoonana na kaka zake uso kwa uso? (Mwanzo 45:3 – Yosufu ndiye aliyejua kwamba walimwuuza kama mtumwa, alikuwa na uwezo ya kuwapa adhabu kwa sababu alikuwa msimamizi katika nchi ya Misri. Badala yake, aliwapa changamoto, halafu aliwasamehe, na aliwapa chakula, na aliwakaribisha tena Misri.)
3. Uhusiano wetu na Mungu, unafananaje na ule wa Yuda aliposimama mbele ya Yosufu? (Mwanzo 44:18-33 – Tuna jambo moja tu, ambalo ni kuomba rehema, kwa sababu sisi ni wenye dhambi bila shaka mbele za Mungu Mtakatifu.)
4. Yosufu aliwajibikaje kwa kaka zake kama vile Yesu aliwajibika kwetu? (Mwanzo 45:5-8 – Aliwasamehe, na aliona kwamba ni mpango wa Mungu kuwaokoa watu wake.)
5. Mungu anatumiaje majaribu katika maisha yetu kwa utukufu wake? (Anatupa nguvu ya kushinda majaribu. Anatumia majaribu kuonyesha nguvu na utukufu wake. Anaonyesha haki na utukufu na rehema wake anapoweka hukumu yetu juu ya Yesu.)
6. Tunajifunza nini kuhusu msamaha katika maandiko haya? (Tunajifunza kwamba ni muhimu kupenda na kusamehe wale ambao wametuumiza. Inawezekana kusamehe kwa sababu Yesu alitusamehe kwanza. Tumruhusu Mungu awe hakimu wa maovu na mema, kuliko kuamua kulipiza kisasi. Tunaweza kumwamini Mungu anaweza kutimiza ahadi yake kama alivyofanya kwa Yosufu.)
7. Yosufu aliwakaribisha ndugu zake, "Njooni karibu yangu." Hii inatukumbusha nini juu ya Mungu? (Mwanza 45:4 – Mungu anatukaribisha na kutusamehe na kutukaribisha kumkaribia. Unaweza kusoma Matayo 11:28-30)
8. Ni namna gani Mungu ametunza uhusiano wetu ulioharibika? (Mwanzo 45:4-8 – Alitunza uhusiano wetu kwa njia ya Yesu;

aliyetupa uwezo wa kufanya kama Yeye. Kwa uweza wake, anaweza kurudisha vipande viwili vilivyovunjika kwa utukufu wake. Na Roho Mtakatifu ana uwezo kwa kuleta umoja na kubadili mioyo. Unaweza kusoma katika Warumi 8:28.)

9. Jambo gani linalotuwezesha kuona upande wa Mungu kuliko upande wetu? (Mwanzo 45:7-8 – Tunapoona kwamba Bwana ni mweza wa kila kitu, na yeye ni mkuu kuliko shida zetu, tunaweza kumwachia mikononi mwake.)
10. Tunahitaji ushirikiano gani ili tuweze kutambulika tena? Tunawezaje kurudisha tumaini lililovunjika? Tunahitaji tuchukue hatua gani ili tuonyeshe msamaha, upendo na rehema?

11. Mungu anamwita Musa

Kutoka 3:1-14, 19-20; 4:1-5, 10-17

Kutoka 3
1 Basi huyo Musa alikuwa akilichunga kundi la Yethro mkwewe, kuhani
wa Midiani; akaliongoza kundi nyuma ya jangwa, akafika mpaka mlima
wa Mungu, hata Horebu.
2 Malaika wa BWANA akamtokea, katika mwali wa moto uliotoka
katikati ya kichaka; akatazama, na kumbe! Kile kichaka kiliwaka moto,
nacho kichaka hakikuteketea.
3 Musa akasema, Nitageuka sasa niende nione kioja hiki, kwa nini kichaka
hiki hakiteketei.
4 BWANA alipoona ya kuwa ameenda ili atazame, Mungu akamwita
kutoka katikati ya kile kichaka, akasema, Musa! Musa! Akaitika, Mimi
hapa.
5 Naye akasema, Usikaribie hapa; vua viatu vyako miguuni mwako;
maana mahali hapo unaposimama ni mahali patakatifu.
6 Tena akasema, Mimi ni Mungu wa baba yako, Mungu wa Abrahamu,
Mungu wa Isaka, na Mungu wa Yakobo. Musa akafunika uso wake; kwa
maana aliogopa kumwangalia Mungu.
7 BWANA akasema, Hakika nimeyaona mateso ya watu wangu walioko
Misri, nami nimekisikia kilio chao kwa sababu ya wasimamizi wao; maana
nayajua maumivu yao;
8 nami nimeshuka ili niwaokoe kutoka kwa mikono ya Wamisri,
niwapandishe kutoka nchi ile, hadi nchi njema, kisha pana; nchi itiririkayo
maziwa na asali; hata mahali pa Mkanaani, na Mhiti, na Mwamori, na
Mperizi, na Mhivi, na Myebusi.
9 Basi, tazama, kilio cha wana wa Israeli kimenifikia; tena nimeyaona
hayo mateso ambayo Wamisri wanawatesa.
10 Haya, basi, nitakutuma sasa kwa Farao, ili upate kuwatoa watu wangu,
hao wana wa Israeli, katika Misri.
11 Musa akamwambia Mungu, Mimi ni nani, hata niende kwa Farao,
nikawatoe wana wa Israeli watoke Misri?
12 Akasema, Bila shaka mimi nitakuwa pamoja nawe; na dalili ya kuwa
nimekutuma ndiyo hii; utakapokuwa umekwisha kuwatoa hao watu katika
Misri, mtamwabudu Mungu katika mlima huu.

13 Musa akamwambia Mungu, Tazama, nitakapofika kwa wana wa
Israeli, na kuwaambia, Mungu wa baba zenu amenituma kwenu; nao
wakaniuliza, Jina lake ni nani? Niwaambie nini? 14 Mungu akamwambia
Musa, MIMI NIKO AMBAYE NIKO; akasema, Ndivyo
utakavyowaambia wana wa Israeli; MIMI NIKO amenituma kwenu.
19 Nami najua ya kuwa huyo mfalme wa Misri hatawapa ruhusa mwende
zenu, la, hata kwa mkono wa nguvu.
20 Nami nitaunyosha mkono wangu, na kuipiga Misri kwa ajabu zangu
zote, nitakazofanya kati yake, kisha baadaye atawapa ruhusa kwenda.

Kutoka 4
1 Musa akajibu akasema, Lakini, tazama, hawataniamini, wala
hawataisikia sauti yangu; maana watasema, BWANA hakukutokea. 2
BWANA akamwambia, Ni nini hiyo uliyo nayo mkononi mwako?
Akasema, Ni fimbo. 3 Akamwambia, Itupe chini; akaitupa chini, nayo
ikawa nyoka; Musa akakimbia kutoka mbele yake. 4 BWANA
akamwambia Musa, Nyosha mkono wako, kamshike mkia; (akaunyosha
mkono wake akamshika, naye akageuka kuwa fimbo mkononi mwake;) 5
ili kwamba wapate kusadiki ya kwamba BWANA, Mungu wa Abrahamu,
Mungu wa Isaka, Mungu wa Yakobo, amekutokea.

10 Musa akamwambia BWANA Ee Bwana, mimi si msemaji, tokea
zamani, wala tokea hapo uliposema na mtumishi wako; maana mimi si
mwepesi wa kusema, na ulimi wangu ni mzito. 11 BWANA akamwambia,
Ni nani aliyekifanya kinywa cha mwanadamu? Au ni nani afanyaye mtu
kuwa bubu au kiziwi, au mwenye kuona, au kuwa kipofu? Si mimi,
BWANA?
12 Basi sasa, nenda, nami nitakuwa pamoja na kinywa chako, na
kukufundisha utakalolinena.
13 Akasema, Ee Bwana, nakuomba, tuma kwa mkono wake huyo
utakayemtuma.
14 Hasira ya BWANA ikawaka juu ya Musa, akasema, Je! Hayuko Haruni,
ndugu yako, Mlawi? Najua ya kuwa yeye aweza kusema vizuri. Pamoja na
hayo, tazama, anakuja kukulaki; naye atakapokuona, atafurahi moyoni
mwake. 15 Nawe utasema naye, na kuyatia maneno kinywani mwake;
nami nitakuwa pamoja na kinywa chako, na pamoja na kinywa chake, na
kuwafundisheni mtakayofanya.
16 Naye atakuwa msemaji wako kwa watu, hata yeye atakuwa mfano wa
kinywa kwako, nawe utakuwa mfano wa Mungu kwake.
17 Nawe utatwaa fimbo hii mkononi mwako, na kwa hiyo utazifanya zile
ishara.

Maswali kuhusu Maandiko: Mungu anamwita Musa

Kutoka 3:1-14, 19-20; 4:1-5, 10-17

Utangulizi:

Baada ya kizazi cha Yosufu kufariki, mfalme mpya alikuja kuchukua Misri, ambaye hakumtambua Yosufu. Wajukuu wa Yakobo, waliohamia Misri wakati ule wa njaa, walizaliana na walikuwa wengi kuwakaribia Wamisri. Farao mpya aliona ongezeko la watu ni hatari, na aliwaingiza Waisraeli katika utumwa. Baada ya miaka 430 ya utumwa, "Waisraeli wakapiga kite na kulia kutokana na hali yao ya utumwa, na kilio chao kikamfikia Mungu juu." (Kutoka 2:23) Mungu alisikia kilio chao na aliwaletea kiongozi ili awasaidie katika wakati huo mgumu. Jina lake alikuwa Musa, na maisha yake yalifanana na yale ya Yesu, ambaye alikuja duniani atukomboe kutoka utumwa wa dhambi.

Nia:

Maalifa

- Tunakumbushwa kwamba Mungu hasahau kamwe ahadi zake.
- Tuwe macho kwamba anasikia kilio chetu, na anaona mahitaji yetu. Anatukomboa kutoka utumwani na kutufanya tuwe sehemu yake ya utumishi.
- Tujue kwamba mafaanikio yoyote katika kazi au bidii tuliyo nayo yatoka kwa Bwana.

Tabia

- Tuwe na ujasili kwamba Bwana yupo kazini ingawa hatuwezi kuona anachofanya.
- Tujipe moyo kwa sababu Yesu ni jibu la mashaka yetu kuhusu sisi binafsi au hali zetu. Yeye ndiye anayetuwezesha kumtumikia.

Matendo

- Tustajaabu kazi zake.
- Tukumbuke ahazi zake
- Tuitikie wito, tukubali bila kulalamika.

Mistari ya Moyo:

1 Timotheo 4:12 "Mtu awaye yote asiudharau ujana wako, bali uwe kielelezo kwao waaminio, katika usemi na mwenendo, na katika upendo na imani na usafi."

2 Timotheo 1:7 "Maana Mungu hakutupa roho ya woga, bali ya nguvu na ya upendo na ya moyo wa kiasi."

Scriptures for Further Study:

Zaburi 18:28-31; 23:1-6; Isaya 41:10; Matayo 6:25-32; Luka 12:22-29; Matendo ya Mitume 4:13; Wafilipi 4:6-7; Waebrania 11:23-29

Maswali kuhusu Maandiko:

1. Musa alifanya nini katika nchi ya Midiani? (Kutoka 3:1 – Musa alikuwa anafuga kondoo wa baba mkwe wake, Yethro.)
2. Musa aliona nini wakati alipokaribia Horebu, Mlima wa Mungu? (Kutoka 3:2 – Malaika wa BWANA alimtokea katika mwali wa moto kutoka katika kichaka.)
3. Nini kilimfanya Musa kuangalia ule moto? (Kutoka 3:2-3 – Kichaka kilungua, hakiungui.)
4. Nani alimwita Musa kutoka katika kichaka? (Kutoka 3:4 – Bwana alimwita.)
5. Mungu alimwambia nini Musa alipokaribia kichaka? (Kutoka 3:4 – Usije karibu, vua viatu vyako, mahali unaposimama ni mahali patakatifu.)
6. Mwenye enzi Mungu alijitambulishaje kwa Musa? (Kutoka 3:6 – Alimwambia "Mimi ndimi Mungu wa baba yako, Mungu wa Abrahamu, Mungu wa Isaaka na Mungu wa Yakobo".)
7. Musa alifanya nini alipotambua anayezungumza naye katika kichaka? Kwa nini? (Kutoka 3:6 – Musa alijificha uso wake, kwa sababu aliogopa kumtazama Mungu.)
8. Mungu aliahidi kufanya nini kama njia ya kujibu kilio cha watu wake wakati wa utumwa? (Kutoka 3:7-8 – Bwana aliahidi kuwakomboa kutoka mikononi mwa Wamisiri, na kuwapeleka katika nchi mpya.)
9. Mungu alisema nini juu ya kilio cha wana wa Israeli? (Kutoka 3:7-9 – Kilio chao kimemfikia, na amesikia maumivu yao.)
10. Katika kujibu kilio cha watu, Mungu alimwamuru Musa kufanya nini? (Kutoka 3:10 – Nenda kwa Farao, waongoze watu kutoka Misri.)
11. Nini ilikuwa sababu yake ya kwanza ya kutokwenda Misri? (Kutoka 3:11 – "Mimi ni nani hata nimwendee Farao na kuwatoa Waisraeli nchini Misri?")
12. Nini lilikuwa jibu la Mungu kwa Musa? (Kutoka 3:12 – "Mimi nitakuwa pamoja nawe. Utawatoa watu wa Israeli na kuja kuniabudu mimi Mungu juu ya mlima huu. Hiyo itakuwa ishara kwamba ni mimi Mungu niliyekutuma wewe")
13. Mungu alimpa Musa jina gani? (Kutoka 3:14 – "MIMI NDIMI NILIYE")
14. Mungu alimwahidi Musa kufanya nini kwa shida za wana wa Misri? (Kutoka 3:19-20 – Atanyoosha mkono wake wenye nguvu, na kuwapiga Wamisri kwa miujiza na kuwashawishi kuwaruhusu watu waende.)
15. Mungu alimpa alama gani kuwaonyesha watu wake kwamba Mungu ni pamoja naye? (Kutoka 4:3-4 – Akaitupa ile fimbo ikageuka kuwa nyoka, akamkamata yule nyoka nayo ikabadilika tena kuwa fimbo. Katika mstari wa 6-7, Mungu alimpa Musa

ishara ya pili. Musa aliweka mkono ndani ya joho, na alipoutoa ulikuwa na ukoma mweupe. Alipoweka mara ya pili alitakasika.)

16. Sababu ya pili ni nini ya kukataa kwa Musa kutoweza kufanya kile alichoambiwa na Bwana? (Kutoka 4:10 – Hakuweza kuzungumza vizuri.)
17. Mungu alimjibu nini Musa alipokataa kutii agizo la Bwana? (Kutoka 4:11-12 – "Ni nani aliyeumba kinywa cha mtu? Ni nani amfanyaye mtu kuwa bubu au kiziwi? Aone au awe kipofu? Je, si mimi Mwenyezi-Mungu? Basi, nenda! Mimi nitakiongoza kinywa chako na kukufundisha cha kusema." Unaweza kusoma 1 Wakorintho 1:27)
18. Nini lilikuwa ombi la mwisho la Musa kwa Bwana ili asifanye jukumuu alilopewa na Bwana? (Kutoka 4:13 – Musa alimwomba Mungu, "Tafadhali umtume mtu mwingine.")
19. Mungu alimjibuje Musa kwa kuonyesha kutotii na uhaba wa imani? (Kutoka 4:14 -- Ndipo hasira ya Mungu ilipowaka dhidi ya Musa.)
20. Je, Mungu aliendelea kuonyesha rehema kwa Musa? (Kutoka 4:11-16 – Ndiyo, Mungu alimtuma Aroni aende pamoja na Musa azungumze badala yake.)

Maswali ya Kufanyia Kazi:

1. Musa anatufundisha nini kuhusu akina nani wanaweza kutumiwa na Mungu kufikisha ujumbe wake na kufanya kazi yake? (Mungu anaweza kutumia mtu wa kawaida na wale wanaofikiri kwamba na wadhaifu. Unaweza kusoma 1 Wakorintho 1:27-29.)
2. Nini majibu yetu ya kwanza tunapokaribia uwepo wa Mungu? (Kutoka 3:6 – Ni lazima tuwe na tabia ya heshima na kutii, na kutambua uwepo wa Roho Mtakatifu.)
3. Mungu anahusika wakati watu wanapopata mateso? (Kutoka 3:7-9 – Ndiyo, husikia kilio cha watu wake, na kujibu kwa vitendo.)
4. Mungu ana mipango mingi. Ana mipango ya haraka, na ana mipango ya muda mrefu. Kwa mfano wa Misri, aliwakomboaje kutoka katika utumwa? Sisi ni watumwa wa nini, na tutakombolewaje? (Kutoka 3:10 – Mpango wa karibu wa Mungu ulikuwa kumtuma Musa kuwakomboa Waisraeli kutoka kwa Wamisri, na kuwaongoza kwenda katika nchi mypa. Mipango ya muda mrefu ilikuwa kutukomboa kutoka katika dhambi zetu kwa njia ya Yesu na kutupeleka nchi mpya pia, yaani mbinguni.)
5. Ni sababu gani inayotufanya tuulize swali alilouliza Musa, "Mimi ni nani?" Kwa nini tuna mashaka sisi wenyewe au kuhusu Mungu? (Kutoka 3:11 – Wakati mwingine, tunauliza swali hili kwa sababu tunafikiri kwamba hatuna uwezo au nguvu kwa kazi, tunaangalia mambo yaliyopita badala ya kuangalia uwezo wa Mungu. Wakati mwingine tunashindwa kutambua kwamba Mungu ni mkuu kiasi gani.)

6. Nini matokeo ya kukataa wito wa Mungu, kwa kusema "Labda mtu mwinge afanye" au kukataa kabisa? (Kutoka 4:13 – Tunapoteza nafasi ya kuwa sehemu ya mipango ya Mungu. Tunakwende kinyume na mipango yake, tunashindwa kupata matunda ya kutembea na Yesu. Unaweza kusoma Zaburi 18:28-35; Isaya 41:10)
7. Jina la Bwana Mungu, "MIMI NDIMI NILIYE", linaonyesha tofauti gani kwetu? (Kutoka 3:14 – Inaonyesha kwamba Mungu huwa yupo, hajaumbwa. Alikuwapo tangu mwanzo, yupo sasa, na atakuwapo milele. Hii ina maana kwamba upo kwetu. Unaweza kusoma Ufunuo wa Yohana 1:4, 8.)
8. Maana ya swali aliloulizwa Musa na Mungu ilikuwa nini, "Nani alimpa mwana wa Adamu mdomo?" (Kutoka 4:11 – Mungu alisema kwamba Yeye ndiye aliyeuumba mdomo wa Musa, na uwezo wa kuamlimsha mdomo useme anavyotaka. Uwezo wetu wote watoka kwake. Unaweza kusoma Zaburi 20:7.)
9. Kwa nini Mungu alimkarisirikia sana Musa? (Kutoka 4:14 – Mungu alimkasirika kwa sababu Musa aliendelea kukataa na kutomwamini Mungu, ingawa Mungu alimwahidi kuwa naye, na alimpa maneno ya kusema.)
10. Tunajifunza nini juu ya Mungu katika hadithi hii? (Anatunza watu wakati wa mateso. Anamtumia mtu wa kawaida kufanya mambo makubwa. Anatimiza ahadi zake.)

12. Kutoka Misri

Kutoka 5; 7-12

Kutoka 5
1 Hata baadaye, Musa na Haruni wakaenda wakamwambia Farao,
wakasema, BWANA, Mungu wa Israeli, asema hivi, Wape watu wangu
ruhusa waende, ili kunifanyia sikukuu jangwani. 2 Farao akasema,
BWANA ni nani, hata niisikilize sauti yake, na kuwapa Israeli ruhusa
waende zao? Mimi simjui BWANA, wala sitawapa Israeli ruhusa waende
zao.

Kutoka 7
10 Basi Musa na Haruni wakaingia kwa Farao, wakafanya vivyo hivyo
kama BWANA alivyowaambia; Haruni akaibwaga fimbo yake chini mbele
ya Farao, mbele ya watumishi wake, ikawa nyoka. 11 Ndipo Farao naye
akawaita wajuzi na wachawi; na hao waganga wa Misri wakafanya vivyo
hivyo kwa uganga wao. 12 Wakabwaga chini kila mtu fimbo yake, nazo
zikawa nyoka; lakini fimbo ya Haruni ikazimeza fimbo zao. 13 Moyo wa
Farao ukawa ni mgumu asiwasikize; kama BWANA alivyonena.

14 BWANA akamwambia Musa, Moyo wa Farao ni mzito, anakataa
kuwapa watu ruhusa waende zao. 15 Mwendee Farao asubuhi; tazama,
atoka kwenda majini; nawe simama karibu na ufuo wa mto ili upate
kuonana naye; na ile fimbo iliyogeuzwa kuwa nyoka utaichukua mkononi
mwako.

20 Musa na Haruni wakafanya hivyo, kama BWANA alivyowaambia;
naye akaiinua ile fimbo, na kuyapiga maji yaliyokuwa mtoni, mbele ya
Farao, mbele ya watumishi wake; na hayo maji yote yaliyokuwa katika
mto yakageuzwa kuwa damu. 21 Hao samaki waliokuwa mtoni nao
wakafa; na ule mto ukatoa uvundo, Wamisri wasipate kunywa maji ya
mtoni; na ile damu ilikuwa katika nchi yote ya Misri. 22 Lakini waganga
wa Misri wakafanya mfano wa hayo kwa uganga wao; na moyo wake
Farao ukawa mgumu, wala hakuwasikiza, kama BWANA alivyonena.

Kutoka 8
1 BWANA akamwambia Musa, Ingia kwa Farao, ukamwambie, BWANA
asema hivi, Wape watu wangu ruhusa, ili wapate kunitumikia. 2 Tena
kama ukikataa kuwapa ruhusa, tazama, nitaipiga mipaka yako yote kwa
kuleta vyura

6 Basi Haruni akaunyosha mkono wake juu ya maji yote ya Misri; na hao
vyura wakakwea juu, wakaifunika nchi ya Misri. 7 Waganga nao
wakafanya mfano wa hayo kwa uganga wao; na kuwaleta vyura juu ya
nchi ya Misri. 8 Ndipo Farao akawaita Musa na Haruni na kuwaambia,
Mwombeni BWANA, ili awaondoe vyura hawa kwangu mimi na kwa

watu wangu; nami nitawapa watu ruhusa waende zao, ili wamtolee BWANA dhabihu.

12 Basi Musa na Haruni wakatoka kwa Farao; Musa akamlilia BWANA
katika jambo la hao vyura aliokuwa amewaleta juu ya Farao. 13 BWANA
akafanya sawasawa na neno la Musa; na hao vyura wakafa kutoka katika
zile nyumba, na katika viwanja, na katika mashamba. 14 Wakawakusanya
marundo marundo; na nchi ikatoa uvundo. 15 Lakini Farao alipoona ya
kuwa pana nafuu, akaufanya moyo wake kuwa mzito, asiwasikize; kama
BWANA alivyonena.

16 BWANA akamwambia Musa, Mwambie Haruni, Nyosha fimbo yako,
ukayapige mavumbi ya nchi, ili kwamba yawe chawa katika nchi yote ya
Misri. 17 Nao wakafanya hivyo; Haruni akaunyosha mkono wake na
fimbo yake, na kuyapiga mavumbi ya nchi, nayo yakawa chawa juu ya
wanadamu na juu ya wanyama; mavumbi yote ya nchi yakawa ni chawa
katika nchi yote ya Misri. 18 Hao waganga nao wakafanya mfano wa hayo
kwa uganga wao, ili kwamba walete chawa, lakini wasiweze; nako
kulikuwa na chawa juu ya wanadamu, na juu ya wanyama. 19 Ndipo wale
waganga wakamwambia Farao, Jambo hili ni kidole cha Mungu;j na moyo
wake Farao ukawa mgumu asiwasikize; vile vile kama BWANA
alivyonena.

Halafu, Mungu alituma pigo la Nzi juu ya nchi ya Misri, na pigo la vifo vya mifugo. Badaaye akatuma pigo la majipu, na mvua ya mawe ulioharibika mimea na mashamba. Baada ya hayo, Mungu alituma pigo la nzige, na giza kwa siku tatu. Kila wakati Farao alikutana na mapigo, aliwaruhusu watu wa Mungu waondoke, lakini akabadilisha mawazo yake kila mara.

Kutoka 11
1 BWANA akamwambia Musa, Liko pigo moja bado, nitakaloleta juu ya Farao na juu ya Misri; baadaye atawapa ninyi ruhusa mtoke huku; naye hapo atakapowapa ruhusa, atawafukuza mtoke huku kabisa kabisa.

4 Musa akasema, BWANA asema hivi, Kama usiku wa manane mimi
nitatoka nipite kati ya Misri; 5 na wazaliwa wa kwanza wote katika nchi
ya Misri watakufa, tangu yule mzaliwa wa kwanza wa Farao aketiye katika kiti chake cha enzi, hata mzaliwa wa kwanza wa huyo kijakazi aliye pale nyuma ya jiwe la kusagia; na wazaliwa wa kwanza wote wa wanyama.

6 Ndipo kutakuwa na kilio kikuu katika nchi yote ya Misri, ambacho mfano wake haujakuwa bado majira yoyote, wala hautakuwako mfano
wake tena kabisa. 7 Lakini katika wana wa Israeli hapana hata mbwa
atakayetoa ulimi juu yao, juu ya mtu wala juu ya mnyama; ili kwamba

mpate kujua jinsi BWANA anavyowatenga Wamisri na Waisraeli. 8 Tena
hao watumishi wako wote wataniteremkia kwangu mimi, nao
watanisujudia, wakisema, Toka wewe, na hawa watu wote wakufuatao; na
baada ya hayo nitatoka. Basi akatoka kwa Farao na hasira kuu.

Kutoka 12
21 Hapo ndipo Musa akawaita wazee wa Israeli, na kuwaambia, Nendeni,
mkajitwalie wana-kondoo kama jamaa zenu zilivyo mkamchinje kondoo
wa Pasaka. 22 Nanyi twaeni tawi la hisopo, mkalichovye katika ile damu
iliyo bakulini na kukipiga kizingiti cha juu, na miimo miwili ya mlango,
kwa hiyo damu iliyo katika bakuli; tena mtu yeyote miongoni mwenu
asitoke mlangoni mwa nyumba yake hata asubuhi. 23 Kwa kuwa
BWANA atapita ili awapige hao Wamisri; na hapo atakapoiona hiyo damu
katika kizingiti cha juu, na katika ile miimo miwili, BWANA atapita juu ya
mlango, wala hatamwacha mharibifu aingie nyumbani mwenu kuwapiga
ninyi.

29 Hata ikawa, usiku wa manane BWANA akawaua wazaliwa wa kwanza
wote katika nchi ya Misri, tangu mzaliwa wa kwanza wa Farao aliyeketi
katika kiti chake cha enzi, hadi mzaliwa wa kwanza wa mtu aliyefungwa
katika nyumba ya wafungwa; na wazaliwa wa kwanza wote wa wanyama.
30 Farao akaondoka usiku, yeye na watumishi wake wote, na Wamisri
wote; pakawa na kilio kikuu katika Misri; maana hapakuwa na nyumba
hata moja asimokufa mtu. 31 Akawaita Musa na Haruni usiku, akasema,
Ondokeni tokeni katika watu wangu, ninyi na wana wa Israeli; nendeni,
kamtumikieni BWANA kama mlivyosema. 32 Twaeni kondoo zenu na
ng'ombe zenu kama mlivyosema, nendeni zenu, mkanibariki mimi pia.

33 Wamisri nao wakawahimiza watu, kuwatoa katika nchi kwa haraka,
maana walisema, Tumekwisha kufa sote. 34 Watu wakauchukua unga wa
mikate yao kabla haijatiwa chachu, na vyombo vyao vya kukandia
wakavitia ndani ya nguo zao mabegani. 35 Wana wa Israeli wakafanya
kama Musa alivyowaagiza; wakataka kwa Wamisri vyombo vya fedha na
vyombo vya dhahabu, na mavazi. 36 BWANA akawajalia kupendelewa na
Wamisri hata wakawapa kila walichokitaka. Nao wakawateka Wamisri
nyara.

Maswali kuhusu Maandiko: Kutoka Misri

Kutoka 5; 7-12

Utangulizi:

Miaka 430 ilipita tangu Yakobo afike Misri pamoja na familia yake na kuishi karibu na Yosufu (Kutoka 12:40-41). Wamisri waliwachukua utumwani, na kuwasababishia mateso mengi. Watu alimlilia Mungu kwa sababu ya maumivu yao, na Mungu alimtuma Musa aende kuwaoka kutoka kwa Farao na Wamisri. Ingawa Farao alianza kufurahia na matunda ya utumwa, kama vile kazi ngumu, alikata kuwaruhusu watu wa Mungu kuondoka. Mungu alionyesha uaminifu wake kwa kuwakomboa watu wake kutoka utumwani. Katika somo hili tunamwona Yesu kama kondoo wa Pasaka. Kondoo wa Pasaka aliwakomboa Waisraeli kutoka mauti, vivyo hivyo Yesu kama kondoo wetu wa Pasaka alitukomboa kutoka dhambi na mauti.

Nia:

Maalifa
- Tutambue kwamba Mungu ana uwezo, hakuna linalomshinda.
- Tutambue kwamba Mungu anatimiiza ahadi zake za hukumu na ukombozi.
- Tutambue kwamba Mungu, kupitia Yesu, alimwaga damu ili aokoe maisha yetu.

Tabia
- Kuwa na moyo mgumu dhidi ya Mungu kunatusababishia adhabu na maumivu. Mara chache ni wakati uliopo na mara nyingi ni kwa wakati ujao.
- Tuungame kuwa na moyo mgumu ambao unampinga Mungu.
- Tumwamini yule kondoo wa Pasaka kwa wokovu, ambao Mungu atatupatia, na kutupa njia ya kukaa mbali na majaribu.

Matendo
- Tujinyenyekeze sisi wenyewe mbele za Mungu.
- Tuwe na subira wakati wa mateso, na tusubiri tuone Bwana atafanya nini.
- Tuheshimu tunachoambiwa na Bwana kukifanya.

Mstari wa Moyo:

Warumi 8:28 "Nasi twajua ya kuwa katika mambo yote Mungu hufanya kazi pamoja na wale wampendao katika kuwapatia mema, yaani, wale walioitwa kwa kusudi lake."

Scriptures for Further Study:

Zaburi 22:4-5; Yeremia 18:1-10; Yohana 1:29; Warumi 9:14-21; 2
Wakorintho 5:14-15, 17-19; Waepheso 1:7; 1 Petro 1:18-19; Ufunuo wa Yohana 1:5-6

Maswali kuhusu Maandiko:

1. Farao alisema nini baada ya Musa na Aroni kumwambia awaruhusu watu kuondoka Misri? (Kutoka 5:2 – "Bwana ni nani, hata niisikilize sauti yake, na kuwapa Israeli ruhusa waende zao? Mimi simjui Bwana, wala sitawapa Israeli ruhusa waende zao.")
2. Nini kilitokea baada ya Aroni kutupa fimbo yake ardhini ikageuka kuwa nyoka? (Kutoka 7:11-12 – Farao naye akawaita waganga na wachawi wa Misri, nao wakafanya vivyo hivyo. Ingawa, yule nyoka wa Aroni aliwameza wale nyoka wengine.)
3. Yale maajabu ya nyoka yalimfanya Farao aruhusu watu? (Kutoka 7:13 – Hapana, moyo wa Farao uliendelea kuwa mgumu, hakuwasikiliza.)
4. Pigo la kwanza na la pili yalikuwa nini Mungu aliyoyaleta katika nchi ya Misri? (Kutoka 7-8 – Bwana alibadilisha maji ya Misri kuwa damu, alituma vyura wengi katika nchi.)
5. Je, waganga wa Farao waliweza kufanya kama Musa na Aroni kwa kubadilisha maji kuwa damu na kutengeneza vyura kwa njia ya kiuganga? (Kutoka 7-8 – Ndiyo.)
6. Hii ilimletea shida gani Farao? (Kutoka 7:22, 8:15 – Kuona wale waganga wanafanya ishara zile zile alizidi kumzarau Mungu, kwa sababu "miungu yao" ina nguvu sawa sawa, kwa hiyo alizidi kushupaza moyo wake.)
7. Waganga wa Farao walijibu nini kwa pigo la tatu la viroboto? (Kutoka 8:16-19 – Walishindwa kufanya jambo hilo, na walimjulisha Farao kwamba hiki ni kidole cha Mungu.)
8. Mapigo yaliyokuwa yanaendelea katika nchi ya Misri yalikuwa nini? [Kutoka 8-11 – Mainzi, Vifo vya mifugo (kama vile farasi, punda, ngamia, n'gombe, kondoo na mbuzi), majipu, mvua ya mawe, nzige na giza.)
9. Farao alijibu nini baada ya mapigo haya? (Kutoka 8-11 – Kila wakati moyo wake uliendelea kuwa mzito na mgumu, na hakuwaruhusu watu waondoke.)
10. Pigo la mwisho la Misri lilikuwa nini? (Kutoka 11 – Kuuawa wazaliwa wa kwanza wa Wamisri. Baada ya pigo hilo aliwaruhusu watu waondoke.)
11. Wana wa Israeli waliamliwa kufanya nini ili Bwana asiingie katika nyumba zao na kuuwa wazaliwa wa kwanza? (Kutoka 12:1-11, 21-23 – Aliwamuru kutoa sadaka ya mwana kondoo wa mwaka, bila tatizo, ili vifo vipite mbali na nyumba zao.)
12. Farao alijibu nini kwa lile pigo la mwisho la Mungu juu ya wazaliwa wa kwanza katika nchi yake? (Kutoka 12:31-33 – Aliwaita Musa na Aroni haraka na kuwaamuru waondoke.)

Maswali ya Kufanyia Kazi:

1. Kwa nini Mungu aliwaadhibu Wamisri njia hii nzito? (Kuna sababu nyingi. Kwanza aliwatetea watu wake walioteswa kama watumwa chini ya utawala wa Farao waliomlilia Bwana kwa sauti kuu. Pili, Mungu alitaka kumwonyesha Farao kwamba Yeye ni mwenye uwezo, na ni mkuu kuliko miungu ya Misri. Alipenda Wamisri wamwogope. (Kutoka 9:30.) Tatu, alitaka Wamisri watambue kwamba Yeye ndiye Mungu pekee yake. Wamisri hawakuelewa ujumbe huu wa Mungu, aliwafundisha kwa njia ya matendo.)
2. Tusipomtii Mungu, tunaona nini katika hukumu yake? (Tunapata maumivu tunapofanya mambo yenye matokeo mabaya. Mioyo yetu inakuwa migumu na kutofuata Neno lake. Jambo la kushukuru Mungu, anatupa tahadhali kabla ya hukumu.)
3. Tunajifunza nini juua ya nguvu ya Mungu dhidi ya "miungu" ya dunia? (Waganga waliweza kufanya baadhi ya miujiza kwa nguvu za kichawi, lakini nguvu zao hazikuwa kubwa kama zile za Mungu, na hawakuweza kufanya badhi ya miujiza. Tunaona udhaifu wa nguvu zao pale nyoka alipowameza nyoka ya waganga. Hata wale waganga walitambua nguvu ya Mungu ni kumbwa kuliko ya kwao. Ingawa mapigo yalitokea kwa Wamisri, lakini hayakuwadhuru watu wa Mungu, jambo hili linaonyesha ni akina nani wanaomtumikia. Bwana anaweza kufanya kila kitu, kwa sababu Yeye ni mwuumba wa kila kitu.)
4. Ni mambo yanatufanya tuwe na mioyo migumu? (Kutoka 8:8, 15 – Mioyo yetu inaweza kuwa migumu au kujisifu, tunapoona mambo yanafanyika kwa nguvu zetu, na kwa njia zetu.)
5. Ni lini tunaposhupaza mioyo yetu, na ni wakati gani tena Mungu anapotufanya mioyo yetu migumu? (Kutoka 8:15, 10:2, 10:27 – Tunashupaza mioyo yetu, tunapotambua mapenzi ya Mungu na kutotekeleza. Mungu anashupaza mioyo yetu ili tuone majibu ya dhambi.)
6. Maisha ya wasioamini yanafananaje na maisha ya utumwa? (Mtumwa anatawaliwa na bwana wake, kama Waisraeli walivyotawaliwa na Farao. Dhambi ni bwana wa wasioamini, na inawatawala. Wanaoamini wapo huru na utawala wa dhambi, na Roho wa Mungu anatawala.)
7. Katika kitabu cha Kutoka 12:21, tunamwona kondoo wa Pasaka. Anafananishwaje na wokuvu uliokuja kwa njia ya Yesu? Yesu anafananaje na kondoo wa Pasaka? (1 Wakorintho 5:7, Waepheso 1:7 – Yesu alijitoa sadaka ili tuweze kuishi, kama kondoo wa Pasaka alivyotolewa sadaka ili wazaliwa wa kwanza waweze kuishi. Waisraeli iliwapasa kuchagua kondoo bila tatizo, kama ilivyo kwa Yesu hakuwa na hatia ingawa alikuwa Kondoo wa Bwana Mungu aliyechukua dhambi zetu. Unaweza kusoma I Petro 1:18-19, Ufunuo wa Yohana 1:5-6)

8. Mungu aliwatoa watu wake kutoka mateso ya Wamisri. Mungu anatuokoaje na mateso katika maisha yetu kama wafuasi wake? (Yesu ametuweka huru katika maisha yetu dhidi ya utawala wa dhambi. Hatuhitaji kufuata ili dhambi yetu ya asili kama watumwa, unaweza kusoma Wagalatia 5:1. Tunaweza kupambana na shetani na majaribu yake kwa nguvu za Bwana.)

13. Wokovu wakati wa kuvuka bahari ya Shamu

Kutoka 14-15

Kutoka 14
5 Mfalme wa Misri aliambiwa ya kuwa wale watu wamekwisha kimbia; na moyo wa Farao, na mioyo ya watumishi wake, iligeuzwa iwe kinyume cha hao watu, nao wakasema, Ni nini jambo hili tulilotenda, kwa kuwaacha Waisraeli waende zao wasitutumikie tena? 6 Akaandaa gari lake, akawachukua watu wake pamoja naye; 7 tena akatwaa magari mia sita yaliyochaguliwa, na magari yote ya Wamisri, na maofisa wa kijeshi juu ya magari hayo yote. 8 Na BWANA akaufanya moyo wake Farao mfalme wa Misri kuwa mgumu, naye akawafuata wana wa Israeli; kwa sababu wana wa Israeli walitoka kwa jeuri.

Hata Farao alipokaribia, wana wa Israeli walipoangalia nyuma na kuona Wamisri wanakuja nyuma yao; wakaogopa sana; wana wa Israeli wakamlilia BWANA. 11 Wakamwambia Musa, Je! Kwa sababu hapakuwa na makaburi katika Misri umetutoa huko ili tufe jangwani? Mbona umetutendea haya, kututoa katika nchi ya Misri? 12 Neno hili silo tulilokuambia huko Misri, tukisema, Tuache tuwatumikie Wamisri? Maana ni afadhali kuwatumikia Wamisri kuliko kufa jangwani.

13 Musa akawaambia watu, Msiogope, simameni tu, mkauone wokovu wa BWANA atakaowafanyia leo; kwa maana hao Wamisri mliowaona leo hamtawaona tena milele. 14 BWANA atawapigania ninyi, nanyi mtanyamaza kimya.

15 BWANA akamwambia Musa, Mbona unanililia mimi? Waambie wana wa Israeli waendelee mbele. 16 Nawe inua fimbo yako, ukanyoshe mkono wako juu ya bahari, na kuigawanya; nao wana wa Israeli watapita kati ya bahari katika nchi kavu. 18 Na Wamisri watajua ya kuwa mimi ndimi BWANA, nitakapokwisha kujipatia utukufu kwa Farao, na magari yake, na farasi wake.

19 Kisha malaika wa Mungu, aliyetangulia mbele ya jeshi la Israeli, akaondoka akaenda nyuma yao; na ile nguzo ya wingu ikaondoka hapo mbele yao, ikasimama nyuma yao; 20 ikawa katikati ya jeshi la Misri na jeshi la Israeli; napo palikuwa na lile wingu na lile giza, lakini lilitoa nuru wakati wa usiku; na hawa hawakuwakaribia hawa usiku kucha.

21 Musa; akanyosha mkono wake juu ya bahari; BWANA akaifanya bahari irudi nyuma kwa upepo wa nguvu utokao mashariki, usiku kucha, akaifanya bahari kuwa nchi kavu, maji yakagawanyika. 22 Wana wa Israeli wakaenda ndani wakipita kwenye nchi kavu ndani ya bahari; huku maji yakiwa ukuta kwao mkono wa kulia na mkono wa kushoto.

23 Na wale Wamisri wakawafuata, wakaingia ndani kati ya bahari, farasi
wote wa Farao, na magari yake, na wapanda farasi wake. 24 Ikawa katika
zamu ya alfajiri, BWANA akalichungulia jeshi la Wamisri katika ile nguzo
ya moto na ya wingu, akalifadhaisha jeshi la Wamisri. 25
Akayakwamishao magurudumu ya magari yao, hata yakaenda kwa shida;
na Wamisri wakasema, Na tuwakimbieni Waisraeli; kwa kuwa BWANA
anawapigania.

26 BWANA akamwambia Musa, Nyosha mkono wako juu ya bahari, ili
maji yarudi tena juu ya Wamisri, juu ya magari yao, na juu ya farasi wao.
27 Musa akaunyosha mkono wake juu ya bahari, na kulipopambazuka,
bahari ikarudi kwa nguvu zake; Wamisri wakajaribu kuyakimbia maji na
BWANA akawaangamiza hao Wamisri katika bahari. 28 Yale maji
yakarudi yakafunikiza magari na wapanda farasi, hata jeshi lote la Farao
lililoingia katika bahari nyuma yao; hakusalia hata mtu mmoja.

29 Lakini wana wa Israeli wakaenda katika nchi kavu katikati ya bahari;
na hayo maji yalikuwa ni kuta upande wao wa kulia, na upande wao wa
kushoto. 30 Ndivyo BWANA alivyowaokoa Israeli siku ile mikononi
mwa Wamisri; Waisraeli wakawaona Wamisri ufuoni mwa bahari,
wamekufa. 31 Israeli akaiona ile kazi kubwa aliyoifanya BWANA juu ya
Wamisri, ndipo hao watu wakamcha BWANA, wakamwamini BWANA,
na Musa mtumishi wake.

Kutoka 15

1 Ndipo Musa na wana wa Israeli wakamwimbia BWANA wimbo huu
wakanena, na kusema,Nitamwimbia BWANA, kwa maana ametukuka
sana;Farasi na mpanda farasi amewatupa baharini.
2 BWANA ni nguvu zangu, na wimbop wangu;Naye amekuwa wokovu
wangu.Yeye ni Mungu wangu, nami nitamsifu;Ni Mungu wa baba yangu,
nami nitamtukuza.
3 BWANA ni mtu wa vita,BWANA ndilo jina lake
.4 Magari ya Farao na jeshi lake amewatupa baharini,Maofisa wake
wateule wamezama katika Bahari ya Shamu.

Maswali kuhusu Maandiko:
Wokovu wakati wa kuvuka bahari ya Shamu
Kutoka 14-15

Utangulizi:
Baada ya kuwapoteza watumwa waliotumikishwa katika nchi ya Misri kwa miaka 430, Farao aliona kwamba amefanya kosa. Aliwaruhusu wafanya kazi wake wote waliofanya kazi ngumu katika Misri. Sasa Wamisri wanahitaji kufanya kazi zaidi na zile za Waisraeli, na hawakupenda wazo hilo. Kwa hiyo Farao alikasirika mno alipotambua hasara aliyoipata, alikata shauri kuwafuata na kuwarudisha. Bwana huyo huyo aliyeonyesha uwezo katika mapigo, sasa anawalinda watu wake na kuwaondoa utumwani.

Nia:

Maalifa
- Kutambua kwamba Bwana ana nguvu zote, na anaweza kuwaokoa watu wake katika mazingira magumu.
- Tukumbuke kwamba anawalinda watu wake, na anawapigania, Yeye ni wokovu wetu.

Tabia
- Haina maana kuwaogopa wengine.
- Kumwamini Mungu kuna maana kusimama imara, na kumtambua kuwa Yeye ni Bwana Mungu, na kuvuka bahari iliyojaa maji kulia na kushoto.
- Tujiamini katika Bwana.

Matendo
- Tumfuate Bwana, hata kama tunafikia mwisho wa uwezo wetu.
- Tumsifu Mungu kwa ukuu wake, na wokovu wake.

Mistari ya Moyo:
Zaburi 118:6-8 "BWANA yuko upande wangu, sitaogopa;Mwanadamu atanitenda nini? BWANA yuko upande wangu, msaidizi wangu,Kwa hiyo nitawaona wanaonichukia wakiwa wameshindwa. Ni heri kumkimbilia BWANA Kuliko kuwatumainia wanadamu."
Isaya 43:2 "Upitapo katika maji mengi nitakuwa pamoja nawe; na katika mito, haitakugharikisha; uendapo katika moto, hutateketea; wala mwali wa moto hautakuunguza."

Scriptures for Further Study:
Ezra 8:31; Zaburi 91; 118; Mithali 3:5-6; Isaya 43:1-4

Maswali kuhusu Maandiko:

1. Nini kiliwafanya Farao na watumishi wake kubadilisha mawazo yao kuwarudishi Waisraeli? (Kutoka 14:5 – Farao na watumishi wake walitambua kwamba watakosa huduma za Waisraeli kama watumwa wao.)
2. Farao alikwenda pamoja na nani kujaribu kuwarudisha wana wa Waisraeli? (Kutoka 14:6-7 – Farao alikwenda pamoja na majeshi yake, pamoja na magari 600 mazuri ya kivita, na magari mengine yote ya kivita.)
3. Wana wa Israeli walifanyaje walipowaona Wamisri wanawakimbiza kwa magari ya kivita? Kwa nini walifanya hivyo? (Kutoka 14:10-12 – Walipowaona Wamisri wanawakaribia; waliogopa na kulimlilia Mungu. Walianza kumlaumu Musa, kwa sababu walifikiri kifo kimewafikia jangwani.)
4. Musa aliwajibu nini kundi la Wana wa Israeli walipoogopa? (Kutoka 14:13-14 – Msiogope. Simameni tu, mkauone wokovu wa Bwana atakaowafanyia leo; kwa maana hao Wamisri mliowaona leo hamtawaona tena milele. Bwana atawapigania ninyi, nanyi mtanyamaza kimya.
5. Mungu alimwambia Musa afanye nini? (Kutoka 14:15 – Awambie watu waendelee na safari, na anyanyue juu fimbo yake na mkono wake, anyoshe bahari ili ayagawe maji sehemu mbili, watu wapate kupita katika sehemu kavu.)
6. Mungu aliwatenganishaje Waisraeli na lile jeshi la Wamisri lilipowakaribia? (Kutoka 14:19-20 – "Kisha malaika wa Mungu, aliyetangulia mbele ya jeshi la Israeli, akaondoka akaenda nyuma yao; na ile nguzo ya wingu ikaondoka hapo mbele yao, ikasimama nyuma yao; ikafika kati ya jeshi la Misri na jeshi la Israeli; napo palikuwa na lile wingu na lile giza, lakini lilitoa nuru wakati wa usiku; na hawa hawakuwakaribia hawa usiku kucha.)
7. Waisraeli walivukaje bahari? (Kutoka 14:21-22 -- Bwana akaifanya bahari irudi nyuma kwa upepo wa nguvu utokao mashariki, usiku kucha, akaifanya bahari kuwa nchi kavu, maji yakagawanyika. Wana wa Israeli wakaenda ndani kati ya bahari katika nchi kavu; nayo maji yalikuwa ukuta kwao mkono wa kuume, na mkono wa kushoto)
8. Mungu aliwalindaje Waisraeli na kuangamiza Wamisri? (Kutoka 14:24-25 – Wamisri walipowafuata Waisraeli kwa njia ile ya bahari, Bwana akalifadhaisha jeshi la Wamisri. Akayaondoa magurudumu ya magari yao, hata yakaenda kwa uzito.)
9. Wamisri walisema nini walipotambua kwamba Bwana anawapigania? (Kutoka 14:25 – "Na tukimbie mbele ya Israeli; kwa kuwa Bwana anawapigania, kinyume cha Wamisri.")

10. Wamisri walikufaje? (Kutoka 14:26-28 – Bwana akamwambia Musa anyanyue mkono wake kulekea baharini, na aliyaruhusu maji yaendelee kupita. Maji yaliwauwa, hakupona hata mtu mmoja.)
11. Wana wa Israeli walifanyaje walipopata ukombozi? (Kutoka 14:31 & 15:1-3 – Walijibu kwa hofu walipoona nguvu za Mungu na waliweka tumaini kwake na kwa Musa kama mtumishi wa Bwana. Na waliimba wimbo wa kumsifu Bwana.)
12. Wimbo ilikuwa juu ya nini? (Kutoka 15:1-3 – Ulikuwa wimbo wa kumsifu Bwana, kumwambia Bwana ni jinsi gani Wamisri walivyowakimbiza, na Mungu aliwakomboa katika bahari ya Shamu. Walieleza jinsi Mungu alivyo mkuu, na hakuna Mungu kama Yeye.)

Maswali ya Kufanyia Kazi:

1. Ni jinsi gani Bwana anatupigania? (Kutoka 14:14 – Anaweza kutumia nguzo ya moto na ya wingu. Na anaweza kutumia nguvu za asili kama vile kuigawa bahari. Anaweza kutumia watu wa kawaida au kiongozi kama Musa, na anaweza kuwatumia watu wenye imani na wanaotembea kwa imani, kama vile waliotembea baharini. Anaweza kutumia malaika kwa Bwana kutuongoza na kutulinda.)
2. Je, tunategemeaje mawazo yetu au nguvu zetu, badala ya kumtegemea Mugnu? (Sisi ni sawa na jeshi la Misri tunapotegemea akili zetu. Sisi ni sawa na Wana wa Israeli tunapomtegemea Bwana na nguvu zake.)
3. Je, tunaogopa kama Waisraeli wakati tunapopata shida? (Kutoka 14:10-13 – Ni rahisi kuogopa tunapopata tatizo kubwa. Jeshi la Misri lilikuwa kubwa tena lenye nguvu, pamoja na magari ya kivita, na farasi na wanajeshi. Ni vizuri tukumbuke Bwana ni mkuu kiasi gani kuliko shida zetu. Unaweza kusoma Zaburi 118:6-8)
4. Je, tumesahau Bwana anavyotuongoza na anavyotukomboa? (Kutoka 14:11-12 – Ni kama tunasahau haraka sana, tunakuwa sawa na Waisraeli tunapoanza kunun'gunika, na kukumbuka tulipotoka.)
5. Kwa nini sisi kama Wakristo tunasahau kwa urahisi nguvu na miujiza aliyotufanyia Bwana katika maisha yetu?
6. Elezea tunawezaje kuwa na imani kama Musa katika maandiko haya. (Kutoka 14:13 – Musa alimwamini Mungu. Mungu alimwita Musa, alifanya miujiza, aliwatoa Waisraeli utumwani, na aliendelea kusubiri ahadi alizopewa. Anaamini Mungu anaweza kufanya kila kitu.)
7. Kuna watu wengi, kama Wamisri, ambao hawamjui Bwana. Watawezaje kumjua? (Kutoka 14:18 – Wanaweza kuona nguvu ya Mungu ikifanya kazi miongoni mwao. Wanaweza kuona nguvu

hii watakapomfuata. Wanaweza kusoma katika maandiko tuliyopewa.)

8. "Hakusalia hata mtu mmoja." Kutoka 14:28. Kwa nini Bwana anatupa adhabu wakati mwingine? (Bwana anapenda watu wote wamjue Yeye ndiye Bwana Mungu. Anawajibu wale wote wanaomlilia na kumkimbilia. Anawahukumu wale wote wanaoendelea kukataa kumfuata, kama Farao aliendelea kuwa na moyo mzito.)
9. Waisraeli waliweka tumaini lao kwa Bwana baada ya kuona alivyowakomboa kutoka kwa Wamisri. Je, umeshaona Mungu akikufanyia mambo fulani katika maisha yako na kukusababisha kumtegemea?
10. Kwa nini Mungu anastahili sifa na utukufu? (Kutoka 15:1-3 – Ni jambo zuri kumtukuza Bwana, na kumpa utukufu kwa matendo yake makuu aliyotufanyia, na kumshukuru kwa ulinzi wake, na kumsifu kwa wokovu wake.)
11. Hadithi hii inatufundisha nini juu ushujaa wa Bwana, Kutoka 15:3? (Mungu aliangamiza 600 ya kivita, na jeshi lote kwa nguvu zake, bila msaada. Waisraeli walihitaji tu kunyamaza kimya.)
12. Kwa sababu tuliweza kuona Bwana alivyoweza kuwalinda Wana wa Israli, je, unafikiri kwamba anaweza kukulinda pia?

14. Amri Kumi / N'gombe wa Dhahabu

Kutoka 24, 32

Kutoka 24
12 BWANA akamwambia Musa, Njoo huku juu kwangu mlimani, uwe
huku; nami nitakupa vibao vya mawe na ile sheria na hiyo amri
niliyoiandika ili uwafundishe. 15 Musa akapanda mlimani, lile wingu
likaufunikiza mlima. 17 Na kuonekana kwake ule utukufu wa BWANA
kulikuwa kama moto uteketezao, juu ya mlima machoni pa wana wa
Israeli. 18 Musa akaingia ndani ya lile wingu, akapanda mlimani; Musa
akawa humo katika ule mlima siku arubaini, mchana na usiku.

Kutoka 32
1 Hata watu walipoona ya kuwa Musa amekawia kushuka katika mlima,
wakakusanyana wakamwendea Haruni, wakamwambia, Haya!
Katufanyizie miungu itakayokwenda mbele yetu, kwa maana Musa huyo
aliyetutoa katika nchi ya Misri hatujui yaliyompata. 2 Haruni akawaambia,
Zivunjeni pete za dhahabu zilizo katika masikio ya wake zenu, na wana
wenu, na binti zenu, mniletee. 3 Watu wote wakazivunja pete za dhahabu
zilizo katika masikio yao, wakamletea Haruni. 4 Akaipokea mikononi
mwao akaitengeneza kwa patasi, akaifanya iwe sanamu ya ndama kwa
kuiyeyusha; nao wakasema, Hiyo ndiyo miungu yako, Ee Israeli,
iliyokutoa katika nchi ya Misri.5 Naye Haruni alipoona jambo hili,
akajenga madhabahu mbele yake; Haruni akatangaza akasema, Kesho
itakuwa sikukuu kwa BWANA. 6 Wakaondoka asubuhi na mapema,
wakatoa dhabihu, wakaleta sadaka za amani, watu wakaketi kula na
kunywa, wakaondoka wacheze.

7 BWANA akamwambia Musa, Haya! Shuka; kwa maana watu wako
uliowatoa katika nchi ya Misri wamejiharibu nafsi zao, 8 wamepotoka
upesi kuiacha ile njia niliyowaamuru, wamejifanyia ndama ya kuyeyusha
wakaiabudu na kuitolea dhabihu wakasema, "Hiyo ndiyo miungu yako, Ee
Israeli, iliyokutoa katika nchi ya Misri". 9 Tena BWANA akamwambia
Musa, Mimi nimewaona watu hawa, ni watu wakaidih 10 basi sasa niache,
ili hasira zangu ziwake juu yao, niwaangamize, nami nitakufanya wewe
uwe taifa kuu.

11 Musa akamsihi sana BWANA, Mungu wake, na kusema, BWANA,
kwa nini hasira zako kuwaka juu ya watu wako uliowaleta kutoka nchi ya
Misri kwa uweza mkuu, na kwa mkono wenye nguvu? 12 Kwa nini
Wamisri waseme, kuwa "Amewatoa ili awatende mabaya, apate kuwaua
milimani na kuwaangamiza watoke juu ya uso wa nchi?" Geuza katika
hasira yako kali, ughairi uovu huu ulio nao juu ya watu wako. 13
Mkumbuke Abrahamu, na Isaka, na Israeli, watumishi wako, ambao
uliwaapia kwa nafsi yako, na kuwaambia, Nitazidisha kizazi chenu mfano
wa nyota za mbinguni; tena nchi hii yote niliyoinena nitakipa kizazi chenu

nao watairithi milele. 14 Na BWANA akaughairi ule uovu aliosema ya kwamba atawatenda watu wake.

15 Basi, Musa akageuka akashuka katika mlima, na zile mbao mbili za mawe mikononi mwake; mbao zilizoandikwa pande zote mbili, upande huu na upande huu ziliandikwa. 16 Na zile mbao zilikuwa kazi ya Mungu nayo maandiko yalikuwa maandiko ya Mungu, yaliyochorwa katika zile mbao. 19 Hata alipokaribia kambini akaiona ile ndama, na ile michezo. Hasira ya Musa ikawaka, akazitupa zile mbao mikononi mwake, akazivunja chini ya mlima. 20 Akaitwaa ile ndama waliyoifanya, akaichoma moto, akaisaga hata ikawa mavumbi, akainyunyiza juu ya maji, akawanywesha wana wa Israeli. 21 Musa akamwambia Haruni Watu hawa wamekufanya nini hata ukaleta dhambi hii kuu juu yao?

22 Haruni akasema, Hasira ya bwana wangu isiwake, wewe unawajua watu hawa, ya kuwa wamejielekeza kwa mabaya. 23 Maana waliniambia, Katufanyie miungu, itakayokwenda mbele yetu, kwa maana mtu huyo Musa, aliyetutoa katika nchi ya Misri, hatujui yaliyompata. 24 Nikawaambia, Mtu yeyote aliye na dhahabu na aivunje; basi wakanipa, nami nikaitupa ndani ya moto, akatoka ndama huyu.25 Basi Musa alipoona ya kuwa watu hawa wameasi, maana Haruni amewaacha waasi, na kuwa dhihaka kati ya adui zao, 26 ndipo Musa akasimama katika mlango wa kambi, akasema, Mtu yeyote aliye upande wa BWANA, na aje kwangu. Wana wa Lawi wote wakamkusanyikia 27 Akawaambia, BWANA, Mungu wa Israeli, asema hivi, Kila mtu na ajifunge upanga wake pajani mwake, akapite huku na huko toka mlango hata mlango kati kambi, mkamchinje kila mtu ndugu yake, na kila mtu mwenziwe na kila mtu jirani yake. 28 Na hao wana wa Lawi wakafanya kama vile alivyosema Musa, wakaanguka siku ile kama watu elfu tatu

30 Hata asubuhi yake Musa akawaambia watu, Mmetenda dhambi kuu; na sasa nitakwenda juu kwa BWANA, labda nitafanya upatanisho kwa ajili ya dhambi yenu. 31 Musa akarejea kwa BWANA akasema, Aa! Watu hawa wametenda dhambi kuu wamejifanyia miungu ya dhahabu. 32 Lakini sasa, ikiwa utawasamehe dhambi yao – na kama sivyo, unifute, nakusihi, katika kitabu chako ulichoandika. 33 BWANA akamwambia Musa, Mtu yeyote aliyenitenda dhambi ndiye nitakayemfuta katika kitabu changu. 34 Basi sasa uende ukawaongoze watu hawa mpaka mahali pale ambapo nimekwambia habari zake; tazama, malaika wangu atakutangulia; pamoja na hayo siku nitakayowajia nitawapatiliza kwa ajili ya dhambi yao. 35 BWANA akawapiga hao watu, kwa tauni kwa kuifanya ile ndama, ambayo Haruni aliifanya.

Maswali kuhusu Maandiko:
Amri Kumi / N'gombe wa Dhahabu
Kutoka 24, 32

Utangulizi:
Baada ya kuwasaidia Waisraeli kuvuka Bahari ya Shamu na kukombolewa kutoka kwa jeshi la Misri, Mungu aliendelea kuwaongoza kila siku jangwani kwa kutumia nguzo ya wingu wakati wa mchana, na nguzo ya moto wakati wa usiku. Ilikuwa wazi kwa Wana wa Israeli na nchi zote zilizowazunguka, kwamba Mungu alikuwa na watu wake. Walipofika mlima Sinai, Musa alipoona kichaka kilichowaka moto, Musa alikwenda mlimani ili awe karibu na Mungu, alikwenda siku 40. Wakati ule, Bwana alimpa amri zake kwa Wana wa Israeli. Watu walichoka kumsubiri Musa, walitengeneza sanamu, na walianza kuiabudu. Musa alikwenda juu ya mlima, na kutengeneza upatanisho kwa ajili ya dhambi zao, na kuwaombea Wana wa Israeli. Pale msalabani, Yesu aliomba, "Baba uwasamehe, kwa sababu hawajui watendalo."

Nia:

Maalifa
- Kushuhudia kwamba kuna Mungu mmoja tu, na Yeye ni Mtakatifu.
- Tuelewe kwamba ana wivu na watu wake, na hapendi wapotee.
- Tutambue kwamba sisi ni wenye dhambi, na tunamwacha Mungu haraka, na kuabudu vitu tunavyovitengeneza.
- Tutambue kwamba Bwana ametupa amri zake ili tutambue dhambi zetu, na tumkumbuke Yesu, ili atuonyeshe jinsi ya kuishi.

Tabia
- Tuheshimu uhuru wetu, tusitumie vibaya kwa kutengeneza miungu yetu na kufuata tamaa. Tukifanya hivyo tutubu mara moja.
- Tuwe na uvumilivu kwa utukufu wa Bwana, na kutenda haki.

Matendo
- Tuwe watumishi viongozi, ambao tunapeleka Neno la Mungu kwa wengine, na kuwaombea wakikosa na kuleta amani inapohitajiwa.

Mstari wa Moyo:
Kutoka 20:2-3 "Mimi ni Bwana, Mungu wako, niliyekutoa katika nchi ya Misri, katika nyumba ya utumwa. Usiwe na miungu mingine ila mimi."

Scriptures for Further Study:
Kutoka 20:2-6; 34:14; Zaburi 106:19-23; Isaya 44:13-19; Yeremia 10:1-6; 1 Wakorintho 10:1-11; Yakobo 4:4; 1 Yohana 2:15-17

Maswali kuhusu Maandiko:

1. Kwa nini Bwana alimwita Musa juu ya mlima? (Kutoka 24:12 – Bwana alimwita Musa ili ampe sheria na amri za kuwaongoza watu.)
2. Nani aliandika na kutoa hizi amri? (Kutoka 24:12 – Mungu mwenyewe. Unaweza kusoma Kutoka 31:18, 32:16)
3. Waisraeli waliona nini juu ya mlima Sinai uwepo wa Mungu ulipoonekana? (Kutoka 24:15-17 – Mawingu yalifunika mlima, na utukufu wa Bwana ulionekana kama moto.)
4. Musa alikaa na Bwana mlimani kwa muda gani? (Kutoka 24:18 – Siku na mchana arobaini.)
5. Watu walimwambia nini Aroni walipoona kwamba Musa anachelewa kurudi? (Kutoka 32:1 – 'Haya! Katufanyizie miungu itakayokwenda mbele yetu')
6. Aroni aliwatengenezea nini watu? (Kutoka 32:3-4 – Aliwantengenezea mungu wa sanamu kwa mfaano wa ndama kutoka dhahabu na vipuri vilivyokuwa vimevivaaliwa nao.)
7. Watu walimtambuaje yule ndama? (Kutoka 32:4 – Walimwabudu kama mungu aliyewakomboa kutoka Misri.)
8. Aroni alimtengenezaje na alimwitaje yule ndama baada ya watu kumwabudu? (Kutoka 32:5 – Alijenga madhabahu mbele ya ndama kwa ajili ya sadaka, na kumwita yule ndama jina takatifu, "Yahweh".)
9. Mungu aliwafanyia nini walipomwabudu yule ndama? (Kutoka 32:7-10 – Kwa kumwabudu yule ndama, Bwana Mungu alikasirika sana na alitaka kuangamiza wote, na kuanza upya na Musa kama kiongozi wa watu waliochaguliwa, kwa sababu watu walimwacha Mungu mapema.)
10. Musa alijibu nini Mungu alipomwambia kwamba Waisraeli ni watu wake? (Kutoka 32:11 – Musa alimwambia Mungu kwamba ni watu Wake, na kumweleza kwamba ni warithi wa ahadi.)
11. Musa alimwambia nini Bwana ili asiwangamize na adhabu? (Kutoka 32:11-13 – Musa alimwita Mungu, na alimwomba kwa bidii ili akumbuke ahadi ya agano kwa watumishi wake Abrahamu, Isaaka na Israeli (Yakobo), na asiwaangamize watu hawa sasa.)
12. Musa alifanya nini alipowaona watu na yule ndama walimtengeneza? (Kutoka 32:19-20 – Musa alikarisika mno, na aliangusha na kuvunja vile vipande viwili vya mbao chini ya mlima. Alimchukua yule ndama, na kumchoma moto, halafu walimtengenza na kumsaga unga. Na kuwafanya watu wanywe maji yaliyokoroga na unga ule.)

13. Nani aliwaongoza watu waingie katika dhambi hii ya kuabudu ndama? (Kutoka 32:21 – Aroni.)
14. Aroni alimjibu nini Musa alipoulizwa kwa nini alimtengeneza huyu ndama? (Kutoka 32:22-24 – Aroni alisema 'Si hawa watu?' yaani Wana wa Israeli, alisema walimwomba sana atengeneze. Aroni alisema kwamba yeye alitupa dhahabu ndani ya moto na ndama akatoka, na vile hakuhusika.)
15. Watu walifanya matendo gani wakati huo? (Kutoka 32:25 – "watu hawa wameasi, maana Haruni amewaacha waasi, ili wawe dhihaka kati ya adui zao")
16. Watu hao 3,000 walikufaje siku ile? (Kutoka 32:25-28 – Musa aliwaita wale waliomtegemea Mungu wamfuate, na aliwaambia kila mmojawao achukue upanga na kwenda huko na huko katika marago na wawauwe wenye dhambi.)
17. Musa alitamani kufanya nini baada ya kuwachinja, na kumwangamiza yule ndama? (Kutoka 32:30 – Na alijaribu kutengeneza upatanisho kwa dhambi za watu, na baada ya jambo hili alipanda mlimani tena.)
18. Bwana alimjibuje Musa alipomwomba Mungu awasamehe watu, la sivyo amfute kitabu chake cha uzima? (Kutoka 32:33-34 – Mungu alimjibu mtu ye yote aliyemtenda dhambi Bwana ndiye atakayemfuta katika kitabu chake. Atatoa adhabu kwa wenye dhambi. Kwa sababu hiyo, aliwapa adhabu kwa sababu ya dhambi zao.)

Maswali ya Kufanyia Kazi:

1. Kwa nini Bwana alitupa amri kumi? (Kutoka 24:12 – Ametupa amri kumi ili atufundishe Yeye ni nani, na sisi ni nani. Kwanza, amri zinatuonyesha utakatifu wa Mungu na maovu yetu. Pili, tunapotambua maovu yetu, tunaona sisi ni wahitaji, na tunahitaji mtu wa kutupatanisha na Mungu. Tatu, amri zinatufundisha jinsi ya kuishi maisha ya kumpendeza Mungu.)
2. Kwa njia gani tunatengeneza na kuiabudu miungu ya sanamu na kumkasirisha Mungu? (Kutoka 32:10 – Wakati wowote tunapoabudu sanamu ambalo si Mungu, na kulipa kipao mbele, tunamkosea Mungu.)
3. Ni njia zipi ambazo tunamkosea Mungu na kufuata njia zetu?
4. Ina maana gani Mungu anaposema Yeye ni Mungu mwenye wivu? (Kutoka 20:5 – Anawataka wanawe kumpenda na kumwabudu Yeye pekee yake. Wivu huu si mbaya, kwa sababu Yeye pekee yake ndiye anayestahili kuabudiwa.)
5. Watu walikuwa watumwa kule Misri na sasa wapo huru, na wanarudi utumwani tena, yaani kumtumikia mungu wa kidunia. Ni vitu gani vinavyotufanya kuwa watumwa? (Kutoka 32:7-9 – Tunaweza kutumikia kazi yetu, kama walivyofanya Misri.

Tunaweza kuwatumikia miungu ya uwongo, kama yule ndama. Tunaweza kuwa watumwa wa starehe, kama Waisraeli walivyofanya wakati wa sherehe. Tunaweza kuwa mtumwa wa mtu mwingine kama Aroni alivyofanya.)

6. Tunafananaje na Aroni katika hadithi hii? (Alikuwa kiongozi dhaifu, na aliogopa kuwaambia watu lililo kweli. Yeye binafsi aliishi katika dhambi, aliwaruhusu watu wawe waasi, na kutomheshimu Bwana na kila kitu alichowafanyia.)
7. Ni wakati gani tunafanana na Musa katika maandiko? (Kama isingalikuwa Musa, Mungu angaliangamiza watu wote wa Israeli. Aliwapenda watu, na kuwaombea, ingawa walikuwa waasi na wasiotii.)
8. Ni kitabu gani Musa alichukia kizungumzia pale aliposema "Vuta jina langu katika kitabu chako"? (Kutoka 32:32 – Kitabu cha Uzima -- Ufunuo wa Yohana 20:11-15. Alimwomba Mungu yeye mwenyewe afe, ili watu waweze kurithi uzima wa milele. Unaweza kusoma Warumi 9:3 and 10:1)

TERM II

The Promised Land through the Prophets

15. Wapelelezi Kumi na Wawili

Hesabu 13-14

Hesabu 13
1 Kisha BWANA akanena na Musa, akamwambia, 2 Tuma watu, ili
waende wakaipeleleze nchi ya Kanaani, niwapayo wana wa Israeli; katika
kabila la baba zao mtamtuma mtu mmoja, kila mtu na awe mkuu kati yao.
3 Basi Musa akawatuma kutoka nyika ya Parani kama alivyoagizwa na
BWANA; wote walikuwa ni watu walio vichwa vya wana wa Israeli.

17 Musa akawatuma ili waipeleleze nchi ya Kanaani, akawaambia,
Pandeni sasa katika Negebu mkapande milimani, 18 mkaitazame nchi ni ya
namna gani; na watu wanaokaa ndani yake, kama ni wenye nguvu au
dhaifu, kama ni wengi au wachache; 19 na nchi wanayoikaa kama ni nzuri
au mbaya na kama wanakaa katika kambi au katika ngome; 20 nayo nchi
ni ya namna gani, kama ni nchi ya utajiri au ya umaskini; kama ina misitu
au haina. Kuweni na mioyo ujasiri, mkayalete matunda ya nchi. Basi
wakati ule ulikuwa wakati wa kuiva zabibu za kwanza. 21 Basi wakapanda
wakaipeleleza nchi toka jangwa la Sini hadi Rehobu, mpaka kuingia
Hamathi. 23 Wakafika bonde la Eshkoli, na huko wakakata tawi lenye
kishada kimoja cha zabibu, wakalichukua kwa mti kati ya watu wawili;
wakaleta makomamanga pia, na tini. 24 Bonde lile liliitwa bonde la
Eshkolix kwa sababu ya hicho kishada walichokata huko wana wa
Israeli.Taarifa ya wapelelezi 25 Wakarejea baada ya kuipeleleza nchi,
mwisho wa siku arubaini.

26 Wakaenda wakafika kwa Musa, na kwa Haruni, na kwa mkutano wote
wa wana wa Israeli, katika jangwa la Parani, huko Kadeshi; wakawaletea
habari, wao na mkutano wote, wakawaonesha matunda ya nchi. 27
Wakamwambia wakasema, Tulifika nchi ile uliyotutuma, kwa hakika, ni
nchi yenye wingi wa maziwa na asali, uthibitisho, haya ndiyo matunda
yake. 28 Lakini watu wanaokaa katika nchi ile ni wenye nguvu, na miji
yao ina maboma, nayo ni makubwa sana; na pamoja na hayo tuliwaona
wana wa Anaki huko.

30 Kalebu akawatuliza watu mbele ya Musa, akasema, Na tupande mara
moja tukaimiliki; maana twaweza kushinda bila shaka. 31 Bali wale watu
waliopanda pamoja naye wakasema, Hatuwezi kupanda tupigane na watu
hawa; kwa maana wana nguvu kuliko sisi. 32 Wakawaletea wana wa
Israeli habari mbaya ya ile nchi waliyoipeleleza, wakasema, Ile nchi
tuliyopita kati yake ili kuipeleleza, ni nchi inayowala wakazi wake; na
watu wote tuliowaona ndani yake ni watu wakubwa mno. 33 Kisha, huko
tuliwaona Wanefili, wana wa Anaki, waliotoka kwa hao Wanefili;
tukajiona nafsi zetu kuwa kama mapanzi; nao ndivyo walivyotuona sisi.

Hesabu 14

1 Mkutano wote wakapaza sauti zao wakalia; watu wakatoka machozi
usiku ule. 2 Kisha wana wa Israeli wote wakamnung'unikia Musa na
Haruni; mkutano wote wakawaambia, Ingekuwa heri kama tungalikufa
katika nchi ya Misri, au, ingekuwa heri kama tungalikufa katika jangwa
hili. 3 Mbona BWANA anatuleta mpaka nchi hii ili tuanguke kwa upanga?
Wake zetu na watoto wetu watakuwa mateka; je! Si afadhali turudi Misri?
4 Wakaambiana, Na tumweke mtu mmoja awe kiongozi, tukarudi Misri.

5 Ndipo Musa na Haruni wakaanguka kifudifudi mbele ya kusanyiko la
wana wa Israeli. 6 Na Yoshua mwana wa Nuni, na Kalebu mwana wa
Yefune, waliokuwa miongoni mwao walioipeleleza nchi, wakararua nguo
zao; 7 wakanena na mkutano wote wa wana wa Israeli wakasema, Nchi ile
tuliyopita kati yake ili kuipeleleza, ni nchi njema mno ya ajabu. 8 Ikiwa
BWANA anatufurahia, atatuingiza katika nchi hii atupe iwe yetu, nayo ni
nchi yenye wingi wa maziwa na asali. 9 Lakini msimwasi BWANA, wala
msiwaogope wale wenyeji wa nchi, maana wao ni chakula kwetu; kinga
iliyokuwa juu yao imeondolewa, naye BWANA yuko pamoja nasi;
msiwaogope. 10 Lakini mkutano wote wakaamuru wapigwe kwa mawe.
Ndipo utukufu wa BWANA ukaonekana katika hema ya kukutania, mbele
ya wana wa Israeli wote.

11 BWANA akamwuliza Musa, Je! Watu hawa watanidharau hadi lini?
Wasiniamini hadi lini? Nijapokuwa nimefanya ishara hizo zote kati yao. 12
Nitawapiga kwa tauni, na kuwaondolea urithi wao, nami nitakufanya wewe
kuwa taifa kubwa, kisha yenye nguvu kuliko wao.

13 Basi Musa akamwambia BWANA, Ndipo Wamisri watasikia habari
hiyo; kwa kuwa wewe uliwaleta watu hawa kwa uweza wako, kutoka kati
yao; 14 kisha watawaambia wenyeji wa nchi hii; wamesikia wao ya kuwa
wewe BWANA u kati ya watu hawa; maana, wewe BWANA waonekana
uso kwa uso, na wingu lako lasimama juu yao, kisha wewe watangulia
mbele yao, katika nguzo ya wingu mchana, na katika nguzo ya moto usiku.
15 Basi kama wewe ukiwaua watu hawa mfano wa mtu mmoja, ndipo
mataifa yaliyosikia habari za sifa zako watakaponena na kusema, 16 Ni
kwa sababu yeye BWANA hakuweza kuwaleta watu hao kuwatia katika
nchi aliyowaapia, kwa ajili ya hayo amewaua nyikani. 17 Basi sasa
nakusihi sana, uweza wa Bwana wangu na uwe mkuu, kama ulivyonena,
uliposema, 18 BWANA ni mpole wa hasira, mwingi wa rehema, mwenye
kusamehe uovu na makosa, naye hatamfanya mwenye hatia kuwa hana
makosa kwa njia yoyote; mwenye kuwapatiliza wana kwa uovu wa baba
zao, katika kizazi cha tatu na cha nne. 19 Nakusihi, usamehe uovu wa watu
hawa, kama ukuu wa rehema yako ulivyo, kama ulivyowasamehe watu
hawa, tangu huko Misri hata hivi sasa.

20 BWANA akasema, Mimi nimewasamehe kama neno lako lilivyokuwa;

21 lakini hakika yangu, kama niishivyo, tena kama dunia hii nzima
itakavyojawa na utukufu wa BWANA; 22 kwa sababu watu hawa wote,
ambao wameuona utukufu wangu na ishara zangu, nilizozitenda huko
Misri, na huko jangwani, pamoja na haya wamenijaribu mara hizi kumi,
wala hawakuisikiza sauti yangu; 23 hakika yangu hawataiona hiyo nchi
niliyowaapia baba zao, wala katika hao wote walionidharau hapana
atakayeiona; 24 lakini mtumishi wangu Kalebu, kwa kuwa alikuwa na
roho nyingine ndani yake, naye amenifuata kwa moyo wote, nitamleta
yeye mpaka nchi hiyo aliyoingia; na wazao wake wataimiliki. 25 Basi
Mwamaleki na Mkanaani wakaa katika bonde; kesho geukeni, mkaende
jangwani kwa njia iendayo Bahari ya Shamu

36 Kisha hao watu, ambao Musa aliwatuma waipeleleze nchi, waliorudi,
na kufanya mkutano wote kumnung'unikia, kwa walivyoleta habari mbaya
juu ya nchi,
38 Lakini Yoshua mwana wa Nuni, na Kalebu mwana wa Yefune,
wakabaki hai miongoni mwa wale watu waliokwenda kuipeleleza nchi.39
Kisha Musa akawaambia wana wa Israeli wote maneno haya, na hao watu
wakaomboleza sana.

Kwa hivyo Waisraeli walirejea jangwani ambapo walitangatanga kwa miaka 40 - mwaka mmoja kwa kila siku wapelelezi walikuwa wamechunguza Kanaani - na kila mtu wa miaka ishirini au zaidi alikufa nyikani.

Maswali kuhusu Maandiko: Wapelelezi Kumi na Wawili

Hesabu 13-14

Utangulizi:

Baada ya miujiza ya kutoka Misri, na miujiza ya kuvuka bahari ya Shamu, Waisraeli walimfuata Mungu juu ya mlima wa Sinai na kufuata sheria zake. Walikuwa tayari kuingia Kaanani, katika nchi ya ahadi walioahidiwa wana wa Abrahamu. Walifuata taratibu walizopewa na Mungu kwa kupitia mtumishi Musa, walikutana na changamoto nyingi njiani. Mwishoe, walifika mpakani mwa Nchi waliyoahidiwa. Kuna imani za namna mbili ambazo zilitolewa na Wapelelezi. Imani ya kwanza ni wale waliotumaini ahadi ya Bwana, na kundi la pili ni wale wasiotumaini ahadi ya Bwana.

Nia:

Maalifa

- Tutambue kwamba Bwana anatamani kutupa vitu vizuri.
- Kumkumbuka Bwana ni kitu cha thamani na anatuongoza, kama alivyotuahidi.
- Kujua kwamba Bwana anasamehe na anaruhuma Rehema, Ingawa, atawaadhibu wale wanaoishi katika dhambi.

Tabia

- Tunapokuwa na imani haba kwa ahadi za Bwana, tutubu. Na tunapong'ununika tunahitaji kumwomba msamaha Bwana Mungu.
- Tumwamini Mungu Yeye anaweza kufanya kila kitu, hatuna sababu ya kuogopa, Bwana akiwa upande wetu.

Matendo

- Tumfuate Bwana kwa imani, hata kama kuna vikwazo vikubwa.
- Tuwe viongozi waminifu tunaomfuata Bwana na Neno lake, ingawa mambo haya yanaleta ugumu na uadui.

Mstari wa Moyo:

Hesabu 14:18 "BWANA ni mpole wa hasira, mwingi wa rehema, mwenye kusamehe uovu na makosa, naye hatamfanya mwenye hatia kuwa hana makosa kwa njia yoyote; mwenye kuwapatiliza wana kwa uovu wa baba zao, katika kizazi cha tatu na cha nne."

Scriptures for Further Study:

Kutoka 23:2; Waebrania 11:6

Maswali kuhusu Maandiko:

1. Nini kinashirikishwa na wapelelezi wa nchi? (Hesabu 13:1-3 17-20, 25 – Bwana alimwambia Musa achague kiongozi mmoja katika kila kabila la Israeli. Musa aliwatuma kama Bwana

alivyomwamuru. Wale wapelelezi waliambiwa wagundue habari juu ya nchi, watu, na miji. Walifanya kazi kwa siku arobaini.)

2. Waliporudi walileta ripoti gani? (Hesabu 13:27-28 – Walisema kwamba ardhi ilikuwa nzuri sana, lakini watu walikuwa wenye nguvu na miji ilikuwa imara.)
3. Nini tofauti ya ushauri wa Yoshua, Kalebu na wale wapelelezi wengine? (Hesabu 13:30, 14:6-9 – Kalebu na Yoshua walileta habari kwamba ardhi ilikuwa bora, waliwatia watu moto kwamba kama Mungu amependezwa atawapa. Waliwatia moyo wasiogope, na wasiache kumheshimu Bwana.)
4. Watu walipokeaje riporti ya wapelelezi? Vipi kuhusu riporti ya Yoshua na Kalebu? (Hesabu 14:1-4, 10 – Watu walilia na kupaza sauti, waling'ununika dhidi ya Musa na Aroni. Watu walimlamu Mungu kwamba
"ametuleta hapa ile tufe." Walatamaani kurudi Misri. Walizungumza juu ya kuwapiga mawe Yoshua na Kalebu.)
5. Kwa nini Waisraeli walichagua kutomwuliza Bwana kuhusu mikwazo wale wapelelezi waliporudi kutoa riporti.)
6. Bwana alisema nini juu ya wasifu wa watu wa Israeli, na Bwana alitaka kufanya nini kwa watu wa Israeli? (Hesabu 14:11-12 – Walikata kumwamini kama Mungu wao, na hawakumpenda. Bwana alisema atawaangamiza kwa pigo, na kujenga taifa la watu wapya, kwa kupitia Musa.)
7. Musa alimwambia nini Mungu kilichomfanya abadilishe mawazo yake? (Hesabu 14:13-19 – Musa alimwomba Mungu awasamehe dhambi zao. Musa alimwambia Bwana kwamba "Ukiwangamiza watu hawa, watu watapashana habari", na 'jambo hili litapunguza heshima ya jina lako'. Watu watafikiri kwamba Bwana ndiye aliyewauwa, kwa sababu hakuweza kuwapeleka katika Nchi ya Ahadi.)
8. Musa alisema nini juu ya wasifu wa Bwana, hasa juu ya hasira na msamaha wa dhambi? (Hesabu 14:18 – "Bwana ni mpole wa hasira, mwingi wa rehema, mwenye kusamehe uovu na makosa, naye hatamfanya mwenye hatia kuwa hana makosa kwa njia yo yote").
9. Mungu aliwajibuje watu wake? (Hesabu 14:20-23 – Bwana aliwasamehe kama Musa alivyoomba, lakini aliwapa adhabu wale wazee wote walioona miujiza yake lakini hawakumwamini. Hakuwapa nafasi ya kuiona Nchi ya Ahadi. Unaweza kusoma Hesabu 14:29.)
10. Bwana aliwaonaje wale wapelelezi 12, na aliwachukuliaje? (Hesabu 14:6, 24, 36 – Kalebu na Yoshua walimfuata Bwana kwa moyo wao wote. Wale wapelelezi kumi hawakumheshimu Bwana, walikuwa na imani haba, na waliwapotosha wengine. Walipata pigo na kufa mbele za Mungu.)

Maswali ya Kufanyia Kazi:

1. Bwana ana mipango gani nasi? (Hesabu 13:26-27 – Bwana ana mipango ya kutupa vitu vizuri, kama alivyofanya kwa Waisraeli.)
2. Ni nani aliye muhimu kwetu tunapopata vikwazo au changamoto, na hali yetu inapoonekana mbaya? (Bwana ndiye kila kitu, twenda kwake pasipo mashaka, kwa sababu Yeye ana hekima yote, Yeye anatawala vikwazo vyote na matendo yote.)
3. Kwa nini tunakata tamaa mapema tunapopata vikwazo na tunafikiri kurudia maisha yetu ya mwanzo? (Hesabu 14:4 – Tunarudi nyuma kwa sababu mambo mazuri yanaonekana kuwa magumu, hatuamini kwamba Mungu yupo pamoja nasi, na tunaogopa.)
4. Je tunawasikiria viongozi wetu kama Waisraeli walivyofanya? (Hesabu 14:10 – Pia tunaogopa, na kufikiri kwamba hali yetu ni mbaya, na kuwaalaumu badala ya kumwamini Mungu.)
5. Kwa njia gani tunaonyesha kutomheshimu Bwana na kukataa kumwamini, ingawa tunaona miujiza yake anayotutendea? (Hesabu 14:11 – Tumepewa maalifa na Yesu, tuna kumbukumbu ya Maandiko, na maalifa kutoka kizazi na kizazi, lakini bado tunaweka mashaka, na pia tunang'ununika juu ya viongozi wa Bwana, tunapenda kurudi katika utumwa wa dhambi.)
6. Tunajifunza nini tunapoona Bwana hajaangamiza Wana wa Israeli? (Hesabu 14:18 – "Bwana ni mpole wa hasira, mwingi wa rehema, mwenye kusamehe uovu na makosa")
7. Tunawezaje kumfuata Bwana kwa moyo wetu wote kama alivyofanya Kalebu? (Hesabu 14:24 – Hii ina maana kwamba tumfuate Bwana kwa hiali yetu, jinsi ulivyo, kumwamini Mungu na kazi zake, na kuona matund aya Bwana.)
8. Nini kilimfanya Bwana abadili mawazo yake na kuwasamehe watu badala ya kuwaangamiza? Jambo hili linatufundisha nini juu ya kuwaombea wengine? (Hesabu 14:19-20 – Bwana ndiye alichagua kuwasamehe watu, kwa sababu ya maombi ya Musa. Jambo hili linatuonyesha ni muhimu kuwaombea wengine, kwa sababu inabadilisha maisha yao.)
9. Tunajifunza nini juu ya nafasi ya Mungu katika somo hili? (Tumejifunza kwamba Bwana atatimiza ahadi zake. Pia tunajifunza kwamba Bwana anatusamehe dhambi zetu, wakati huo huo anatoa hukumu kwa haki tunaposhinwa kungama.)
10. Tunawezaje kusimama katika Bwana kama walivyofanya Yoshua na Kalebu?
11. Tunajifunza nini kuhusu uongozi katika maandiko haya? (Tunajifunza kwamba watu wanaweza kupotea kwa ushauri mbaya. Ni muhimu kwa viongozi kumtegemea Bwana, na kuamini nguvu zake, badala ya kuwaamini sana watu. Wawe na macho ya Kiroho, na si macho ya kawaida tu.)

12. Kwa nini ni muhimu kumfuata Mungu na si watu, tumeona katika hadithi hii? (Ni jambo muhimu kumfuata Bwana badala ya watu, kwa sababu Mungu ni mwanifu kwa wao wanaomwamini. Bwana ni mwaminifu, tena ni mkweli katika utawala wake. Si busala kutegemea tu mawazo ya watu, kwa sababu wao si wakamilifu, na mara nyingi wanafanya maamuzi wakiwa na woga.)

16. Yoshua na Vita vya Yeriko

Yoshua 6

Yoshua 6
1 Basi Yeriko ulikuwa umefungwa kabisa kwa sababu ya Waisraeli; hapana mtu aliyetoka wala hapana mtu aliyeingia.

2 BWANA akamwambia Yoshua, Tazama, nimeutia Yeriko katika mkono wako, na mfalme wake, na mashujaa wake. 3 Nanyi mtauzunguka mji huu, wapiganaji wote, mkiuzunguka mji mara moja. Fanya hivi siku sita. 4 Na makuhani saba watachukua baragumu saba za pembe za kondoo dume, watatangulia mbele za hilo sanduku; na siku ya saba mtauzunguka mji mara saba, nao makuhani watapiga baragumu zao. 5 Kisha itakuwa watakapopiga hizo pembe za kondoo dume kwa nguvu, nanyi mtakaposikia kwa mlio wa baragumu, watu wote watapiga kelele kwa sauti kuu; na ukuta wa mji utaanguka chini pale pale, na hao watu watapanda, kila mtu akiendelea mbele kukabili.

6 Bali Yoshua, mwana wa Nuni, akawaita makuhani, akawaambia, Lichukueni sanduku la Agano, tena makuhani saba na wachukue mabaragumu saba za pembe za kondoo dume watangulie mbele ya sanduku la BWANA. 7 Naye akawaambia watu, Piteni mbele, mkauzunguke mji, na hao watu wenye silaha na watangulie mbele ya sanduku la BWANA.

8 Basi ikawa Yoshua alipokwisha kusema na watu, wale makuhani saba, wenye kuzichukua baragumu saba za pembe za kondoo dume mbele za BWANA, watatangulia, wakayapiga hayo mabaragumu; nalo sanduku la Agano la BWANA likawafuata. 9 Wale watu wenye silaha walikwenda mbele ya hao makuhani walioyapiga mabaragumu, na wale waliokuwa nyuma wakalifuata hilo sanduku; makuhani wakiyapiga mabaragumu walipokuwa wakienda. 10 Yoshua akawaamuru watu, akasema Msipige kelele, wala sauti zenu zisisikiwe, wala neno lolote lisitoke kinywani mwenu, hadi siku ile nitakapowaamuru kupiga kelele, ndipo mtakapopiga kelele. 11 Basi akalipeleka sanduku la BWANA liuzunguke huo mji, likauzunguka mara moja, kisha wakaenda kambini wakakaa humo kambini.

12 Yoshua akaondoka asubuhi na mapema, nao makuhani wakalichukua sanduku la BWANA. 13 Na wale makuhani saba wakayachukua mabaragumu saba ya pembe za kondoo dume mbele ya sanduku la BWANA, wakaenda huku wakiyapiga mabaragumu; nao watu wenye silaha wakawatangulia, na hao waliokuwa nyuma wakalifuata sanduku la BWANA; huku makuhani wakiyapiga mabaragumu bila kukoma. 14 Siku ya pili wakauzunguka mji mara moja, wakarejea kambini; ndivyo walivyofanya siku sita.

15 Ikawa siku ya saba wakaondoka asubuhi na mapema wakati wa
mapambazuko, wakauzunguka mji vivyo hivyo mara saba; ni siku hiyo tu
ambapo waliuzunguka huo mji mara saba. 16 Hata mara ya saba makuhani
wakayapiga mabaragumu, Yoshua akawaambia watu, Pigeni kelele; kwa
maana BWANA amewapeni mji huu. 17 Na mji huu utakuwa wakfu kwa
BWANA, mji wenyewe na vitu vyote vilivyomo; isipokuwa Rahabu, yule
kahaba, ataishi, yeye na watu wote walio pamoja naye nyumbani, kwa
sababu aliwaficha hao wapelelezi tuliowatuma. 18 Na ninyi, msikose
kujiepusha na kitu kilichowekwa wakfu; msije mkakitwaa kitu
kilichowekwa wakfu, baada ya kukiweka wakfu; nanyi hivyo mtaifanya
kambi ya Israeli kuwa imelaaniwa na kuifadhaisha. 19 Lakini fedha yote,
na dhahabu, na vyombo vya shaba, na chuma, ni vitakatifu kwa BWANA;
vitaletwa katika hazina ya BWANA.

20 Basi watu wakapiga kelele, na makuhani wakazipiga tarumbeta; hata
ikawa, hapo watu waliposikia mlio wa mabaragumu hao watu wakapiga
kelele kwa sauti kuu sana, na ule ukuta wa mji ukaanguka chini kabisa,
hata watu wakapanda juu, wakaingia katika mji, kila mtu akisonga mbele
kukabili; wakautwaa huo mji.21 Basi wakaangamiza kabisa vitu vyote
vilivyokuwa ndani ya mji, wanaume, wanawake, watoto na wazee, na
ng'ombe, kondoo na punda, kwa upanga.

22 Naye Yoshua akawaambia wale wanaume wawili walioipeleleza nchi,
Ingieni katika nyumba ya yule kahaba, mkamtoe huyo mwanamke
mwenyewe na vitu vyote alivyo navyo, kama mlivyomwapia. 23 Basi
wale vijana wapelelezi wakaingia, wakamtoa Rahabu, na baba yake, na
mama yake, na ndugu zake, na vitu vyote walivyokuwa navyo, wakawatoa
na jamaa zake wote pia; wakawaweka nje ya kambi ya Israeli.

24 Kisha wakauteketeza mji kwa moto, na vitu vyote vilivyokuwa ndani
yake; bali fedha, na dhahabu, na vyombo vya shaba, na vya chuma,
wakavitia katika hazina ya nyumba ya BWANA. 25 Lakini Yoshua
akamhifadhi Rahabu, yule kahaba, na watu wa nyumba ya baba yake, na
vitu vyote alivyokuwa navyo; naye akakaa kati ya Israeli hata leo; kwa
sababu aliwaficha wale wajumbe aliowatuma Yoshua ili kuupeleleza mji
wa Yeriko.

26 Naye Yoshua akawaapisha kiapo wakati ule, akasema, Na alaaniwe na
BWANA mtu yule atakayeinuka na kutaka kuujenga tena mji huu wa
Yeriko; atakayeweka msingi wake mzaliwa wake wa kwanza na afe. Tena
atakayesimamisha malango yake mtoto wake wa kiume aliye mdogo na
afe.

27 Basi BWANA alikuwa pamoja na Yoshua; sifa zake zikaenea katika
nchi ile yote.

Maswali kuhusu Maandiko: Yoshua na Vita vya Yeriko

Yoshua 6

Utangulizi:
Baada ya miaka 40 ya kuhangaika jangwani, Bwana aliwaongoza Waisraeli kwenda Kanaani. Walikuwa wanaingia katika Nchi ya Ahadi chini ya uongozi wa Yoshua. Yoshua alikuwa msaidizi wa Musa, sasa ametauliwa na Mungu kuwa kiongozi mpya. Baada ya kuingia katika Nchi ya Ahadi, kikwazo cha kwanza kilikuwa Mto Yordani. Waisraeli walimwamini Mungu, na kutoa ushuhuda kwa kazi yake kubwa. Kwa hiyo, alisimamisha maji ili Waisraeli waweze kuvuka katika nchi kavu. Sasa wamefika katika Nchi ya Ahadi! Yoshua alituma wapelelezi wawili wakafanya utafiti katika Mji Yeriko. Pale Yeriko, walitunzwa na malaya Rahabu, kwa sababu alimwogopa Mungu, na baadaye akawa ukoo wa Yesu. Rahabu aliwaambia wapelelezi kwamba watu wa Yeriko walikuwa wanaogopa sana Waisraeli na Mungu wao. Aliwaambia alitumaini kwamba Bwana atawapa Waisraeli mji ya Yeriko. Baada ya wapelelezi kumjulisha Yoshua, Yoshua na wanajeshi wake walikwenda Yeriko ili wachukue nchi. Walijua kwamba Bwana yupo pamoja nao.

Nia:

Maalifa
- Tutambue kwamba Bwana yu Mtakatifu
- Tutambue kwamba vitu vyote ni mali ya Bwana na hata maisha yetu ni mali ya Bwana.
- Tujue kwamba watu wote wameokolewa kwa imani katika Bwana.

Tabia
- Tumheshimu Bwana kila kilicho chake.
- Tuwe na ushujaa, kwa sababu tunatambua uwepo wake, na atatuwezesha kushinda vita katika maisha yetu
- Tumwamini Mungu kwa wokovu na uhai.

Matendo
- Tumtangulize Mungu kwanza katika kila jambo tunalolifanya.
- Tuuwe mambo yote yaliyo ya kimwili.

Mstari wa Moyo:
Warumi 10:13 "Kila atakayeliitia Jina la Bwana ataokoka."

Scriptures for Further Study:
Yoshua 1:1-9; Matayo 1:5-6; Yohana 6:37; Waebrania 11:30-31; Yakobo 2:25-26; 1 Yohana 1:8-9

Maswali kuhusu Maandiko:

1. Waisraeli walibadilikaje baada ya kuhangaika miaka 40 jangwani? (Hesabu 14:22 – Walikuwa watoto wa watu waliondoka Misri. Wale wazee walioiacha Misri, wote wameshafariki. Waliona kila kitu alichokitengeneza Mungu kwa ajili ya watu wake, na sasa wako tayari kuamini ahadi ya Mungu, yaani atawapa nchi ya Ahadi na kuwangamiza maadui.)
2. Kwa nini Yeriko "ilifungwa kabisa"? Watu wangapi walisafiri kwenda na kurudi? (Yoshua 6:1 – Ilifungwa kwa sababu watu wa Yeriko waliwaogopa Waisraeli, hawajakuwa huru kuingia na kutoka.)
3. Bwana aliwapa ahadi gani Waisraeli kabla ya kuwaagiza kuizunguka Yeriko? (Yoshua 6:2 – Aliwaahidi kwamba atawakabizi Yeriko --- alisema "**nime**utia Yeriko katika mkono wako" kama ameshafanya.)
4. Jambo gani lililo pekee katika mkakati wa Mungu juu ya Yeriko? (Yoshua 6:3-5 – Kuizunguka Yeriko badala ya kuivamia, kupiga tarumbeta badala ya kutumia siraha, na kuwa makuhani badala ya wanajeshi, walipiga kelele kuangusha kuta. Hizi zote zilikuwa maalum, zilionyesha ushindi wa Mungu katika pigo hili. Bwana alipenda kuwa wazi, kwamba Waisraeli walishinda kwa nguvu za Mungu, si kwa nguvu zao.)
5. Nini lilikuwa jambo muhimu katika mpangilio wa Waisraeli walipozunguka mji wa Yeriko? (Yoshua 6:7-10 – Kwanza -- watu wenye silaha; Pili -- wale makuhani saba, wenye tarumbeta saba; Tatu – Sanduku la Bwana; Nne -- watu wengine wenye silaha. Sanduku la Bwana lilimaanisha uwepo wa Mungu kwa Waisraeli. Iliwakumbusha kwamba nguvu za Mungu zitashinda Yeruko, ilikuwa katikati ya jeshi, kama Mungu alivyokuwa katikati yao.)
6. Kitu gani kilichokuwa muhimu kwa idadi waliyouzunguka mji? (Yoshua 6:1-15 – Namba saba ilikuwa maalum kwa Bwana. Ni namba yake, na iliwakumbusha kwamba ilikuwa vita takatifu.)
7. Yoshua aliwaambia nini watu walipozunguka mji kwa utaratibu? (Yoshua 6:16-19 – Walipiga kelele, walitaka kwenda katika mji, na kuua kila kilicho na uhai, kumwokoa Rahabu, kuchoma moto mji, na "fedha yote, na dhahabu, na vyombo vya shaba, na chuma, ni vitakatifu kwa Bwana; vitaletwa katika hazina ya Bwana.")
8. Nani aliyeaangamiza vitu vyote? (Yoshua 6:21 – Walileta vitu vyote kwa Bwana.)
9. Kwa nini Yoshua alimwokoa Rahabu na familia yake? (Yoshua 6:25 – Yoshua alimwokoa Rahabu na familia yake kwa sababu aliwaficha wapelelezi waliotumwa kuona mji wa Yeriko. Alifanya hivyo kwa sababu alimtegemea Bwana na kumwogopa.)

Maswali ya Kufanyia Kazi:

1. Tuna ujasili gani na uwepo wa Mungu kwetu, sawasawa na Waisraeli walivyokuwa na Sanduku la Agano? (Yoshua 6:6 – Yesu alikuja na kuishi katikati yetu. Pia alimtuma Roho Mtakatifu aishi ndani yetu. Alitupa Neno lake na tunaweza kuzungumza naye kwa njia ya maombi.)
2. Mungu aliwakomboa Waisraeli kutoka kwa adui zao. Mungu anatukomboaje sisi? (Kwa kifa cha Yesu na ufufuko wake, Bwana aliwakomboa wote wanaomtumaini dhidi ya adui ya kifo, mauti, yule Mwovu, na hata sisi binafsi.)
3. Bwana analetaje ushindi katika maisha yetu kwa njia ya kazi zake maalum anazotufanyia badala ya kazi zetu? (Yoshua 6:20-21 – Analeta ushindi kwa kuzishinda zile nguvu za giza. Ilikuwa kwa njia ya kifo cha Yesu tumepata uzima tena. Ilikuwa kwa njia ya vifisheni tunaweza kuishi katika Roho na Kweli.)
4. Bwana aliamuru kila kitu katika Yeriko kitauuliwa. Mfano huu una maana gani katika maisha yetu? (Yoshua 6:17, 21 – Na sisi pia, tuangamize dhambi zetu za asili, ili tuwe wafuasi wa kweli.)
5. Ni kwa njia zipi tunaweza kuchukua vitu vya Mungu, au vitu vilivyochaguliwa kwa Mungu? (Yoshua 6:21 – Sisi kama Wakristo, mara nyingi huchukua vitu vilivyochaguliwa kwa Bwana, tunafanya hivi kwa kutotoa sadaka, tusiposhirikiana na wengi kwa nafasi tulizo nazo, wakati mwingine tuna ubinafsi. Pia, tuna tabia ya kutomtolea Mungu tulivyo navyo, tunasahau vyote ni mali yake, na vitumike kwa ajili ya Ufalme wa Yesu na Utukufu wake.)
6. Maisha yetu yanafananaje na yale ya Rahabu? (Yoshua 2:8-14 – Ni rehema ya Mungu katika Kristo Yesu ndiyo iliyotuokoa na hukuma ijayo. Maisha yetu ni sawa na maisha ya Rahabu, tungeweza kufa, lakini tunamwamini Mungu na maandiko yake---kama Rahabu alivyofanya alipowatunza wapelelezi.)
7. Hadithi ya Rahabu inatufundisha nini juu ya upendo wa Mungu kwetu? (Yoshua 6:22-23 – Katika hadithi ya Rahabu inatuonyesha kwamba Mungu yupo tayari kumpokea ye yote ambaye ana hofu ya Mungu na kumwamini, hata kama dhambi zao ni nyingi. Yohana 6:37 unasema "ye yote ajaye kwangu sitamtupa nje kamwe." Rahabu akawa familia ya Israeli, akawa mama wa Boazi na alitokea ukoo wa Yesu. Unaweza kusoma Matayo 1:5-6.)

17. Gideoni

Waamuzi 6-7

Waamuzi 6
1 Kisha wana wa Israeli walifanya yaliyo maovu mbele za macho ya
BWANA; BWANA akawatia mikononi mwa Midiani muda wa miaka saba
2 Mkono wa Midiani ulikuwa na nguvu juu ya Israeli; tena kwa sababu ya
Midiani wana wa Israeli walijifanyia hayo mashimo yaliyo milimani, na
hayo mapango, na hizo ngome. 4 wakapiga kambi juu yao, na kuyaharibu
hayo mavuno ya nchi, hadi kufika Gaza, wala hawakuacha katika Israeli
riziki zozote; kondoo, wala ng'ombe, wala punda. 6 Israeli walitwezwa
sana kwa sababu ya Wamidiani; nao wana wa Israeli wakamlilia BWANA.

12 Malaika wa BWANA akamtokea, akamwambia, BWANA yuko
pamoja nawe, Ee shujaa. 13 Gideoni akamwambia, Ee Bwana wangu,
ikiwa BWANA yu pamoja nasi, mbona mambo haya yote yametupata?
Yako wapi matendo yake ya ajabu, waliyotuhadithia baba zetu, wakisema,
Je! Siye BWANA, aliyetuleta huku kutoka Misri? Ila sasa ametutupa, naye
ametutia katika mikono ya Midiani. 14 BWANA akamtazama, akasema,
Nenda kwa uwezo wako huu, ukawaokoe Israeli na mkono wa Midiani. Je!
Si mimi ninayekutuma? 15 Akamwambia, Ee Bwana, nitawaokoa Israeli
kwa jinsi gani? Tazama, jamaa zangu ndio walio maskini sana katika
Manase, na mimi ndimi niliye mdogo katika nyumba ya baba yangu. 16
BWANA akamwambia, Hakika nitakuwa pamoja nawe, nawe utawapiga
Wamidiani kama mtu mmoja. 22 Gideoni akaona ya kuwa ni malaika wa
BWANA; Gideoni akasema, Ole wangu, Ee Bwana MUNGU! Kwa kuwa
nimemwona BWANA uso kwa uso. 23 BWANA akamwambia "Amani
iwe pamoja nawe; usiogope; hutakufa". 24 Ndipo Gideoni akamjengea
BWANA madhabahu hapo, akaiita jina lake, Yehova-Shalomu;h hata hivi
leo iko huko katika Ofra ya Waabiezeri.

25 Ikawa usiku uo huo BWANA akamwambia, Mtwae ng'ombe wa baba
yako, yaani ng'ombe wa pili, wa miaka saba, ukaiangushe madhabahu ya
Baali, aliyo nayo baba yako, ukaikate Ashera ile iliyo karibu nayo; 26
ukamjengee BWANA, Mungu wako, madhabahu juu ya ngome hii, kwa
taratibu zake; ukamtwae yule ng'ombe wa pili na kumtoa awe sadaka ya
kuteketezwa, kwa kuni za ile Ashera uliyoikata. 27 Ndipo Gideoni
akatwaa watu kumi miongoni mwa watumishi wake, akafanya kama
BWANA alivyomwambia; lakini kwa kuwa aliwaogopa watu wa nyumba
ya baba yake, na watu wa mji, hakuweza kuyatenda hayo wakati wa
mchana, basi aliyatenda usiku. 28 Hata wakazi wa mji walipoamka asubuhi
na mapema, wakaona madhabahu ya Baali imebomolewa, na ile Ashera
iliyokuwa karibu nayo imekatwa, na yule ng'ombe wa pili ametolewa
sadaka juu ya ile madhabahu iliyojengwa. 29 Wakaambiana, Ni nani
aliyetenda jambo hili? Walipotafuta habari na kuuliza, wakasema, Gideoni,
mwana wa Yoashi, ndiye aliyetenda jambo hili. 30 Ndipo wakazi wa mji

wakamwambia Yoashi, Mlete mwanao, afe; kwa sababu ameibomoa
madhabahu ya Baali na kwa sababu ameikata ile Ashera iliyokuwa karibu
nayo. 31 Yoashi akawaambia watu wote waliokuwa wakishindana naye,
Je! Mtamtetea Baali? Au mtamwokoa ninyi? Yeye atakayemtetea na auawe
kabla ya mapambazuko; kama yeye ni Mungu, na ajitetee nafsi yake, kwa
sababu mtu mmoja ameibomoa madhabahu yake. 32 Basi Yoashi
akamwita Gideoni, Yerubaali siku hiyo, akisema, Baali na atete naye kwa
ajili ya nafsi yake, kwa sababu ameibomoa madhabahu yake. 34 Lakini
Roho ya BWANA ikamjia juu yake Gideoni; naye akapiga tarumbeta; na
Abiezeri walikutanika na kumfuata.

Waamuzi 7
2 BWANA akamwambia Gideoni, Watu hawa walio pamoja nawe ni
wengi mno kwangu kuwatia Wamidiani katika mikono yao, wasije Israeli
wakajivuna juu yangu wakisema, Mkono wangu mwenyewe ndio
ulioniokoa. 3 Basi sasa enda, tangaza habari masikioni mwa watu hawa,
na kusema, Mtu yeyote anayeogopa na kutetemeka, na arudi aondoke
katika mlima wa Gileadi. Ndipo watu elfu ishirini na mbili wakarudi katika
watu hao, wakabaki watu elfu kumi.4 BWANA akamwambia Gideoni;
Hata sasa watu hawa ni wengi mno; walete chini majini, nami nitawajaribu
huko kwa ajili yako; kisha itakuwa ya kwamba yule nitakayekuambia,
Huyu atakwenda pamoja nawe, ndiye atakayekwenda pamoja nawe; na
mtu yule nitakayekuambia, Huyu hatakwenda pamoja nawe, basi mtu huyo
hatakwenda.

5 Basi akawaleta watu chini majini. BWANA akamwambia Gideoni, Kila
mtu atakayeyaramba maji kwa ulimi wake, kama vile arambavyo mbwa,
huyo utamweka kando; kadhalika kila mtu apigaye magoti kunywa. 6 Na
hesabu ya hao waliokunywa kwa kuramba-ramba, wakipeleka mkono
kinywani, ilikuwa watu mia tatu; bali watu wengine wote walipiga magoti
kunywa maji. 7 BWANA akamwambia Gideoni, Kwa watu hawa mia tatu
walioyaramba maji nitawaokoa, nami nitawatia Wamidiani katika mikono
yako; lakini watu hawa wote wengine na waende zao, kila mtu mahali
pake. 8 Basi Gideoni akachukua vyakula vyao na tarumbeta zao, kisha
akawaaga watu wote wa Israeli, kila mtu hemani mwake; akabaki na watu
mia tatu; na kambi ya Wamidiani ilikuwa chini yake, bondeni.

Sasa kambi ya Midiani ilikuwa chini yake katika bonde. 16 Kisha
akawapanga wale watu mia tatu wawe vikosi vitatu, akatia tarumbeta
katika mikono ya watu wote, na mitungi isiyo na maji, na mienge ndani ya
hiyo mitungi. 17 Akawaambia, Nitazameni, mkafanye kama nifanyavyo
mimi; angalieni, nitakapofika mwisho wa kambi, itakuwa, nifanyavyo
mimi nanyi fanyeni vivyo hivyo. 18 Nitakapopiga tarumbeta, mimi na
wote walio pamoja nami, basi ninyi nanyi zipigeni tarumbeta pande zote za

kambi, mkaseme, Kwa BWANA, na kwa Gideoni.

19 Basi Gideoni, na wale watu mia moja waliokuwa pamoja naye,
wakafika mwisho wa kambi, mwanzo wa zamu ya kati, wakati walipokuwa
wamebadili wenye zamu; wakazipiga hizo tarumbeta, wakaivunja vipande
vipande ile mitungi iliyokuwa mikononi mwao. 20 Vile vikosi vitatu
wakapiga tarumbeta, wakaivunja mitungi, wakaishika mienge kwa mikono
yao ya kushoto, na zile tarumbeta katika mikono yao ya kulia ili kuzipiga;
wakapiga kelele, Upanga wa BWANA na wa Gideoni. 21 Wakasimama
kila mtu mahali pake kuizunguka kambi pande zote; jeshi lote wakakimbia;
nao wakapiga kelele, wakawakimbiza. 22 Wakazipiga zile tarumbeta mia
tatu, naye BWANA akaufanya upanga wa kila mtu uwe juu ya mwenziwe,
na juu ya jeshi lote, jeshi likakimbia mpaka Bethshita, kuelekea Serera,
hadi mpaka wa Abel-Mehola, karibu na Tabathi.

Maswali kuhusu Maandiko: Gideoni

Waamuzi 6-7

Utangulizi:

Chini ya utawala wa Yoshua, Waisraeli waliwashinda nchi nyingi zilizoishi Kanaani, lakini hawakushinda zote. Na matokeo yake, walianza kuiabudu miungu ya nchi zile, hawakuwa waaminifu tena kwa Bwana. Jambo hili lilimfanya Mungu awape adhabu kwa kutumia maadui. Ingawa kila wakati watu walimlilia Mungu, alimtuma mwamuzi, ambaye atawaongoza na kuwatoa mikononi mwa adui wao. Gideoni alikuwa mmojawapo wa waamuzi, ambaye aliitwa na Mungu kuwaongoza watu wake. Jambo hili lilitokea katika wakati mgumu kwa Wana wa Israeli, wakati ambao Wamidiani waliwakandamiza (Unaweza kusoma Waamuzi 2:10-17). Malaika wa Bwana alimwambia Gideoni, "Amani iwe kwako! Usiogope", ni jambo hilo hilo Yesu alilowaambia wanafunzi wake.

Nia:

Maalifa

- Tuelewe kwamba Mungu ndiye mwenye Enzi yote, na anaweza kutumia watu wa kawaida kufanya kazi yake.
- Kumtambua Mungu kunamrudishia utukufu na heshima kwa mambo makuu aliyoyafanya.
- Tutambue kwamba uwezo wowote tulio nao, au kazi tunayoifanya vyote vinatoka mikononi mwa Bwana.

Tabia

- Tujinyenyekeze mweyewe mbele za Mungu na kumtumikia, na kuamini uweza wake.
- Tuwe na matumaini kwamba yupo pamoja nasi na anatupigania dhidi ya vita.

Matendo

- Tujinyenyekeze na kufuata maelekezo ya Bwana Mungu.
- Kwa imani tumfuate Mungu bila kuwaogopa wengine.

Mstari wa Moyo:

Zaburi 89:8 "BWANA, Mungu wa majeshi,Ni nani aliye hodari kama Wewe, Ee YAHU?Na uaminifu wako unakuzunguka."

Scriptures for Further Study:

Mithali 3:5-6; Waebrania 13:5; 1 Yohana 5:18

Maswali kuhusu Maandiko:

1. Nini kiliwatokea Wana wa Israeli walipofanya mambo ambayo Mungu hakupendezwa nayo? (Waamuzi 6:1-4: Bwana aliwaruhusu Wamidiani wawakandamize.)

2. Nini kiliwafanya Waisraeli wamlilie Bwana? (Waamuzi 6:2-6 – Walimlilia Bwana kwa sababu walikuwa maskini. Wamidiani waliharibu mazao na wanyama wao na ardhi yao. Ingawa Waisraeli walificha ndani ya mapango.)
3. Gideoni alijibu nini alipoambiwa na malaika kwamba "Mungu yu pamoja nawe…"? (Waamuzi 6:12-13 – "Ee Bwana wangu, ikiwa Bwana yu pamoja nasi, mbona mambo haya yote yametupata?")
4. Mungu alimwamuru Gideoni afanye nini kwa watu wa Israeli? (Waamuzi 6:14-16 – "Enenda kwa uwezo wako huu, ukawaokoe Israeli na mkono wa Midiani. Je! Si mimi ninayekutuma?")
5. Gideon alipata nguvu za namna gani? Bwana Mungu alimpa nguvu za namna gani? (Waamuzi 6:15-16 – Gideoni alijiona kama mtu mnyonge, katika ukoo wa dhaifu wa Israeli. Mungu alizungumza juu ya nguvu atakazompa.)
6. Gideoni aliitaje ile madhabahu aliyoijenga mahali pale? (Waamuzi 6:24 – Mungu wa Amani.)
7. Bwana alimwamuru nini Gideoni kufanya juu ya wale wanaobudu sanamu katika familia yake? (Waamuzi 6:25-26 – Bwana alimwamuru kuharibu ile madhabahu ya baba yake kwa Baali, akaikate Ashera ile iliyo karibu nayo. Ilimpasa ajenge madhabahu ya Bwana.)
8. Ni wakati gani Gideoni alitii amri ya Mungu? Kwa nini? Je, Gideoni aliogopa hasira ya Baali na Ashera? (Waamuzi 6:27 – Gideon aliharibu madhabahu ya Baali na alikata Ashera wakati wa usiko, Kwa sababu anaogopa familia yake na majirani. Gideoni hakuiogopa miungu ile. Badala yake, alimwamini Mungu atamlinda, kwa sababu alijua kwamba Mungu wake ni Mungu wa kweli.
9. Watu wa mji ule walifanyaje walipoona madhabahu imeharibikwa? (Waamuzi 6:30 – Walitake kumwua Gideoni.)
10. Namna gani jibu alilotoa Yoashi kwa umati wa watu lilikuwa bora? (Waamuzi 6:31-34 – Yoashi aliwakumbusha watu kwamba ikiwa Baali ni mungu wa kweli, angeweza kumwadhibu Gideoni. Jibu lake lilileta mashaka kwamba yupi ni Mungu wa kweli, na liliwazuia watu wasimwue Gideoni, mtoto wake.)
11. Kwa nini Mungu alisema kwamba Gideoni amewakusanya watu wengi? (Waamuzi 7:2 – Bwana alisema "Watu hawa walio pamoja nawe ni wengi mno hata nikawatie Wamidiani katika mikono yao, wasije Israeli wakajivuna juu yangu wakisema, Mkono wangu mwenyewe ndio ulionioko a".)
12. Kwa jinsi gani Bwana alipunguza jeshi la watu kutoka 32,000 mpaka 300? (Waamuzi 7:3-6 – Bwana alisema kwamba ikiwa mtu yeyote anaogopa vita ataweza kurudi nyumbani. Halafu Gideoni aliwachukua wale watu waliobaki mtoni ili wanywe maji. Na wale waliolamba maji kama mbwa waliondolewa kutoka jeshi, baada ya hapo, walibaki watu 300 tu.)

13. Mungu aliahidi atafanya nini na wale watu 300 waliobaki? (Waamuzi 7:7 – Bwana alimwahidi kuwa kwa kutumia watu 300, ataweza kuiokoa Israeli.)
14. Gideoni aliwapa nini wale watu kabla ya kwenda vitani? (Waamuzi 7:16 – Aliwapa watu tarumbeta, na aliwapa mitungi isiyo maji, na mienge ndani ya hiyo mitungi.)
15. Namna gani Mungu aliwafanya Wamidiani washindwe? (Waamuzi 7:20-22 – Bwana aliwachanganya Wamidiani, wakaanza kuuana wenyewe kwa wenyewe, na walianza kukimbia kuokoa maisha yao.)

Maswali ya Kufanyia Kazi:

1. Nini kinatokea pale tunapochagua kufanya vitu ambavyo Mungu havitaki, kama Waisraeli walivyofanya? (Waamuzi 6:1-4 – Tunakosa ulinzi na baraka za Mungu, kama walivyokosa Wana wa Israeli, halafu tunakuwa hatuna ulinzi dhidi ya adui.)
2. Ni wakati gani tunatambua kwamba "Bwana ametutupa"? (Waamuzi 6:13)
3. Je, Mungu anatutupa? Je, tumeshawahi kumwacha Mungu? (Bwana hatutupi wala kutuacha, Waebrania 13:5. Ingawa, tunafanana na Waisraeli walipomwacha Mungu mara kwa mara. "Sisi sote kama kondoo tumepotea; Kila mmoja wetu amegeukia njia yake mwenyewe" – Isaya 53:6.)
4. Kwa nini Mungu huchagua watu wa kawaida kufanya kazi yake? (Waamuzi 6:15, 7:2 – Mungu anapowachagua watu wa kawaida, hawawezi kujikweza kwa nguvu zake na uwezo wake pale anapofaulu katika jaribio. Bwana alimtumia Gideoni, aliyekuwa mdogo katika familia yake, na aliyetoka katika familia maskini ya Manase. Bwana alitumia watu 300 kuwashinda watu 120,000 (Unaweza kusoma Waamuzi 8:10). Bwana alipewa utukufu mwingi kutoka kwa Waisraeli, kwa njia zile alizotumia kuwaonyesha nguvu zake.)
5. Tunapata wapi uwezo wa kufanya mambo yaliyo makubwa kuliko sisi? (Waamuzi 7:20-22 – Ni Bwana ndiye afanyaye kazi, na ushindi unatoka kwake. Tumekaribishwa kuwa sehemu wa afanyacho Bwana.)
6. Nini mtazamo wa Bwana dhidi ya "miungu" mingine katika maisha yetu? Tunatumikia "miungu" gani? (Waamuzi 6:25-27 – Bwana hana uvumilivu kwa "miungu" mingine. Yeye ndiye Mungu pekee yake, na Yeye ndiye apasaye kusifiwa na kuabudiwa. Ingawa hatuwezi kuabudu miungu ya mbao, mawe na kadhalika. Tunaabudu vitu vingi ambavyo ni "muhimu kuliko Mungu" katika maisha yetu, na tunavipa nafasi kubwa katika maisha yetu, kama sanamu ya Gideoni. Kwa mfaano, pesa, nyumba, mali, watu na hata sisi binafsi tunakuwa muhimu kuliko Mungu.)

7. Kwa njia gani tunajikweza kana kwamba tumefaulu kwa nguvu zetu wenyewe? (Waamuzi 7:2 – Bwana anataka apewe sifa zote na utukufu katika maisha yetu, kwa sababu Yeye ndiye aliyetuwezesha kufanya kila kitu. Utukufu si wetu.)
8. Msingi wetu ni nini, unautupa ujasili tunapokutana na vikwazo vikubwa kuliko uwezo wetu? (Waamuzi 7:7 – Neno la Bwana ndilo lililompa Gideoni tumaini, na sisi pia inatupasa kuliamini Neno.)
9. Tunajifunza nini kutoka kwa Gideoni katika maandiko haya? (Kumtegemea Bwana na kumtii, hata kama maelekezo yake ni magumu kuyaelewa. Tuwe na hakika kwamba Bwana anaweza kufanya mambo yote, hakuna lililo gumu la kumshinda Mungu Baba.)
10. Kwa namna gani Bwana anatupigania na yule adui? (Waamuzi 7:22 – Bwana anaweza kutumia siraha mbalimbali. Anaweza kutumia njia ya mazungumzo, kama alivyofanya na Yoashi; anaweza kutumia njia ya watu, kama alivyofanya na Gideoni; anaweza kutumia nguvu za asili, kama alivyofanya na Bahari ya Shamu; anaweza kuwachanganya watu, kama alivyofanya kwa Wamidiani.)

18. Ruthu
Ruth 1-4

Ruthu 1
1 Hapo zamani Waamuzi walipokuwa wanatawala, njaa ilitokea katika
nchi. Mtu mmoja wa Bethlehemu ya Yuda, akaondoka akaenda kukaa
katika nchi ya Moabu, yeye na mkewe na wanawe wawili. 2 Na jina la
mtu huyo aliitwa Elimeleki, na jina la mkewe Naomi, na majina ya
wanawe wawili Maloni na Kilioni, Waefrata wa Bethlehemu ya Yuda.
Wakafika nchi ya Moabu, wakakaa huko. 3 Akafa Elimeleki, mumewe
Naomi; na yule mwanamke akasalia na wanawe wawili. 4 Nao wakaoa
wanawake wa Kimoabu, jina la mmoja aliitwa Orpa, na jina la wa pili
Ruthu. Baada ya kukakaa huko miaka kumi hivi, 5 wote wawili Maloni na
Kilioni wakafa; na huyo mwanamke akawa amefiwa na wanawe wawili, na
mumewe pia. 6 Ndipo alipoondoka, yeye na wakweze, ili kurudi kutoka
nchi ya Moabu; maana akiwa katika nchi ya Moabu alipata habari kuwa
BWANA alikuwa amewajia watu wake na kuwapa chakula. 7 Basi akatoka
pale alipokuwa akiishi, na wakweze wawili pamoja naye; wakashika njia
ili kurudi mpaka nchi ya Yuda.

8 Kisha Naomi akawaambia wakweze wawili, Nendeni sasa mkarejee kila
mmoja nyumbani kwa mamaye; BWANA na awatendee mema ninyi, kama
ninyi mlivyowatendea mema hao waliofariki na mimi pia. 16 Naye Ruthu
akasema,Usinisihi nikuache,Nirudi nisifuatane nawe;Maana wewe uendako
nitakwenda,Na wewe ukaapo nitakaa.Watu wako watakuwa watu
wangu,Na Mungu wako atakuwa Mungu wangu; 18 Basi alipomwona
kuwa amekata shauri kufuatana naye, aliacha kumshawishi. 22 Basi
Naomi akarudi; pamoja na Ruthu Mmoabi, mkwewe; ambao walirudi
kutoka nchi ya Moabu; nao wakafika Bethlehemu mwanzo wa mavuno ya
shayiri.

Ruthu 2
2 Naye Ruthu Mmoabi akamwambia Naomi, Niruhusu niende shambani,
niokote mabaki ya masuke nyuma yake yule ambaye nitaona kibali
machoni pake. Akamwambia, Haya, mwanangu, nenda. 3 Basi akaenda,
akaja akaokota mabaki shambani nyuma ya wavunaji; na kwa bahati
akafikia sehemu ya shamba la Boazi, ambaye alikuwa wa jamaa yake
Elimeleki. 4 Na tazama, Boazi akaja kutoka Bethlehemu na kuwaamkia
wavunaji, akasema, BWANA akae nanyi. Nao wakamwitikia, BWANA na
akubariki. 5 Kisha Boazi akamwuliza mtumishi aliyewasimamia wavunaji,
Na huyu je! Ni msichana wa nani? 6 Yule msimamizi aliyewasimamia
wavunaji akajibu, akasema, Ni yule msichana Mmoabi aliyerudi pamoja na
Naomi, kutoka nchi ya Moabu;

7 naye akasema, Tafadhali niruhusu kuokota mabaki, na kukusanya nyuma
ya wavunaji kati ya miganda; basi akaja, naye ameshinda tangu asubuhi

hadi sasa, isipokuwa alikaa nyumbani kitambo kidogo.8 Basi Boazi
akamwambia Ruthu, Mwanangu, sikiliza; wewe usiende kuokota masazo
katika shamba lingine, wala usiondoke hapa, lakini ukae papa hapa karibu
na wasichana wangu. 9 Macho yako na yaelekee shamba walivunalo,
ufuatane nao; je! Sikuwaagiza vijana wasikusumbue? Tena, ukiona kiu,
uende kwenye vyombo, nawe uyanywe waliyoyateka hao vijana. 10 Ndipo
aliposujudia, akainama mpaka nchi, akamwambia, Jinsi gani nimepata
kibali machoni pako, hata ukanifahamu, mimi niliye mgeni? 11 Naye
Boazi akajibu, akamwambia, Nimeelezwa sana yote uliyomfanyia mkweo,
tangu alipokufa mumeo; na jinsi ulivyowaacha baba yako na mama yako,
na nchi yako uliyozaliwa, ukawafikia watu usiowajua tangu hapo. 12
BWANA akujaze kwa kazi yako, nawe upewe thawabu kamili na
BWANA, Mungu wa Israeli, ambaye umekuja kukimbilia chini ya
mabawa yake.

Aliporudi nyumbani, 19 Basi mkwewe akamwuliza, Je! Umeokota wapi
leo? Umefanya kazi wapi? Na abarikiwe yeye aliyekufahamu. Naye
akamwarifu mkwewe ni nani ambaye alifanya kazi kwake, akasema, Yule
mtu niliyefanya kazi kwake leo jina lake aitwa Boazi. 20 Naye Naomi
akamwambia mkwewe, Na abarikiwe huyo na BWANA, ambaye
hakuuacha wema wake, wala kwa hao walio hai wala kwa waliokufa.
Kisha Naomi akamwambia, Mtu huyu ni wa ukoo wetu, mmojawapo wa
jamaa yetu aliye karibu. 21 Naye Ruthu Mmoabi akasema, Naam,
akaniambia, Ukae papa hapa karibu na watumishi wangu, hadi
watakapomaliza mavuno yangu yote. 22 Kisha Naomi akamwambia Ruthu
mkwewe, Mwanangu, ni vizuri wewe ufuatane na wasichana wake, ili watu
wasikusumbue katika shamba lingine lolote lile. 23 Hivyo yeye akafuatana
na wasichana wake Boazi na kuokota, hadi mwisho wa mavuno ya shayiri
na mavuno ya ngano pia; naye alikuwa akikaa kwa mkwewe.

Ruthu 3
1 Kisha Naomi akamwambia mkwewe, Je! Mwanangu, si vizuri
nikutafutie raha, ili upate mema? 2 Basi na huyu Boazi, je! Siye wa mbari
yetu, ambaye ulikuwapo pamoja na wasichana wake? Tazama, usiku wa
leo atakuwa akipepeta shayiri pale ugani. 3 Basi wewe oga, ujipake
mafuta ujivike mavazi yako, kisha uende kwenye uga; lakini usijioneshe
kwake mtu yule, ila atakapokwisha kula na kunywa. 4 Nayo itakuwa
wakati atakapolala, utapaangalia mahali alalapo, nawe uingie, uifunue
miguu yake ujilaze hapo; na yeye atakuambia utakalofanya. 5
Akamwambia, Hayo yote unenayo mimi nitayafanya.

6 Basi akashuka mpaka ugani; akafanya yote kama vile mkwewe
alivyomwagiza. 7 Ikawa huyo Boazi alipokwisha kula na kunywa, na
moyo wake umekunjuka, alikwenda kulala penye mwisho wa rundo la
nafaka; na huyo mwanamke akaja taratibu, akaifunua miguu yake,
akajilaza papo hapo. 8 Na ikawa usiku wa manane yule mtu akashtuka,

akajigeuza; na kumbe! Yupo mwanamke amelala miguuni pake. 9
Akasema, Ama! Ni nani wewe? Akamjibu, Ni mimi, Ruthu, mjakazi wako;
uitande nguo yako juu ya mjakazi wako; kwa kuwa ndiwe wa jamaa aliye
karibu. 10 Akamwambia, Mwanangu, ubarikiwe na BWANA; umezidi
kuonesha fadhili zako mwisho kuliko mwanzo, kwa vile usivyowafuata
vijana, wawe ni maskini au matajiri. 11 Basi, mwanangu, usiogope; mimi
nitakufanyia yote uyanenayo; kwa maana watu wote wa mjini wangu
wanakujua ya kwamba u mwanamke mwema.

Ruthu 4
9 Naye Boazi akawaambia wale wazee na watu wote, Leo hivi ninyi ni
mashahidi ya kwamba mimi nimenunua yote yaliyokuwa ya Elimeleki, na
yote yaliyokuwa ya Kilioni na Maloni, mkononi mwa Naomi. 10 Tena,
huyu Ruthu Mmoabi, mkewe Maloni, nimemnunua awe mke wangu,
makusudi nipate kumwinulia marehemu jina katika urithi wake, jina lake
marehemu lisikatike miongoni mwa ndugu zake, wala langoni pa mji
wake; leo hivi ninyi ni mashahidi. 11 Na watu wote waliokuwapo langoni,
na wale wazee, wakasema, Naam, sisi ni mashahidi. BWANA na amfanye
mwanamke huyu aingiaye nyumbani mwako kuwa kama Raheli na kama
Lea, wale wawili walioijenga nyumba ya Israeli. Nawe ufanikiwe katika
Efrata, na kuwa mashuhuri katika Bethlehemu.

13 Basi Boazi akamtwaa Ruthu, naye akawa mke wake; naye akaingia
kwake, na BWANA akamjalia kuchukua mimba, naye akazaa mtoto wa
kiume. 14 Nao wale wanawake wakamwambia Naomi, Na ahimidiwe
BWANA, asiyekuacha leo ukiwa huna jamaa aliye karibu; jina lake huyu
na liwe kuu katika Israeli. 17 Nao wale wanawake waliokuwa jirani zake
wakampa jina, wakisema, Naomi amezaliwa mwana; wakamwita jina lake
Obedi; yeye ndiye baba yake Yese, aliye baba yake Daudi.

Maswali kuhusu Maandiko: Ruthu
Ruthu 1-4

Utangulizi:
Kitabu cha Ruthu ni juu ya Upendo, mshikamana, na ukombozi. Kitabu hiki kiliandikwa wakati wa waamuzi walipokuwa wanatawala Israeli. Kilikuwa kipindi cha uzinzi, na miungu, na vita katika Israeli. Hadithi hii ni juu ya mwanamke kutoka Moabu, aitwa Ruthu, aliyeondoka katika nchi yake na kwenda Israeli kumtumikia Mungu wao, Mungu wa Kweli. Alikwenda pamoja na mwanamke mjane, yaani mama mkwe aliyekuwa Myahudi, walisafiri mpaka mji wa Bethlehemu. Wakati huu Waisraeli wengi walikuwa hawana imani. Lakini Ruthu alikuwa mwenye imani, na matokeo yake ya imani kwa Mungu ilikuwa baraka kutoka Mungu. Mungu alimpa mume (Boazi), na mwana (Obedi), na nafasi ya upendeleo kama uzao wa Mfalme Daudi, na baadaye uzao wa Yesu.

Nia:

Maalifa
- Kutambua kwamba Mungu anaweza kutumia uchungu na magumu katika mipango yake mwema.
- Kutambua kwamba Mkombozi amempa Ruthu nafasi ya pili katika maisha yake, kama ilivyo kwa Yesu alikuwa Mkobozi wetu.
- Kutambua kwamba ni Bwana anayetubariki.

Tabia
- Tujinyenyekeze mbele za Bwana.
- Tuwe na subira na tumaini kwa Bwana, na kuamini kwamba anafanya kila jambo kwa mipango mizuri.

Matendo
- Tuonyeshe ukalimu na upendo kwa wengine wanaohitaji msaada.
- Tuwatumikie wengine bila upendeleo, kama tunavyomtumikia Bwana.

Mstari wa Moyo:
Zaburi 30:5b "Kilio huweza kuwapo usiku,Lakini furaha huja asubuhi."

Scriptures for Further Study:
Kumbukumbu la Torati 25:5-10; Matayo 1:5-16; Warumi 8:28; Waepheso 4:32; Wafilipi 2:3-4

Maswali kuhusu Maandiko:
1. Ni matatizo gani aliyepata Naomi wakati alipokuwa katika nchi ya Moabu? (Ruthu 1:3-5 – Mume wa Naomi, Elimeleki, alifariki; halafu wana wake wawili, Maloni na Kilioni walifariki pia.)

2. Kwa nini Ruthu aliacha nchi yake na kwenda Israeli pamoja na Naomi? (Ruthu 1:16 – Kwa sababu Ruthu alimpenda mama mkwe wake, na alipenda kumtumikia Mungu wa Israeli kama Naomi alivyofanya.)
3. Ruthu alipataje chakula kwake na kwa Naomi? (Ruthu 2:2 – Alikwenda shambani kwa aliokota nafaka ilioachwa ardhini baada ya mavuno.)
4. Boaz alionyeshaje upendo kwa Ruthu? (Ruthu 2:8-9 – Alimruhusu kufanya kazi shambani pamoja na watumishi wa kike; na kuhakikisha kwamba watumishi wake wa kiume wasimsumbue au kumgusa; na alimwambia kwamba anaweza kunywa maji kutoka mitungi ya maji ya watumishi wake.)
5. Kwa nini Boazi alionyesha upendo kwa Ruthu hata alipokuwa mgeni katika nchi ile? (Ruthu 2:11-12 – Alisikia juu ya mambo aliyofanya kwa mama mkwe wake, na jinsi alivyokwenda Israeli kutafuta makazi katika Bwana.)
6. Wajiu wa Boazi kama Mkombozi ulikuwa nini, kutokana na Kumbukumbu la Torati 25:5-10? (Inampasa mkombozi kuoa mjane wa nduguye, ili amzalie mrithi kwa mumewe aliyefariki.)
7. Naomi alipomwangalia mume kwa Ruthu, alimwambia Ruthu afanye nini? (Ruthu 3:3-4 – Alimwambia Ruthu avae nguo zake maridadi na marashi, na aenda katika sakafu ya kupuria, na akiona Boazi ameshalala, alale chini ya miguu yake, na kusubiri maelekezo yake.)
8. Ilikuwa na maana gani Ruthu kwenda kulala chini ya miguu ya Boazi wakati wa usiku? (Ruthu 3:1-2, 9-10 – Ilikuwa utamaduni nyakati zile, ilikuwa anaomba aolewe naye, kwa sababu alikuwa ndugu wa karibu wa mume wa Ruthu aliyefariki. Sheria yasema kwamba ndugu wa karibu amwoe mjane wa marehemu, ili jina lake lisije likafutwa katika Israeli.)
9. Watu wa mji walimtazamaje Ruthu? (Ruthu 3:11 – Alijulikana kama mwanamkwe wenye wasifu mwema.)
10. Daudi huyu aliyezungumziwa hapa alikuwa nani, yule aliyekuwa mjukuu wa Obedi, na uzao wa Boazi na Ruthu? (Ruthu 4:17 – Mfalme Daudi, alikuwa Mfalme mkuu wa Israeli.)
11. Naomi alipigaje hatua kutoka katika maumivu makubwa mpaka furaha kubwa katika hadithi hii? (Ruthu 4:14-17 – Naomi alikuwa pekee yake, mjane bila watoto. Lakini, mwishowe, alibarikiwa na kupata Mkombozi, wakati Boazi alipomwoa Ruthu. Halafu alikuwa na watoto na wajukuu wapendwa.)

Maswali ya Kufanyia Kazi:

1. Tunajifunza nini kutoka magumu? (Ruthu 1:1-5 – Sisi, kama Naomi, tunaweza kujifunza kwamba Mungu "anawasaidia watu wake", hata katika njaa, kifo cha mwana ndoa, au hata kifo cha

watoto. Magumu yanatufundisha kwamba dunia hii si yetu, na tumaini letu liwe katika Bwana.)

2. Bwana anatupaje mahitaji yetu? (Wakati mwingine analeta majaribu ili tumtegemee Yeye, na tusijitegemee. Anatupa mkate na msaada ili atukumbushe kwamba Yu nasi na kututunza. Anaruhusu kifo kitokee ili tumtazame katika uhai. Anatupa watoto, ili tumtukuze kama Yeye ni Mtoaji wa kila kitu.)
3. Umuhi wa Mkombozi ni nini kwetu? (Ruthu 3:9 – Yesu ndiye Mkombozi wetu, na ametupa maisha mapya. Yeye ni Bwana Harusi na amefika kuoa Kanisa.)
4. Baraka zetu zatoka wapi? (Ruthu 4:14 – Naomi aliendelea kumcha na kumtegemea Bwana na alitambua kwamba Bwana anatoa baraka, ingawa alipata changamoto nyingi kubwa katika maisha yake. Mkombozi wetu alitokea katika ukoo wa Ruthu na Boazi.)
5. Tunaonaje upendo wa Mungu kwa dunia yote katika hadithi hii? (Ruthu 4:10, 1:16 – Katika ukoo wa Yesu imeandikwa "Ruthu kutoka Moabu", iliyokuwa nchi ya ugenini na nchi yenye mungu wa dunia. Lakini alikuwa mwanamke mwenye imani, na alimpokea Bwana kuwa Mungu wake.)
6. Tunajifunza nini kuhusu namna ya kuwachukulia wengine katika hadithi hii? (Hatuna budi kuonyesha upendo kwa wengine, tuliona jambo hili katika hadithi mara mbili. Ruthu alimwonyesha upendo mkuu Naomi, hata katika umaskini wake na hasara yake. Boazi alionyesha upendo mkuu kwa Naomi na Ruthu alipowakomboa na kuwarudishia heshima. Unaweza kusoma Waepheso 4:32)
7. Tunawezaje kuonyesha moyo wa utumishi kwa wengine wanaotuzunguka? (Mwenendo wetu ufanane na ule wa Yesu Kristo, aliyejinyenyekeza na kuwa kama mtumishi. Tunaweza kufanya mambo haya katika familia zetu, makanisa yetu na hata kwa marafiki zetu. Unaweza kusoma Waphilipi 2:2-7.)

19. Hana

1 Samweli 1-2

1 Samweli
1 Palikuwa na mtu mmoja wa Rama, Msufi, wa nchi ya milima milima ya
Efraimu, jina lake akiitwa Elkana, mwana wa Yerohamu, mwana wa Elihu,
mwana wa Tohu, mwana wa Sufu, Mwefraimu 2 naye alikuwa na wake
wawili; jina lake mmoja akiitwa Hana, na jina lake wa pili aliitwa Penina;
naye huyo Penina alikuwa na watoto, lakini Hana hakuwa na watoto. 3 Na
mtu huyo alikuwa akikwea kutoka mjini kwake mwaka kwa mwaka, ili
kuabudu, na kumtolea BWANA wa majeshi dhabihu katika Shilo.

4 Hata siku ile ilipofika Elkana alipotoa dhabihu, kumpa mkewe Penina
sehemu, akawapa na watoto wake wote, wanaume kwa wanawake, sehemu
zao; 5 lakini Hana humpa sehemu mara mbili; maana alimpenda Hana,
ingawa BWANA alikuwa amemfunga tumbo. 6 Ila mwenzake
humchokoza sana, ili kumwuudhi, kwa sababu BWANA alikuwa
amemfunga tumbo. 7 Tena mumewe akafanya hivyo mwaka kwa mwaka,
hapo yule mwanamke alipokwea kwenda nyumbani kwa BWANA, ndivyo
yule alivyomchokoza; basi, kwa hiyo, yeye akalia, asile chakula. 8 Elkana
mumewe akamwambia, Hana, unalilia nini? Kwa nini huli? Kwa nini
moyo wako una huzuni? Je! Mimi si bora kwako kuliko watoto kumi?

9 Ndipo Hana akainuka, walipokula na kunywa huko Shilo. Naye Eli,
kuhani, alikuwa akiketi kitini pake penye mwimo wa hekalu la BWANA.
10 Naye huyo mwanamke alikuwa na uchungu rohoni mwake,
akamwomba BWANA akalia sana. 11 Akaweka nadhiri, akasema, Ee
BWANA wa majeshi, ikiwa wewe utayaangalia mateso la mjakazi wako,
na kunikumbuka, wala usinisahau mimi mjakazi wako, na kunipa mimi
mjakazi wako mtoto wa kiume, ndipo mimi nitakapompa BWANA huyo
mtoto siku zote za maisha yake, wala wembe hautamfikia kichwani
kamwe. 12 Ikawa, hapo alipoendelea kuomba mbele za BWANA, Eli
akamwangalia kinywa chake.

13 Basi Hana alikuwa akinena moyoni mwake; midomo yake tu ilionekana
kama anena, sauti yake isisikiwe; kwa hiyo huyo Eli alimdhania kuwa
amelewa. 14 Ndipo Eli akamwambia, Je! Utakuwa mlevi hadi lini? Achilia
mbali divai yako. 15 Hana akajibu, akasema, Hasha! Bwana wangu, mimi
ni mwanamke mwenye roho ya huzuni, mimi sikunywa divai wala kileo,
ila nimeimimina roho yangu mbele za BWANA. 16 Usimdhanie mjakazi
wako kuwa ni mwanamke asiyefaa kitu; kwa kuwa katika wingi wa
kuugua kwangu na kusikitika kwangu ndivyo nilivyonena hata sasa. 17
Ndipo Eli akajibu, akasema, Nenda kwa amani; na Mungu wa Israeli
akujalie haja yako uliyomwomba. 18 Naye akasema, Mjakazi wako na
aone kibali machoni pako. Basi huyo mwanamke akaenda zake, naye akala
chakula, wala uso wake haukuhuzunika tena.

19 Wakaondoka asubuhi na mapema, wakaomba mbele za BWANA,
kisha wakarejea na kufika nyumbani kwao huko Rama; Elkana akamjua
mkewe Hana; naye BWANA akamkumbuka. 20 Ikawa, wakati ulipowadia,
Hana akachukua mimba na kuzaa mtoto wa kiume; akamwita Samweli,
akisema, Kwa kuwa nimemwomba kwa BWANA. 24 Naye
alipomwachisha kunyonya, akamchukua pamoja naye, na ng'ombe watatu,
na efa moja ya unga, na chupa ya divai, akamleta nyumbani kwa BWANA,
huko Shilo; na yule mtoto alikuwa mtoto mdogo. 25 Nao wakamchinja
huyo ng'ombe, wakamleta mtoto kwa Eli. 26 Akasema, Ee bwana wangu,
kama iishivyo roho yako, bwana wangu, mimi ndimi yule mwanamke
aliyesimama karibu nawe hapa, nikimwomba BWANA. 27 Niliomba
nipewe mtoto huyu; BWANA akanipa dua yangu niliyomwomba; 28 kwa
sababu hiyo mimi nami nimempa BWANA mtoto huyu; wakati wote
atakaokuwa hai amepewa BWANA. Naye akamwabudu BWANA huko.

1 Samweli 2

1 Naye Hana akaomba, akasema,Moyo wangu wamshangilia
BWANA,Pembe yangu imetukuka katika BWANA,Kinywa changu
kimepanuka juu ya adui zangu;Kwa kuwa naufurahia wokovu wako; 2
Hakuna aliye mtakatifu kama BWANA;Kwa maana hakuna yeyote ila
wewe,Wala hakuna mwamba kama Mungu wetu.5 Walioshiba
wamejikodisha ili kupata chakula,Lakini waliokuwa na njaa sasa hawana
njaa tena.Naam, huyo aliyekuwa tasa amezaa watoto saba,lakini aliye na
watoto wengi amehuzunika. 7 BWANA hufukarisha mtu, na
hutajirisha;Hushusha chini, tena huinua juu.8 Humwinua mnyonge kutoka
mavumbini,Humpandisha mhitaji kutoka jaani,Ili awaketishe pamoja na
wakuu,Wakakirithi kiti cha enzi cha utukufu;Kwa maana nguzo za dunia
zina BWANA,Naye ameuweka ulimwengu juu yake. 10 Washindanao na
BWANA watapondwa kabisa;Toka mbinguni yeye atawapigia
radi;BWANA ataihukumu dunia yote;Naye atampa mfalme wake
nguvu,Na kuitukuza pembe ya masihib wake.

11 Kisha Elkana akaenda Rama nyumbani kwake. Na yule mtoto
akamtumikia BWANA mbele yake Eli, kuhani. 19 Tena mamaye
alimshonea kanzu ndogo, na kumletea kila mwaka, hapo alipokwea pamoja
na mumewe ili kutoa dhabihu kila mwaka. 20 Naye Eli akambariki Elkana
na mkewe, akasema, BWANA na akupe uzao kwa mwanamke huyu,
wachukue mahali pa yule aliyemtoa kwa BWANA. Kisha wakarudi
nyumbani kwao. 21 Naye BWANA akamwangalia Hana, naye akachukua
mimba, akazaa watoto, watatu wa kiume na wawili wa kike. Naye huyo
mtoto Samweli akakua mbele za BWANA. 26 Na yule mtoto, Samweli,
akazidi kukua akapata kibali kwa BWANA, na kwa watu pia.

Maswali kuhusu Maandiko: Hana

1 Samweli 1-2

Utangulizi:
Hadithi hii ya Hana ilitokea mwishoni mwa wakati wa waamuzi walipoongoza Israeli, kabla ya kupata wafalme. Hana alitaka mtoto sana, lakini alikuwa tasa. Alifika mbele ya Bwana mara kwa mara, na kumwomba ampe mtoto, na Bwana alisikia kilio chake. Alimzaa Samweli, aliyekuwa mwamuzi mwenye nguvu katika Israeli, na aliyekuwa nabii wa Bwana. Alikuwa mcha Mungu, na mpaka mafuta wa Bwana kwa Sauli na Daudi walipokuwa wafalme wa Israeli. Kama Samweli alivyokuwa zawadi kwa Hana, vivyo hivyo Yesu alikuwa zawadi kwetu na kwa Mariamu.

Nia:

Maalifa
- Kutambua kwamba Mungu anasikia maombi yetu kweli kweli, ingawa majibu yake si kama tunavyotaka mara nyingi, lakini ni kwa mipango yake na mapenzi yake makuu.
- Kutambua kwamba kama Samweli alivyokuwa zawadi kwa Hana, vivyo hivyo Yesu alikuwa zawadi kwetu

Tabia
- Tuamini uaminifu wa Mungu, badala ya kuishi kwa visasi au kutowapenda wengine.
- Tufurahie katika Bwana na baraka zake kwetu.

Matendo
- Tulete maumivu yetu kwa Bwana katika maombi, na tisikate tamaa tunapoleta mahitaji yetu mbele ya Bwana.
- Tijiweke wakifu, na matumaini yetu na ndoto zetu katika Bwana, na kutambua kwamba mapenzi yake ni mema.

Mistari ya Moyo:
Zaburi 34:18 "BWANA yu karibu nao waliovunjika moyo,Na huwaokoa waliopondeka roho."
Luka 18:1 "Akawaambia mfano, ya kwamba imewapasa kumwomba Mungu sikuzote, wala wasikate tamaa."

Scriptures for Further Study:
Mhubiri 5:4-5; Isaya 40:28-31; Luka 18:1-8; Warumi 12:17; 1 Wathesalonike 5:16-18; Yakobo 1:2-4; 4:2-3, 6; 1 Petro 5:7

Maswali kuhusu Maandiko:
1. Wake wawili wa Elikana walikuwa na ugomvi gani? (1 Samweli 1:2 -- Mkewe Penina aliweza kuzaa watoto wawili, lakini mkewe Hana, hakuweza kupata mtoto.)

2. Elikana alikuwa na utamaduni gani kila mwaka? (1 Samweli 1:3 – Alikwenda na familia yake kuabudu na kutoa dhabihu kwa Bwana huko Shilo.)
3. Nini kilimfanya Hana alie, na kususa chakula? (1 Samweli 1:6 – Hana alilia na kususa chakula, kwa sababu hajaweza kupata watoto. Penina alimcheka na kumtania kwa sababu alikuwa tasa.)
4. Hana alifanya nini katika machungu yake? (1 Samweli 1:10-11 – Alilia sana na alimwomba Bwana, alimpa ahadi na kusema kwamba Mungu akimpa mtoto, atampeleka kanisani kumtumikia Bwana.)
5. Kwa nini Eli alifikiri kwamba Hana alikuwa mlevi? (1 Samweli 1:12-14 – Aliomba moyoni mwake, na mdomo wake ulikuwa unachezacheza lakini sauti yake haikutoka.)
6. Eli alimwambia nini Hana alipomweleza anachokiomba? (1 Samweli 1:17 – "Enenda kwa amani; na Mungu wa Israeli akujalie haja yako uliyomwomba")
7. Mungu alimjibuje Hana katika maombi yake? (1 Samweli 1:19-20 – Mungu alimwezesha kupata mtoto wa kiume.)
8. Je, Hana alitunza ahadi yake aliyoahidiwa mbele ya Bwana? (1 Samweli 1:24-28 – Ndiyo. Alimpeleka mtoto wake kanisani kwa Bwana, na alimkabidhi Eli kumlea.)
9. Ombi la pili la Hana lilikuwa nini, na kuna tofauti gani na ombi la kwanza? (1 Samweli 2:1-10 – Alimshangilia Bwana kwa sababu alijibu ombi lake, kwa nguvu zake Bwana.)
10. Ni jinsi gani Mungu alimbariki Hana baada ya kumpeleka Samweli kanisani? (1 Samweli 2:21 – Mungu alimwezesha kuzaa mara nyingi zaidi, alipata watoto wa kiume watatu na mabinti wawili.)
11. Samweli aliendeleaje kukua? (1 Samweli 2:21-26 – Samweli aliendelea kukua mikononi mwa Bwana, na katika kimo akimpendeza Mungu na wanadamu.)

Maswali ya Kufanyia Kazi:

1. Tunapokeaje majaribu katika maisha yetu? (Hana alimlilia Mungu dhidi ya maumivu yake na alimwomba Mungu kumsaidia. Vivyo hivyo na sisi inatupasa kumwendea Bwana kwa maombi na mahitaji yetu. Unaweza kusoma 1 Petro 5:7)
2. Tuwafanyie nini watu wanaotuumiza katika maisha yetu, kama Hana aliyechekwa na Penina? (1 Samweli 1:7 – Hana hakugombana na Penina. Badala yake, alipeleka maumivu yake kwa Bwana. Alimwachia Bwana awe mwamuuzi kati yao. Unaweza kusoma Warumi 12:17.)
3. Tunajifunza nini kuhusu Bwana na uwezo wake wa kujibu maombi yetu, hata maombi ya vitu visivyowezekana? (1 Samweli 1:26-28 – Bwana anaweza kujibu namna zote za maombi na mahitaji, kwa sababu Mungu ni mwenye Uweza, na hakuna jambo

lililo gumu kwake. Pia aliweza kutupa Mwana wake wa Pekee kwa njia ya Ajabu, na alimtumia bikira Mariamu.)

4. Tunajifunza nini kutoka kwa Hana juu ya kutunza ahadi zetu? (1 Samweli 1:26-28 – Tukimwahidi Mungu jambo fulani, tunahitaji kutekeleza ahadi zetu. Unaweza kusoma Mhubiri 5:4-5.)
5. Tujibuje kutoka moyoni tunapoona upendo wa Mungu na majibu yake kwa maombi yetu? (1 Samweli 2:1-10 – Sisi, kama Hana, tushangilie na kumsifu Bwana kwa ajili ya wema na utukufu wake. Kama hatuna furaha, tunahitaji kuangalia tena njia zote alizotubariki.)
6. Je, Mungu yupo tayari kutujibu tulichomwomba? (Mungu yu tayari kutujibu tukimwomba kwa mapenzi yake na utukufu wake. Lakini, hatasikia maombi yetu tukiomba kwa ubinafsi. Unaweza Yakobo 4:2-3.)
7. Linganisha maombi mawili ya Hana katika maandiko haya. Unajifunza nini kutoka kwa maombi yake? (Ombi la kwanza lilitokea ndani ya moyo wake, alipomlilia Bwana na kumwambia juu ya maumivu yake. Ombi la pili lilitokana na furaha wa moyo wake, na kuonyesha shukrani na sifa zake kwa Bwana. Na sisi pia, tuombe katika hali zozote; tukiwa na magumu, au tukiwa na furaha.)

20. Sauli anakataliwa na Daudi anapakawa mafuta.
1 Samweli 15-16

1 Samweli 15
1 Samweli akamwambia Sauli, BWANA alinituma nikutie mafuta, uwe
mfalme wa watu wake Israeli; basi sasa, isikilize sauti na maneno ya
BWANA. 2 BWANA wa majeshi asema hivi, Nimeyatia moyoni mwangu
yale ambayo Waamaleki waliwatenda Waisraeli, jinsi walivyowapinga
njiani, hapo walipopanda kutoka Misri. 3 Basi sasa nenda ukawapige
Waamaleki, na kuviharibu kabisa vitu vyote walivyonavyo, wala
msiwaachilie; bali waueni, mwanamume na mwanamke, na mtoto
anyonyaye, ng'ombe na kondoo, ngamia na punda. 4 Ndipo Sauli akawaita
watu, akawahesabu huko Telemu, askari wa miguu elfu mia mbili na watu
elfu kumi wa Yuda. 7 Sauli akawapiga Waamaleki, toka Havila hadi
Shuri, mashariki mwa Misri. 8 Akamkamata Agagi, mfalme wa
Waamaleki akiwa hai, akawaangamiza hao watu wote kwa upanga. 9
Lakini Sauli na watu wake wakamwacha Agagi hai, na katika kondoo
walio wazuri, na ng'ombe, na vinono, na wana-kondoo, na chochote kilicho
chema, wala hawakukubali kuwaangamiza; bali chochote kilichokuwa
kibaya na kisichofaa, ndicho walichoangamiza kabisa.

10 Ndipo neno la BWANA likamjia Samweli, kusema, 11 Najuta kwa
sababu nimemtawaza Sauli awe mfalme; maana amerudi nyuma,
asinifuate, wala hakufanya nilivyomwamuru. Samweli akasikitika,
akamlilia BWANA usiku kucha. 12 Samweli akaondoka asubuhi na
mapema ili aonane na Sauli; Samweli akaambiwa ya kwamba, Sauli alifika
Karmeli, na tazama, akajisimamishia mnara wa ukumbusho wake,
akageuka, akapita, akateremkia Gilgali. 13 Samweli akamwendea Sauli;
naye Sauli akamwambia, Ubarikiwe na BWANA, nimeitimiza amri ya
BWANA. 14 Samweli akasema, Maana yake nini basi, hiki kilio cha
kondoo masikioni mwangu, na huu mlio wa ng'ombe ninaousikia? 15
Sauli akasema, Wamewaleta kutoka kwa Waamaleki; maana watu
waliwaacha hai kondoo na ng'ombe walio wazuri, ili wawatoe dhabihu
kwa BWANA, Mungu wako, nao waliosalia tumewaangamiza kabisa. 16
Ndipo Samweli akamwambia Sauli, Ngoja, nami nitakuambia neno
aliloniambia BWANA usiku huu. Naye akamwambia, Haya, sema.

17 Basi Samweli akasema, Ingawa ulikuwa mdogo machoni pako
mwenyewe, je! Hukufanywa kuwa kichwa cha makabila ya Israeli? Naye
BWANA akakutia mafuta uwe mfalme wa Israeli. 18 Kisha BWANA
akakutuma safarini, akasema, Nenda ukawaangamize kabisa wale
Waamaleki wenye dhambi, upigane nao hadi watakapoangamia. 19 Mbona
basi hukuitii sauti ya BWANA, bali ukazirukia nyara ukafanya yaliyo
maovu machoni pa BWANA? 20 Sauli akamwambia Samweli, Hakika

mimi nimeitii sauti ya BWANA, nami nimemleta Agagi, mfalme wa
Waamaleki, tena nimewaangamiza Waamaleki kabisa. 21 Ila watu waliteka
nyara, kondoo na ng'ombe walio wazuri, katika vitu vilivyowekwa wakfu,
kusudi wavitoe dhabihu kwa BWANA, Mungu wako, huko Gilgali.

22 Naye Samweli akasema,Je! BWANA huzipenda sadaka za kuteketezwa
na dhabihu Sawasawa na kuitii sauti ya BWANA?Angalia, kutii ni bora
kuliko dhabihu,Na kusikiza ushauri kuliko mafuta ya beberu. 23 Kwani
kuasi ni kama dhambi ya uchawi,Na ukaidi ni kama uovu na kuabudu
vinyago;Kwa kuwa umelikataa neno la BWANA,Yeye naye amekukataa
wewe usiwe mfalme.□24 Ndipo Sauli akamwambia Samweli, Nimefanya
dhambi; maana nimeivunja amri ya BWANA, pia na maneno yako; kwa
sababu niliwaogopa wale watu, nikaitii sauti yao. 25 Basi sasa, nakuomba,
unisamehe dhambi yangu; rudi pamoja nami, nipate kumwabudu BWANA.
26 Samweli akasema, Sitarudi pamoja nawe; kwa sababu umelikataa neno
la BWANA, BWANA naye amekukataa wewe, usiwe mfalme wa Israeli.
35 Wala Samweli hakuenda tena kuonana na Sauli hata siku ya kufa
kwake; lakini Samweli alikuwa akimlilia Sauli; naye BWANA akaghairi
ya kuwa amemtawaza Sauli awe mfalme juu ya Israeli.

1 Samweli 16
1 BWANA akamwambia Samweli, utamlilia Sauli hadi lini, kwa kuwa
mimi nimemkataa asiwatawale Waisraeli? Ijaze pembe yako mafuta,
uende, nami nitakutuma kwa Yese, Mbethlehemi; maana nimejipatia
mfalme katika wanawe. 2 Samweli akasema, Nawezaje kwenda? Sauli
akipata habari, ataniua. Basi BWANA akasema, Chukua ndama pamoja
nawe, ukaseme, Nimekuja ili kumtolea BWANA dhabihu. 3 Umwalike
Yese aje kwenye dhabihu, nami nitakuonesha utakayotenda; nawe
utampaka mafuta yule nitakayemtaja kwako. 4 Samweli akafanya hayo
aliyosema BWANA, akaenda Bethlehemu. Wakaja wazee wa mji kumlaki,
wakitetemeka, nao wakasema, Je! Umekuja kwa amani? 6 Ikawa
walipokuja, alimtazama Eliabu, akasema, Yakini masihis wa BWANA
yupo hapa mbele zake. 7 Lakini BWANA akamwambia Samweli,
Usimtazame uso wake, wala urefu wa kimo chake; kwa maana mimi
nimemkataa. BWANA haangalii kama binadamu aangaliavyo; maana
wanadamu huitazama sura ya nje, bali BWANA huutazama moyo. 8 Ndipo
Yese akamwita Abinadabu, akampitisha mbele ya Samweli. Naye
akasema, BWANA hakumchagua huyu. 10 Yese akawapitisha wanawe
saba mbele ya Samweli. Samweli akamwambia Yese, BWANA
hakuwachagua hawa.11 Kisha Samweli akamwambia Yese, Watoto wako
wote wapo hapa? Naye akasema, Amesalia mdogo wao, na tazama,
anawachunga kondoo. Basi Samweli akamwambia Yese, Tuma watu,
wamlete; kwa sababu hatutaketi hadi atakapokuja huku. 12 Basi akatuma
mtu, naye akamleta kwao. Naye alikuwa mwekundu, mwenye macho

mazuri, na umbo lake lilikuwa la kupendeza. BWANA akasema, Ondoka,
umtie mafuta; maana huyu ndiye. 13 Ndipo Samweli akaitwaa pembe
yenye mafuta, akamtia mafuta kati ya ndugu zake; na Roho ya BWANA
ikamjia Daudi kwa nguvu kuanzia siku ile. Basi Samweli akaondoka,
akaenda zake Rama.

Maswali kuhusu Maandiko: Sauli anakataliwa na Daudi anapakawa mafuta.

1 Samweli 15-16

Utangulizi:

Baada ya Samweli kukua, alikuwa mwamuzi na nabii wa Israeli. Waisraeli walimtaka kionga wa kuwaongoza, Bwana alimwongoza Samweli kumpaka mafuta Sauli kama mfalme wao wa kwanza. Samweli alimwambia Sauli maneno ya Mungu mara kwa mara, na alimshauri na kumsahihisha wakati alipoteleza. Lakini, Mfalme Sauli hakutii mafundisho ya Bwana, kwa hiyo alipoteza nafasi ya ufalme. Kwa hiyo, Mungu alimwagiza Samweli kupaka mafuta mtu mwingine awe mfalme wa Israeli. Huyu alikuwa kijana mdogo mchungaji wa wanyama, aliitwa Daudi, mtu apendezaye moyo wa Bwana. Daudi alikuwa mfalme wa kwanza kutoka katika ukoo wa Yesu. Na Yesu aliye mfalme wa milele.

Nia:

Maalifa

- Kutambua kwamba Mungu anafahamu mioyo yetu, na haiwezekani kujificha kutoka kwake.
- Kufahamu kwamba tukienda kinyume na maelekezo ya Bwana, tutahukumiwa.

Tabia

- Tungame na majivuno yetu na uasi wetu.
- Kuwa nyenyekevu mbele za Mungu na kupendeza moyo wa Bwana.

Matendo

- Tutembee kwa uaminifu na kumtii Bwana anapotuongoza katika maisha yetu, na tusitegemee mawazo yetu tu.
- Tuangalie mambo kwa kutumia macho ya kiroho, na tuangalie mambo ya ndani badala ya mambo ya nje.

Mstari wa Moyo:

1 Samweli 16:7 "BWANA haangalii kama binadamu aangaliavyo; maana wanadamu huitazama sura ya nje, bali BWANA huutazama moyo."

Scriptures for Further Study:

2 Samweli 7:12-13; Zaburi 51:10; 139:23-24; Mithali 16:18; Ezekieli 36:26; Matayo 15:17-20

Maswali kuhusu Maandiko:

1. Mungu alimwagiza mfalme Sauli afanye nini kwa Waamaleki? (1 Samweli 15:3 – Bwana alimwagiza mfalme Sauli kuwavamia, na kuharibu kila kitu chao)

2. Je, Sauli aliheshimu maagizo ya Bwana? (1 Samweli 15:8-9 – Hapana. Ingawa aliwavamia, na aliwauwa wengi, hajamwuwa mfalme wao na alihifadhi kondoo na n'gombe wao walio wazuri. Alipanga kuwatoa sadaka mbele za Mungu, alifikiri itakuwa vizuri, lakini alishindwa kumtii Bwana.)
3. Bwana alimjibuje Sauli kwa kutotii kwake? (1 Samweli 15:11 – Bwana alihuzunika kumteuwa Sauli awe mfalme.)
4. Sauli alimpa nani utukufu na heshima kwa ushindi dhidi ya Waamaleki? (1 Samweli 15:12 – Sauli alijitwika utukufu, na alijenga mnara kwa heshima yake.)
5. Kwa nini Sauli alifikiri kwamba ametenda vema alipohifadhi kondoo na n'gombe? (1 Samweli 15:13 – Sauli alipanga kuwatoa kama sadaka, alifikiri kwamba jambo hili ni zuri, na hana sababu ya kumtii Mungu. Bwana anapenda unyenyekevu ulio kamilika. "Utii ni bora kuliko dhabihu, Na kusikia kuliko mafuta ya beberu" 1 Samweli 15:22b)
6. Sauli alitoa sababu gani ya kutotii? (1 Samweli 15:15, 21 – Sauli alisema kwamba alihifadhi "sehemu iliyo bora ya mavuno" ili aweze kutoa sadaka ya kumpendeza Mungu.)
7. Samweli alimlalalimikia nini Sauli? (1 Samweli 15:19 – Samweli alimlalalimikia Sauli kutomheshimu kwake Bwana, kwa sababu alichukua mali ya Waameleki na kutoiharibu yote.)
8. Samweli alisema nini ni afadhali kuliko kutoa dhabihu kwa Mungu? (1 Samweli 15:22 – Samweli alimwambia Sauli ni nzuri kutii kuliko dhabihu.)
9. Sauli alisemaje baada ya kutambua kosa lake? (1 Samweli 15:24-25 – Sauli alikiri kosa lake, na alimwomba Mungu msamaha. Alitoa visingizio, kama vile kuogopa watu.)
10. Nini yalikuwa madhala ya Sauli kutotii? (1 Samweli 15:26 – Mungu alimkataa Sauli kama mfalme wa Israeli.)
11. Kwa nini Mungu alimtuma Samweli amwende Yese wa Bethlehemu? (1 Sameweli 16:1 – Kumpaka mafuta mtoto wake wa kiume ili awe mfalme mpya wa Israeli.)
12. Samweli alijuaje ni yupi kati ya wana wa Yese ambaye atampaka mafuta? (1 Samweli 16:3 – Bwana alisema kwamba atamwonyesha.)
13. Samweli alifikiri nini kuhusu Eliabu alipomwona? (1 Samweli 16:6 – "Yakini masihi wa BWANA yupo hapa mbele zake.")
14. Mungu alimjibuje Samweli? (1 Samweli 16:7 – "Bwana haangalii kama binadamu aangaliavyo; maana wanadamu huitazama sura ya nje, bali Bwana huutazama moyo.")
15. Nani alichaguliwa na Bwana kuwa mfalme? (1 Samweli 16:12-13 – Daudi, aliyekuwa mdogo kati wa wana wa Yese.)

Maswali ya Kufanyia Kazi:

1. Mungu anaangalia mambo gani ndani ya mioyo ya watu? Anataka kuona nini? (1 Samweli 15:8-11 – Mungu hataki kuona moyo wenye tamaa, au moyo ambao ni vuguvugu. Mungu anataka moyo wa kutii.)
2. Kwa njia gani tunashindwa kumtii Bwana kikamilifu katika mambo ambayo alituitia? (1 Samweli 15:22 – Tunamkosea Mungu heshima pale tunapofanya sawasawa na mapenzi yetu, au tukiogopa watu, au tukiheshimu maneno yao kuliko ya Bwana.)
3. Kwa njia gani tunaogopa watu na kuwaruhusu wafanye wanavyopenda? Tunawezaje kusimama imara, ingawa watu wanakasirika? (1 Samweli 15:24 – Sauli alisema kwamba aliogopa watu, kwa hiyo aliwaruhusu wafanye wanavyotaka. Tunafanya vivyo hivyo tusipoikemea dhambi, au kuona dhambi na kuifumbia macho, au tukishindwa kumsaidia mtu aliyefanyiwa vibaya [mabaya].)
4. Tunakutana na changamoto gani tusipomtii Bwana? (1 Samweli 15:23 – Sauli alipoteza ufalme, ingawa aliendelea kutawala kwa miaka mingi. Sisi pia tutaukosa ufalme wa mbinguni tukiendelea kutomtii Bwana. Ni rehema ya Mungu tu inayotuwezesha kuingia katika mfalme wa mbinguni.)
5. Tunajukumuu gani tunapowaona Wakristo wenzetu wanajishughulisha na dhambi? (Inatupasa kuwaambia kuhusu dhambi zao kwa njia ya upendo, ili waweze kutubu na kurudi kwa Bwana.)
6. Tufanye nini tunapotambua kwamba mioyo yetu imejawa na madhaifu, na kutaka mambo mengi, na kujikweza, na ubinafsi? (Zaburi 51:10; Ezikieli 36:26 – Lazima tungame, na kumwomba Mungu asafishe mioyo yetu na kutukomboa kutoka katika dhambi.)
7. Mstari huu una maana gani, "Bwana haangalii kama binadamu aangaliavyo; maana wanadamu huitazama sura ya nje, bali Bwana huutazama moyo"? (1 Samweli 16:7 – Watu wanashangazwa na sura ya nje, lakini Mungu anaangalia mioyo ya watu, na anajua wasifu wa kila mtu. Mungu atuwezeshe kuona kwa macho ya Kiroho, na si kwa macho yetu tu. Atuwezeshe kuona mioyo ya watu, badala ya uzuri wao, nguvu zao au mali yao.)
8. Tuna kitu gani cha Kiroho kinatuwezesha kumtumikia Bwana? (1 Samweli 16:13 – Daudi hakuwa na chochote ambacho kilimwezesha kuwa mfalme, isipokuwa alikuwa aliupendeza moyo wa Bwana. Kama Daudi, ni Roho Mtakatifu anayetuwezesha na anayetupa nguvu tunazohitaji.)
9. Tunaonaje kazi ya Mungu maishani mwetu? Katika maisha yako umeshawahi kuona baraka zake au adhabu yake kwa njia ya upendo? (Kwa njia ya Roho yake, anatukumbusha umakini wa dhambi zetu, anatufariji na anatutia nguvu.)

21. Daudi anamsamehe Sauli
1 Samweli 23 - 24

1 Samweli 23
14 Basi Daudi alikuwa akikaa nyikani ngomeni, akakaa katika nchi ya
milima milima kwenye nyika ya Zifu. Naye Sauli alikuwa akimtafuta kila
siku, lakini Mungu hakumtia mikononi mwake. 15 Daudi akaona ya
kwamba Sauli ametoka nje ili kutafuta roho yake; naye Daudi akawako
katika nyika ya Zifu, huko Horeshi. 16 Ndipo Yonathani, mwana wa Sauli,
akainuka akamwendea Daudi huko Horeshi, akamtia nguvu mkono wake
katika Mungu. 17 Akamwambia, Usiogope, kwa maana mkono wa Sauli,
babangu, hautakupata; na wewe utakuwa mfalme juu ya Israeli; na mimi
nitakuwa makamu wako; ndivyo ajuavyo hata Sauli, babangu. 18 Na hao
wawili wakafanya agano mbele za BWANA; Daudi naye akakaa huko
Horeshi, na Yonathani akaenda nyumbani kwake.

25 Basi Sauli na watu wake wakaenda kumtafuta. Watu wakamwambia
Daudi; basi kwa hiyo akashuka mpaka mwambani, akakaa nyikani pa
Maoni. Naye Sauli alipopata habari, alimwinda Daudi nyikani pa Maoni.
26 Sauli akaenda upande huu wa mlima, na Daudi na watu wake
wakaenda upande huu wa mlima; naye Daudi akafanya haraka sana ili
amtoroke Sauli; kwa sababu Sauli na watu wake walikuwa wakiwazingira
Daudi na watu wake ili kuwakamata. 27 Lakini akaja mjumbe kwa Sauli,
kusema, Njoo upesi, kwa kuwa Wafilisti wameishambulia nchi. 28 Basi
Sauli akarudi kutoka kumwinda Daudi, akaenda kupigana na Wafilisti;
kwa hiyo wakapaita mahali pale, Selahamalekothi. 29 Naye Daudi
akakwea kutoka huko, akakaa katika ngome ya Engedi.

1 Samweli 24
1 Ikawa, Sauli aliporudi baada ya kuwafuatia Wafilisti, aliambiwa ya
kwamba, Daudi yuko katika nyika ya Engedi. 2 Ndipo Sauli akatwaa watu
elfu waliochaguliwa katika Israeli wote, akaenda kumtafuta Daudi na watu
wake juu ya majabali ya mbuzi-mwitu. 3 Akafika penye mazizi ya kondoo
kando ya njia, na huko kulikuwa na pango; Sauli akaingia ndani ili kwenda
haja. Na Daudi na watu wake walikuwa wakikaa mle pangoni ndani sana. 4
Nao watu wa Daudi wakamwambia, Tazama, hii ndiyo siku ile
aliyokuambia BWANA, Angalia, nitamtia adui yako mikononi mwako,
nawe utamtenda yoyote utakayoona kuwa mema. Basi Daudi akainuka,
akaukata upindo wa vazi lake Sauli kwa siri. 5 Lakini baadaye, moyo
wake Daudi ukamchoma, kwa sababu amekata upindo wa vazi lake Sauli.
7 Basi Daudi akawazuia watu wake kwa maneno hayo, asiwaruhusu
kumshambulia Sauli. Kisha Sauli akatoka pangoni, akaenda zake.

8 Daudi naye akainuka baadaye, akatoka pangoni, akamwita Sauli,
akisema, Bwana wangu, mfalme. Na Sauli alipotazama nyuma, Daudi
akainama uso wake hadi chini, akamsujudia.9 Daudi akamwambia Sauli,

Kwa nini unasikiliza maneno ya watu wasemao, Tazama, Daudi anataka
kukudhuru? 10 Tazama, leo hivi macho yako yameona jinsi BWANA
alivyokutia mikononi mwangu pangoni, na watu wengine wakaniambia
nikuue; lakini nikakuacha; nikasema, Sitaki kuunyosha mkono wangu juu
ya bwana wangu; kwa maana yeye ni masihi wa BWANA. 11 Tena, baba
yangu, tazama, tafadhali, tazama upindo wa vazi lako mkononi mwangu;
maana ikiwa nimeukata upindo wa vazi lako, nisikuue, ujue, na kuona ya
kuwa hakuna uovu wala kosa mkononi mwangu, wala sikukukosa neno;
ingawa wewe unaniwinda roho yangu ili kuikamata. 12 BWANA
atuamue, mimi na wewe, na BWANA anilipizie kisasi changu kwako;
lakini mkono wangu hautakuwa juu yako. 14 Na mfalme wa Israeli
ametoka ili kumfuatia nani? Unamwinda nani? Ni kuwinda mbwa mfu, au
kiroboto. 15 Basi BWANA atuamue, akatuhukumu mimi na wewe,
akaone, akanitetee neno langu, akaniokoe kutokana na mkono wako.

16 Ikawa, Daudi alipokwisha kumwambia Sauli maneno hayo Sauli
alisema, Hii ndiyo sauti yako, Daudi, mwanangu? Naye Sauli akapaza
sauti yake, akalia. 17 Akamwambia Daudi, Wewe u mwenye haki kuliko
mimi; maana wewe umenitendea mema, nami nimekutenda mabaya. 18
Nawe umeonesha leo jinsi ulivyonitendea mema, kwani BWANA
aliponitia mikononi mwako, hukuniua. 19 Maana mtu akimwona adui
yake, je! Atamwacha aende zake salama? Basi BWANA na akulipe mema
kwa haya uliyonitendea leo. 20 Na sasa, angalia, ninajua ya kuwa hakika
utakuwa mfalme, na ufalme wa Israeli utafanyika imara mkononi mwako.
21 Basi sasa, uniapie kwa BWANA, ya kwamba hutawakatilia mbali
wazao wangu baada yangu, wala hutaliharibu jina langu katika ukoo wa
baba yangu. 22 Naye Daudi akamwapia Sauli. Kisha Sauli akaenda zake
kwao; lakini Daudi na watu wake wakapanda kwenda ngomeni.

Maswali kuhusu Maandiko: Daudi anamsamehe Sauli
1 Samweli 23 - 24

Utangulizi:
Sauli aliendelea kutawala Israeli kwa miaka michache baada ya Daudi kupakwa mafuta kuwa mfalme mtarajiwa. Daudi alitumikia katika jeshi la Sauli, na alipanda cheo kwa sababu ya ushindi katika vita (1 Sam. 18:5). Lakini, Daudi alikuwa maalufu kwa sababu ya ushindi aliyoupata katika vita, Sauli alimwonea wivu. Matokeo yake, Sauli alijaribu kumwua Daudi kwa kumtuma katika vita vigumu, lakini Daudi alishinda mara kwa mara. Sauli akajaribu tena walipokuwa pamoja, Daudi alilazimika kukimbia zake. Sauli alitumia jeshi lake kumfukuza Daudi na kuwakimbiza wote aliokuwa nao. Sauli alimkimbiza Daudi kwa miaka mingi. Katika siku hizi zote, Daudi aliendelea kumheshimu Bwana, na Sauli aliyepakwa mafuta. Sauli aliendelea kutawala nchi ya Israeli mpaka Bwana mwenyewe alipomwondoa alipokufa katika vita. Nyakati hizi ngumu zilikuwa matayarisho mazuri kwa Daudi ili awe mfalme mzuri.

Nia:

Maalifa
- Kutambua kwamba Mungu pekee yake ndiye Hakimu wa mioyo ya watu, tungeangamizwa isingekuwa Yesu Kristo.
- Kujua kwamba Mungu ndiye anayewapa watu mamlaka, ni Yeye ndiye anayetoa tunzo.

Tabia
- Tuwe na neema, msamaha, uvumilivu, na kujitambua, kwa sababu Bwana alituonyesha vitu hivyo hivyo.
- Tumwamini Bwana kama ndyie Mlinzi wetu.

Matendo
- Tuwasamehe maadui wetu badala ya kulipa kisasi, baya kwa baya.
- Tuvute subira wakati wa kujitayarisha, kwa mambo yajayo ambayo Mungu ametutayarishia.

Mistari ya Moyo:
Zaburi 50:15 “Uniite siku ya mateso;Nitakuokoa, nawe utanitukuza.”
Matayo 5:43-44 “Mmesikia kwamba imenenwa, Umpende jirani yako, na, Umchukie adui yako; lakini mimi nawaambia, Wapendeni adui zenu, waombeeni wanaowaudhi,”

Scriptures for Further Study:
Kumbukumbu la Torati 32:35; Matayo 5:21-22, 43-48; 7:12; Warumi 12:17-21

Maswali kuhusu Maandiko:

1. Kwa nini Daudi alikaa jangwani na katika milima jangwani? (1 Samweli 23:14-15 – Daudi alikuwa anajificha kutoka kwa Sauli, kwa sababu Sauli alikuwa anamtafuta amwuwe.)
2. Yonathani alimwambia nini Daudi ili amtie nguvu na tumaini katika kumwamini Mungu? (1 Samweli 23:16-17 – Yonathani alimhakikishia Daudi kwamba hatamwacha kama rafiki. Pia, alimkumbusha Daudi juu ya mafuta kutoka kwa Mungu, na kwamba siku moja atakuwa mfalme wa Israeli.)
3. Nini kilichotokea na kuwawezesha Daudi na watu wake kumkimbia wakati Sauli alipofika kuwakamata? (1 Samweli 23:26-27 – Mjumbe alikuja na aliwaambia jeshi la Sauli kwamba wanahitaji kupigana na jeshi la Wafilisti.)
4. Kwa nini Sauli aliingia kwenye pango, ambapo Daudi na watu wake walitumia kujificha. (1 Samweli 24:3 – Aliingia kwa ajili ya kujisaidia.)
5. Watu walimpa Daudi ushauri gani? (1 Samweli 24:4 – Walimwambia kwamba Mungu alimletea adui wa Daudi ili aweze kumwua.)
6. Je, Daudi alikubali ushauri wao? (1 Samweli 24:5-7 – Daudi alikataa ushauri huo, na hakupenda kumwua mtu ambaye Mungu alimpaka mafuta.)
7. Kwa nini Daudi aliukata upindo wa vazi la Sauli kwa siri? (1 Samweli 24:4 – Kwa sababu alitaka kumwonyesha Sauli kwamba angeweza kumwua, lakini alichagua kutomwua.)
8. Kwa nini Daudi alikataa kumwua Sauli? (1 Samweli 24:4 – Ingawa Daudi alitambua kwamba atakuwa mfalme, pia alijua kwambwa Sauli alikuwa mpakwa mafuta wa Bwana kuwa mfalme wa kwanza wa Israeli, kwa hiyo alimheshimu. Alijua kwamba Mungu angeweza kumwondoa katika wakati aliopanga. Daudi alijua kwamba atakuwa mfalme wakati Mungu apendao.)
9. Daudi alimwambia nini Sauli alipotoka nje ya pango? (1 Samweli 24:8-15 – Daudi alitaka kumjilisha Sauli, na kumwuuliza kwa nini alikuwa anawasikiliza watu wanaosema uwongo juu yake. Daudi alimjulisha kwamba angeweza kumwua Sauli, lakini alichagua kutomwua, kwa njia hii alionyesha heshima kwa mfalme.)
10. Sauli alimjibu nini Daudi? (1 Samweli 24:16 – Alilia sana.)
11. Sauli alifanya nini alipotambua kwamba Daudi hakutaka kumwua au kumdhuru? (1 Samweli 24:17-22 – Sauli alimwacha Daudi na alimbariki, na akarudi nyumbani.)

Maswali ya Kufanyia Kazi:

1. Ni adui gani anayetusumbua? (1 Samweli 23:14-15 – "Ibilisi, kama simba angurumaye, huzunguka-zunguka, akitafuta mtu ammeze."1 Petro 5:8)

2. Mungu anawezaje kututia nguvu hata katika changamoto za maisha? (1 Samweli 23:16-17 – Mungu alimletea Daudi rafiki yake mwema Yonathani kumtia moyo na kumtia nguvu katika Bwana. Mungu anatuletea watu kama akina Yonathani katika maisha yetu.)
3. Kwa njia gani Mungu anatukomboa kutoka majaribu, au kutupa nguvu kwa ajili ya vikwazo? (1 Samweli 23:27-29; 24:5-7, 18-20 – Anaweza kutukomboa kwa kutumia mazingira, au wajumbe, au labda anaweza kutuficha kama Daudi, anaweza kutukomboa kama tulivyoona kwa Daudi na Sauli. Kwetu, tungeweza kuhukumiwa kwa sababu ya dhambi zetu, lakini ametukomboa kwa njia ya Yesu.)
4. Maandiko yanatuambia nini juu ya kupakwa mafuta? (1 Samweli 24:5, 10 – Anayepakwa mafuta na Bwana ndiye aliyepakwa mafuta na nabii. Nabii Samweli alimpaka mafuta Sauli kuwa mfalme wa kwanza wa Israeli na badaaye Samweli alimpaka mafuta Daudi kuwa mfalme wa pili. Kupakwa mafuta ina maana kwamba Mungu amekuchagua.)
5. Kwa njia gani Bwana anatumia magumu katika maisha yetu ili atutayarishe kwa siku zijazo? (1 Samweli 24:20 – Magumu yanatusaidia kuongeza unyenyekevu, na kumtegemea Bwana, na imani katika ulinzi wake na utoaji wake.)
6. Tuwafanyie nini maadui wetu? Tuwafanyie vibaya wakitufanyia vibaya (Jino kwa Jino)? (Unaweza kusoma Warumi 12:17-21, Luka 6:27-28 – Tunahitaji kuwapenda maadui wetu na kuwaombea wanatufanyia vibaya. Bwana wetu alifanya vivyo hivyo, "kwa kuwa Kristo alikufa kwa ajili yetu, tulipokuwa tungali wenye dhambi. Kwa maana ikiwa tulipokuwa adui tulipatanishwa na Mungu kwa mauti ya Mwana wake" Warumi 5:8, 10)
7. Maadui wetu ni akina nani, na tunawezaje kuwasamehe? (1 Samweli 24:10, 15 – Tunaweza kuwasamehe kwa sababu Bwana ndiye mtoa hukumu wa mwisho. Kumsamehe mtu mwingine ni kumwachia Mungu afanye hukumu yake.)
8. Je, Daudi alifanya jambo zuri alipomsamehe Sauli? (1 Samweli 24:4 – Ndiyo. Daudi alimwachia Bwana awe Hakimu na hajapenda kupisha maisha ya mpakwa mafuta wa Bwana kama mfalme.)

22. Sulemani Anaomba Hekima
1 Wafalme 3

1 Wafalme 3
3 Sulemani naye akampenda BWANA, akienda katika amri za Daudi
babaye, ila hutoa dhabihu na kufukiza uvumba katika mahali pa juu.4 Basi
mfalme akaenda Gibeoni, ili atoe dhabihu huko; kwa kuwa ndipo mahali
pa juu palipo pakuu. Sulemani akatoa sadaka elfu moja za kuteketezwa juu
ya madhabahu ile. 5 Na huko Gibeoni BWANA akamtokea Sulemani
katika ndoto ya usiku; Mungu akamwambia, Omba utakalo nikupe. 6
Sulemani akasema, Umemfanyia mtumwa wako Daudi baba yangu fadhili
kuu, kadiri alivyoenenda mbele zako katika kweli, na katika haki, na katika
unyofu wa moyo pamoja nawe; nawe umemwekea na fadhili hii kubwa,
maana umempa mwana wa kuketi kitini pake kama ilivyo leo. 7 Na sasa,
Ee BWANA, Mungu wangu, umenitawaza niwe mfalme mimi mtumwa
wako badala ya Daudi baba yangu; nami ni mtoto mdogo tu; sijui jinsi
inipasavyo kutoka wala kuingia. 8 Na mtumwa wako yuko katikati ya
watu wako uliowachagua, watu wengi wasioweza kuhesabiwa, wala
kufahamiwa idadi yao, kwa kuwa ni wengi. 9 Kwa hiyo nipe mimi
mtumwa wako moyo wa adili niwahukumu watu wako, na kupambanua
mema na mabaya; maana ni nani awezaye kuwahukumu watu hawa wako
walio wengi?

10 Neno hili likawa jema machoni pa Bwana, ya kuwa Sulemani ameomba
neno hili. 11 Mungu akamwambia, Kwa kuwa umeomba neno hili, wala
hukujitakia maisha ya siku nyingi; wala hukutaka utajiri kwa nafsi yako;
wala hukutaka roho za adui zako; bali umejitakia akili za kujua kuhukumu;
12 basi, tazama, nimefanya kama ulivyosema. Tazama, nimekupa moyo
wa hekima na wa akili; hata kabla yako hapakuwa na mtu kama wewe,
wala baada yako hatainuka mtu kama wewe. 13 Na mambo yale
usiyoyaomba nimekupa, mali na fahari, hata hapatakuwa na mtu katika
wafalme kama wewe, siku zako zote. 14 Nawe ukienda katika njia zangu,
na kuyashika mausia yangu, na amri zangu, kama baba yako Daudi
alivyokwenda, basi nitazifanya siku zako kuwa nyingi. 15 Naye Sulemani
akaamka, na kumbe! Ni ndoto. Akaenda Yerusalemu, akasimama mbele ya
sanduku la Agano la BWANA, akatoa sadaka za kuteketezwa, akatoa na
sadaka za amani; akawafanyia karamu watumishi wake wote.

16 Ndipo wanawake wawili, makahaba, walimwendea mfalme,
wakasimama mbele yake. 17 Na mwanamke mmoja akasema, Ee bwana
wangu, mimi na mwanamke huyu tunakaa katika nyumba moja; nami
nilizaa nilipokuwa pamoja naye nyumbani. 18 Kisha, siku ya tatu baada ya
kuzaa kwangu, ikawa mwanamke huyu naye akazaa; na sisi tulikuwa
pamoja; hapakuwa na mtu mwingine pamoja nasi nyumbani, isipokuwa
sisi wawili tu. 19 Na mtoto wa mwanamke huyu akafa usiku, maana
alimlalia. 20 Akaondoka kati ya usiku, akamwondoa mtoto wangu ubavuni

pangu, mimi mjakazi wako nilipokuwa usingizini, akamweka kifuani pake,
na mtoto wake mwenyewe, aliyekuwa amekufa, akamweka kifuani pangu.
21 Nilipoamka asubuhi nimnyonyeshe mtoto wangu, kumbe. Amekufa. Na
asubuhi nilipomtazama sana, kumbe! Siye mtoto wangu niliyemzaa. 22
Ndipo yule mwanamke wa pili akasema, Sivyo hivyo; bali mtoto wangu
ndiye aliye hai, na mtoto wako ndiye aliyekufa. Na mwenzake akasema,
Sivyo hivyo; bali mtoto wako ndiye aliyekufa, na mtoto wangu ndiye aliye
hai. Ndivyo walivyosema mbele ya mfalme.

23 Ndipo mfalme akasema, Huyu anasema, Mtoto wangu yu hai, na mtoto
wako amekufa. Na huyu anasema, Sivyo hivyo; bali mtoto aliyekufa ni
wako, na mtoto aliye hai ni wangu. 24 Mfalme akasema, Nileteeni upanga.
Wakaleta upanga mbele ya mfalme. 25 Mfalme akasema, Mkate mtoto
aliye hai vipande viwili, kampe huyu nusu, na huyu nusu. 26 Ndipo
mwanamke yule, ambaye mtoto aliye hai ni wake, akamwambia mfalme
kwa maana moyoni mwake alimwonea mtoto wake huruma, akasema, Ee
bwana wangu, mpe huyu mtoto aliye hai, wala usimwue kamwe. Lakini
yule mwingine akasema, Asiwe wangu wala wako; na akatwe. 27 Ndipo
mfalme akajibu, akasema, Mpe huyu wa kwanza mtoto aliye hai, maana
yeye ndiye mama yake. 28 Na Israeli wote wakapata habari za hukumu ile
aliyoihukumu mfalme wakamwogopa mfalme; maana waliona ya kuwa
hekima ya Mungu ilikuwa ndani yake, ili afanye hukumu.

Maswali kuhusu Maandiko: Sulemani Anaomba Hekima
1 Wafalme 3

Utangulizi:
Mfalme Daudi alitawala nchi ya Israeli kwa miaka 40. Alikuwa mfalme mwema kabisa ambaye Waisraeli hawajawahi kumpata. Daudi alipokuwa anakaribia kufariki, alimchagua Sulemani amrithi. Sulemani alipokuwa mfalme wa Israeli alipata upendeleo mkubwa, lakini alipata majukumuu makubwa pia. Ilimpasa Sulemani kutawala ufalme ambao aliandaliwa na baba yake. Kwa hiyo, Sulemani alimwomba Bwana kwa kitu kimoja alichokihitaji ili atumikie kama mfalme mwenye busara, aliomba hekima.

Nia:

Maalifa
- Tutambue kwamba hekima ni zawadi kutoka kwa Bwana, anayeanzisha na anayetimiza imani yetu.
- Tutambue ya kwamba pasipo na vipaji kutoka Mungu, tusingalikuwa na vipaji vyovyote. Tumezawadiwa vipaji naye.
- Tutambue kwamba Mungu anapenda kuwapa watato wake zawadi nzuri, na anataka wanfanikiwe.

Tabia
- Tupenda haki na tuwaheshimu wanaotoa hukumu ya kweli.
- Tuamini kwamba Mungu ni Mwaminifu na Yeye ni Mtoaji, hata tukiwa na mahitaji makuu.

Matendo
- Tuseme ukweli, tutunze ukweli, na tutoe hukumu yenye busara katika majukumuu tuliyopewa na Bwana.

Mistari ya Moyo:
1 Wafalme 3:9 "Kwa hiyo nipe mimi mtumwa wako moyo wa adili niwahukumu watu wako, na kupambanua mema na mabaya; maana ni nani awezaye kuwahukumu watu hawa wako walio wengi?"
Yakobo 1:5 "Lakini mmoja wenu akipungukiwa na hekima, na aombe dua kwa Mungu, awapaye wote, kwa ukarimu, wala hakemei; naye atapewa."

Scriptures for Further Study:
Mithali 17:23; 24:23-25; 29:4; 31:8-9; Wafilipi 2:3-4; Yakobo 1:5-8

Maswali kuhusu Maandiko:
1. Kwa njia gani Sulemani alimwonyesha upendo Bwana? (1 Wafalme 3:3 – Sulemani alimwonyesha upendo Bwana kwa kanuni ya baba yake, Mfalme Daudi, aliyekuwa mtu anayeupendeza moyo wa Bwana.)

2. Sulemani alifanya nini katika mahali pa juu palipo pakuu Gibeoni? (1 Wafalme 3:4 – Sulmani alienda kwa ajili ya kutoa dhabihu kwa Mungu.)
3. Sulemani alitoa dhabihu ngapi pale mahali pa juu, yaani Gibeoni? (1 Wafalme 3:4 – Sulemani alitoa sadaka 1,000 juu ya madhabahu.)
4. Mungu alizungumza nini na Sulemani katika ndoto yake? (1 Wafalme 3:5 – "Omba utakalo nikupe.")
5. Sulemani alimwomba nini Mungu? (1 Wafalme 3:9 – Sulemani alimwomba Mungu kwa "moyo wa adili niwahukumu watu wako, na kupambanua mema na mabaya.")
6. Je, ombi la Sulemani lilimpendeza Bwana? Je, Bwana alifanyia kama alivyoomba? (1 Wafalme 3:10-14 – Bwana alipendezwa na ombi la Sulemani kwa sababu ombi lake halijawa la ubinafsi wala kumnufaisha mwenyewe, lilikuwa ombi litakalomsaidia kuongoza watu wake vizuri.)
7. Kwa nini Mungu alimwongezea Sulemani vitu ambavyo hajaviomba? (1 Wafalme 3:13 – Mungu alimwongezea Sulemani utajiri, heshima kama nyongeza kwa ile hekima aliomba.)
8. Mungu alimwambia Sulemani kwamba atakuwa na maisha marefu ikiwa atafanya nini? (1 Wafalme 3:14 – Mungu alisema "ukienda katika njia zangu, na kuyashika mausia yangu, na amri zangu, kama baba yako Daudi alivyokwenda")
9. Wale wanawake malaya walileta kesi gani mbele ya Sulemani? (1 Wafalme 3:16-22 – Malaya mmojawapo alimkandamiza yule mwingine, kwamba aliiba mtoto wake aliye hai na kumrudishia mtoto yule aliyefariki. Wote wawili walileta lalamiko, na kusema kwamba wao ni mama ya mtoto yule aliye hai.)
10. Kwa njia gani Sulemani aliweza kutatua nani ni mama wa kweli wa mtoto yule aliye hai? (1 Wafalme 3:23-27 – Sulemani aliagiza kwamba mtoto akatwe sehemu mbili, na kumpa kila mmoja kipande. Mama wa kweli alikataa akasema "apewe mwenzangu". Jambo hili lilimwonyesha Sulemani kwamba yeye ndiye mama wa kweli.)
11. Watu walijuaje kwamba Sulemani alipewa hekima na Mungu? (1 Wafalme 3:28 – Aliweza kutoa haki na hukumu ya kweli.)

Maswali ya Kufanyia Kazi:

1. Kwa upande wako, ungemwomba nini Bwana angekupa nafasi ya kuchagua kama Sulemani?
2. Tunaweza kujifunza nini kutoka tabia ya Sulemani? (1 Wafalme 3:7-9 – Alikuwa mfalme, lakini alikuwa na unyenyekevu wa kutosha kuona udhaifu wake, na alimwomba Mungu msaada ili atawale vizuri. Ombi lake halijawa la ubinafsi. Alitaka kuwatawala vizuri watu wa Mungu.)

3. Tunaweza kujifunza nini kuhusu uwezo wa Mungu na utaoaji wa vipaji? (1 Wafalme 3:5, 10 – Mungu alimkaribisha Sulemani kumwomba kitu chochote alichokipenda ambacho kitasaidia wengine. Mungu anaweza kutupa kitu chochote, lakini anasubiri mpaka sisi tutakapoomba na si kwa ubinafsi, ila kwa mapenzi yake. Unaweza kusoma Yakobo 1:5, 4:3)
4. Vipaji vyetu vyatoka wapi? (1 Wafalme 3:7-14 – Kila tulicho nacho ni zawadi kutoka kwa Bwana. Sulemani alionyesha jambo hili alipojiita mtumishi wa watu na wa Bwana. Alimwomba Mungu hekima, na Mungu alimwahidi kumpa utajiri, heshima na maisha marefu kama nyongeza ya hekima.)
5. Kwa njia gani tunahitaji hekima katika mioyo yetu na katika maisha yetu pia? (1 Wafalme 3:9, 22 – Tunahitaji hekima itokayo kwa Bwana katika kila sehemu ya maisha yetu. Tunahitaji Bwana atuonyeshe mazuri na mabaya, kutoa hukumu, na kuwatawala walio chini yetu. Ukweli unatoka kwa Mungu, na Yeye ndiye Ukweli. Yesu alisema "Mimi ndimi Ukweli" Yohana 14:6)
6. Tunajifunza nini kutoka hekima ya Sulemani, alipotatua kesi ya wale wanawake wawili malaya? Tunawezaje kulishika au kulitunza jambo hili? (1 Wafalme 3:16-17 – Sulemani alitaka kujua ukweli. Hajamtoa mtoto kwa mwanamke "*aliyempa pesa*" au "*aliyezungumza kwa sauti kubwa*", lakini alitaka kujua nani ni mama wa kweli wa mtoto. Katika Maisha yetu, tunahitaji kujua ukweli pia. Unaweza kusoma Mithali 17:23)
7. Tuwe watu wa namna gani? Umejifunza nini kutoka hadithi hii? (Tuwe na unyenyekevu, na tujaribu kutafuta ukweli. Tusiwe na ubinafsi au uchoyo, wala tuwasaidie maskini. Unaweza kusoma Mithali 31:8-9)
8. Ina maana gani "kutunza haki", kama Sulemani alivyofanya katika 1 Wafalme 3:28? (Tuwahukumu watu kwa haki, tuwape adhabu wanaofanya maovu, na kuwaweka huru wasio na hatia.)
9. Kwa nini haki ni muhimu mbele ya Mungu? (Mungu anawapenda watu wote sawa-sawa, na anafanya mambo yote kwa ukweli na upole. Unaweza kusoma Mithali 24:23-25, 29:4).

23. Eliya juu ya Mlima Karmeli

1 Wafalme 17 & 18

1 Wafalme 17
1 Basi Eliya Mtishbi, wa wageni wa Gileadi, akamwambia Ahabu, Kama
BWANA, Mungu wa Israeli, aishivyo, ambaye ninasimama mbele zake,
hakutakuwa na umande wala mvua miaka hii, ila kwa neno langu. 2 Neno
la BWANA likamjia, kusema, 3 Ondoka hapa, geuka, uende upande wa
mashariki, ujifiche karibu na kijito cha Kerithi kinachokabili Yordani. 4
Itakuwa utakunywa maji ya kile kijito; nami nimewaamuru kunguru
wakulishe huko. 5 Basi akaenda akafanya kama alivyosema BWANA; kwa
kuwa alikwenda akakaa karibu na kijito cha Kerithi, kinachokabili
Yordani. 6 Kunguru wakamletea mkate na nyama asubuhi, na mkate na
nyama jioni, akanywa maji ya kile kijito.

1 Wafalme 18
1 Ikawa baada ya siku nyingi, neno la BWANA likamjia Eliya, katika
mwaka wa tatu, kusema, Nenda, ukajioneshe kwa Ahabu; nami nitaleta
mvua juu ya nchi. 2 Basi Eliya akaenda ili ajioneshe kwa Ahabu. Na njaa
ilikuwa nzito katika Samaria. 18 Naye akajibu, Si mimi niliyewataabisha
Israeli; bali ni wewe, na nyumba ya baba yako, kwa kuwa mmeziacha amri
za BWANA; nawe umewafuata mabaali. 19 Basi sasa upeleke watu,
unikusanyie jamii ya Israeli katika mlima wa Karmeli, na wale manabii wa
Baali mia nne na hamsini, na wale manabii wa Ashera mia nne, walao
chakula mezani pa Yezebeli.

21 Naye Eliya akawakaribia watu wote, akanena, Mtasitasita katikati ya
mawazo mawili hata lini? BWANA akiwa ndiye Mungu, mfuateni; bali
ikiwa Baali ni Mungu, haya! Mfuateni yeye. Wale watu hawakumjibu
neno. 22 Ndipo Eliya akawaambia watu, Mimi nimesalia, mimi peke
yangu, nabii wa BWANA; lakini manabii wa Baali ni watu mia nne na
hamsini. 23 Kwa hiyo na watutolee ng'ombe wawili; wao na wajichagulie
ng'ombe mmoja, wamkatakate na kumweka juu ya kuni, wasitie moto
chini; nami nitamtengeza huyo ng'ombe wa pili, na kumweka juu ya kuni,
wala sitatia moto chini. 24 Nanyi ombeni kwa jina la mungu wenu, nami
nitaomba kwa jina la BWANA; na Mungu yule ajibuye kwa moto, na awe
ndiye Mungu. Watu wote wakajibu wakasema, Maneno haya ni mazuri.

26 Wakamtwaa yule ng'ombe waliyepewa, wakamtengeza, wakaliitia jina
la Baali tangu asubuhi hata adhuhuri, wakisema, Ee Baali, utusikie. Lakini
hapakuwa na sauti, wala aliyejibu. Nao wakarukaruka juu ya madhabahu
waliyoifanya. 27 Ikawa, wakati wa adhuhuri, Eliya akawafanyia dhihaka,
akasema, Mwiteni kwa sauti kuu; maana ni mungu huyo; labda
anazungumza, au ana shughuli, au anasafiri, au labda amelala, sharti
aamshwe. 28 Wakapiga kelele, wakajikatakata kwa visu na vyembe kama
ilivyo desturi yao, hata damu ikawachuruzika. 29 Ikawa, wakati wa

adhuhuri ulipopita, walitabiri hata wakati wa kutoa dhabihu ya jioni; lakini
hapakuwa na sauti, wala aliyejibu, wala aliyeangalia.

30 Kisha Eliya akawaambia watu wote, Nikaribieni mimi. Watu wote
wakamkaribia. Akaitengeneza madhabahu ya BWANA iliyovunjika. 31
Eliya akatwaa mawe kumi na mawili, kwa hesabu ya makabila ya wana wa
Yakobo, aliyejiliwa na neno la BWANA na kuambiwa, Jina lako litakuwa
Israeli. 32 Naye akaijenga madhabahu kwa mawe hayo katika jina la
BWANA; akafanya mfereji, kama wa vipimo viwili vya mbegu,
ukiizunguka madhabahu. 33 Kisha akazipanga zile kuni, akamkata yule
ng'ombe vipande vipande, akaviweka juu ya kuni. Akasema, Jazeni mapipa
manne maji, mkayamwage juu ya sadaka ya kuteketezwa, na juu ya kuni.
34 Akasema, Fanyeni mara ya pili. Wakafanya mara ya pili. Akasema,
Fanyeni mara ya tatu. Wakafanya mara ya tatu. 35 Yale maji yakaizunguka
madhabahu; akaujaza mfereji maji.

36 Ikawa, wakati wa kutoa dhabihu ya jioni, Eliya nabii akakaribia,
akasema, Ee BWANA, Mungu wa Abrahamu, na wa Isaka, na wa Israeli,
na ijulikane leo ya kuwa wewe ndiwe Mungu katika Israeli, na ya kuwa
mimi ni mtumishi wako, na ya kuwa nimefanya mambo haya yote kwa
neno lako. 37 Unisikie, Ee BWANA, unisikie, ili watu hawa wajue ya
kuwa wewe, BWANA, ndiwe Mungu, na ya kuwa wewe umewageuza
moyo wakurudie. 38 Ndipo moto wa BWANA ukashuka, ukaiteketeza
sadaka ya kuteketezwa, na kuni, na mawe, na mavumbi, ukayaramba yale
maji yaliyokuwamo katika mfereji.

39 Na watu wote walipoona, wakaanguka kifudifudi; wakasema, BWANA
ndiye Mungu, BWANA ndiye Mungu. 40 Eliya akawaambia, Wakamateni
hao manabii wa Baali, asiokoke hata mmoja. Wakawakamata; na Eliya
akawachukua mpaka kijito cha Kishoni, akawaua huko. 41 Naye Eliya
akamwambia Ahabu, Haya! Inuka, ule, unywe; kwani pana sauti ya mvua
tele. 42 Basi Ahabu akainuka ili ale na kunywa. Naye Eliya akapanda juu
mpaka kilele cha Karmeli; akasujudu kifudifudi, akainama uso mpaka
magotini. 43 Akamwambia mtumishi wake, Kwea sasa, utazame upande
wa bahari. Akakwea, akatazama, na kusema, Hakuna kitu. Naye akanena,
Nenda tena mara saba. 44 Ikawa mara ya saba akasema, Tazama, wingu
linatoka katika bahari, nalo ni dogo kama mkono wa mtu. Akanena,
Nenda, umwambie Ahabu, Tandika, ushuke, mvua isikuzuie. 45 Ikawa,
muda si muda, mbingu zikawa nyeusi kwa mawingu na upepo, ikanyesha
mvua nyingi. Ahabu akapanda garini, akaenda zake Yezreeli. 46 Mkono
wa BWANA ulikuwa juu ya Eliya; akajikaza viuno, akapiga mbio
akatangulia Ahabu mpaka kuiingia Yezreeli.

Maswali kuhusu Maandiko: Eliya juu ya Mlima Karmeli
1 Wafalme 18

Utangulizi:
Baada ya utawala wa Sulemani, Israeli ikagawanyika na kuwa nchi mbili: ufalme wa kaskazini, ulioitwa Israeli, na ufalme wa kusini, ulioitwa Yuda. Wafalme wengi wa nchi walikuwa wabaya, kwa hiyo Mungu aliwatuma manabii ili wazungumze nao kwa tumaini ili watu watubu dhambi zao na wamrudie Mungu. Eliya alikuwa mmojawapo wa manabii Mungu aliowatuma katika wakati huu mgumu. Aliishi katika utawala wa mfalme dhaifu Ahabu wa Ufalme wa kaskazini. Eliya alikuwa mcha Mungu, na alitumiwa kuwaongoza watu wengi wamrudie Bwana. Shindano hili juu ya Mlima Karmeli linatukumbusha shindano lijalo kati ya Shetani na Yesu juu ya Mlima Golgata.

Nia:

Maalifa
- Tutambue kwamba hakuna Mungu mwingine kama Mungu wetu. Njia zake ni tofauti na njia za binadamu.
- Tutambue kwamba ushinda wa vita katika mlima Karmeli inafanana na ushindi wa vita pale msalabani. Mungu anataka kubadilisha mioyo yetu na tumrudie yeye.
- Tutambue kwamba Bwana ni mwaminifu, katika shida zetu na katika baraka pia.

Tabia
- Tutubu kwa ajili ya mioyo inayotanga-tanga katikati ya mawazo mawili.
- Tuwe na hofu na upendo wa Bwana. Yeye ndiye mwenye nguvu.

Matendo
- Tushike amri za Mungu
- Tumwombe Mungu kwa imani na ujasili.

Mistari ya Moyo:
Yakobo 5:17-18 “”Eliya alikuwa mwanadamu mwenye tabia sawa na sisi, akaomba kwa bidii mvua isinyeshe, na mvua haikunyesha juu ya nchi muda wa miaka mitatu na miezi sita. Akaomba tena, mbingu zikatoa mvua, nayo nchi ikazaa matunda yake.”

Scriptures for Further Study:
Kutoka 34:14; Matayo 6:24; Waebrania 5:7; Ufunuo wa Yohana 3:15-16

Maswali kuhusu Maandiko:
1. Ni adhabu gani Eliya aliyotangaza kwa Mfalme Ahabu? (1 Wafalme 17:1 – Hawapata umande wala mvua kwa miaka hii.)

2. Mungu alimfanyia eliya wakati wa ukame? (1 Wafalme 17:2-6 – Mungu alikuwa Mtoaji kwa Eliya, na alimwongoza ili afike kijito na kwa njia ya Kunguru waliomletea mkate na nyama.)
3. Mfalame Ahabu alisema nini kwa Eliya alipomwona tena? (1 Wafalme 18:17 – "Ni wewe, Ewe mtaabishaji wa Israeli?")
4. Eliya alitoa sababu gani juu ya shida iliyotokea Israeli? (1 Wafalme 18:18 – Shida ilikuja kwa Israeli kwa sababu ya mfalme na familia yake. Biblia inasema walifanya dhambi ni walimwacha Mungu.)
5. Namna gani Eliya aliwakemea mtindo wa maisha ya watu? (1 Wafalme 18:21 – Eliya alisema kwa sauti, "Mtasita-sita katikati ya mawazo mawili hata lini? Bwana akiwa ndiye Mungu, mfuateni; bali ikiwa Baali ni Mungu, haya! Mfuateni yeye.")
6. Kwa nini shindano la Eliya lilikuwa zuri kwa kutambua nani ni Mungu wa kweli? (1 Wafalme 18:22-24 – Watu walifikiri kwamba Baali na Mungu wote wawili walikuwa na nguvu. Shindano hili liliwapa nafasi kwa Baali na Mungu ili waonyeshe nguvu zao, na watu wote waweze kuona ni nani ni Mungu wa kweli.)
7. Manabii wa Baali walifanyaje ili Baali awasikilize? (1 Wafalme 18:26-29 – Walipiga kelele kwa sauti na walicheza ngoma karibu na madhabahu. Wakati mpango wao ulishindwa, wakajikata-kata kwa visu na vyembe kama, hata damu ikawatoka.)
8. Kwa nini manabii hawa 450 walishindwa kumfanya Baali ili atoe moto kwao? (1 Wafalme 18:26-29 – Manabii wa Baali walishindwa kupata moto kwa sababu Bwana Mungu ni Mungu wa kweli na wa pekee.)
9. Kwa nini Eliya alichimba mfereji karibu na madhabahu yake na kumwaga maji juu ya sadaka yake? (1 Wafalme 18:30-35 – Aliwataka wasiwe na mashaka yoyote juu ya nguvu za Bwana, na kutambua kwamba moto utakaokuja utatoka kwake.)
10. Nini kilitokea baada ya maombi ya Eliya? (1 Wafalme 16:36-38 – Eliya alipomaliza kuomba, Mungu alituma moto mkubwa, ukaiteketeza sadaka ya kuteketezwa, na kuni, na mawe, na mavumbi, ukayaramba yale maji yaliyokuwamo katika mfereji.)
11. Watu walioshuhudia walijibu nini? (1 Wafalme 18:39 – Waliaanguka ardhini na walilia: "Bwana ndiye Mungu")
12. Nini kilitokea kwa manabii wale 450 wa Baali? (1 Wafalme 18:40 – Manabii wa Baali waliuwawa.)
13. Eliya aliomba mvua mara ngapi kabla haijanyesha? (1 Wafalme 18:43 – Eliya aliomba mara saba kwa mvua.)
14. Baada ya mvua kuanza kunyesha, Eliya alifanyaje kwa nguvu ya Bwana? (1 Wafalme 18:46- Akajikaza viuno, akapiga mbio mbele ya Ahabu mpaka kuiingia Yezreeli. Kwa kweli alikimbia upesi.)

Maswali ya Kufanyia Kazi:

1. Kwa nini Mungu alileta ukame kwa Israeli? (1 Wafalme 18:18, 37, na Kutoka 34:14) Mungu alileta ukama kwa sababu watu wa Israeli walimwasi Mungu, na kuanza kumfuata Baali. Mstari wa 37 unasema kwamba Mungu "amewageuza moyo wakurudie.")
2. Ina maana gani kwa watu wa Israeli "kutanga-tanga katikati ya mawazo mawili"? (1 Wafalme 18:21 – Walimwabudu Mungu, lakini walimwabudu pia Baali. Walijaribu kuwatumikia wote wawili kwa wakati moja. Mawazo hayo mawili yalikuwa kwamba walimwamini Mwenyenzi Mungu, lakini pia walifikiri kwamba wanahitaji kuwabudu miungu ya asili. Hawakuwa na imani kamili ya kumwamini Mungu pekee.)
3. Mungu anatujibuje tunapojaribu kumtumikia na kuwatumikia miungu wengine? Tufanye nini? (Matayo 6:24; Ufunuo wa Yohana 3:15-16 – Mungu anakasirika tunapofuata miungu wengine, alisema ni dhambi, lakini pia inaleta kanganyo katika maisha yetu. Tunahitaji kutubu tunapotangataga na mawazo mawili.)
4. Kwa njia gani Bwana alionyesha nguvu zake kwa miujiza mikubwa katika hadithi hii? Watu wangefanya nini walipoona miujiza yake? (Mungu alileta ukame kwa miaka mitatu, alimlisha Eliya kwa kutumia Kunguru, alipokea sadaka ya Eliya, alileta mvua kubwa, na aligeuza mioyo ya watu ili wamrudie Bwana. Kwetu, tukiona miujiza yake katika maisha yetu, tuendelee kumpenda Mungu na kumheshimu kuliko miungu wengine.)
5. Tunajuaje kwamba Mungu atafanya kama alivyosema, kama tulivyoona katika hadithi hii? (Mungu alisema kwamba kutakuwa na ukame, na ulitokea, alimlisha Eliya, na alipokea sadaka ya Eliya, na alipeleka mvua.)
6. Katika siku za leo watu watajuaje kwamba Mungu wetu ni Mungu wa kweli na kuanza kumwabudu badala ya miungu ya dunia? (Wanahitaji kuona kwamba Mungu ni mwenye nguvu, na anaweza kubadili maisha yetu. Anaweza kufanya zaidi ya tunachotegemea, lakini hawo miungu wengine hawawezi kukidhi mahitaji yetu.)
7. Kwa njia gani vita juu ya Mlima Karmeli ni sawa sawa na vita juu ya msalaba mlima Golgotha? (1 Wafalme 18:37-39 – Kutokuamini huko mlima Karmeli, ilikuwa na gharama ya maisha ya n'gombe dume na moto wa Mungu ulipokea sadaka hiyo. Kutokuamini huko mlima Golgotha, ilikuwa na gharama ya maisha ya Yesu, na hasira ya Mungu ilifika kikomo. Nyakati hizo mbili, Shetani na mapepo yake walishindwa na mioyo ya watu walimrudia Bwana.)
8. Tunajifunza nini kutoka Eliya kuhusu nguvu za maombi? (Yakobo 5:17-18 – Tunajifunza kwamba Mungu alisikiliza wote wanaomlilia. Anapata utukufu anapojibu maombi yetu.)

24. Elisha Anawafanya Vipofu Waaramu
2 Wafalme 6:8-23

2 Wafalme 6
8 Basi, mfalme wa Shamu alikuwa akifanya vita na Israeli. Akafanya
mashauri na watumishi wake, akasema, Kituo changu kitakuwapo mahali
fulani. 9 Yule mtu wa Mungu akapeleka habari kwa mfalme wa Israeli,
kusema, Jihadhari, usipite mahali fulani; kwa sababu ndiko wanakoshukia
Washami. 10 Mfalme wa Israeli akapeleka watu mpaka mahali pale
alipoambiwa na yule mtu wa Mungu, na kuhadharishwa; akajiokoa nafsi
yake, si mara moja, wala si mara mbili. 11 Basi mfalme wa Shamu moyo
wake ukamfadhaika sana kwa ajili ya jambo hili; akawaita watumishi
wake, akawaambia, Je! Hamtanionesha, ni mtu yupi miongoni mwenu
aliye upande wa mfalme wa Israeli? 12 Mmojawapo wa watumishi wake
akasema, La, bwana wangu, mfalme; lakini Elisha, yule nabii aliye katika
Israeli, humwambia mfalme wa Israeli maneno uyanenayo katika chumba
chako cha kulala. 13 Akasema, Nendeni, mkamwangalie aliko, nipate
kupeleka watu kwenda kumchukua. Akaambiwa ya kwamba, Tazama,
yuko Dothani.

14 Kwa hiyo akapeleka huko farasi, na magari, na jeshi kubwa; wakafika
usiku, wakauzingira mji ule pande zote.

15 Hata asubuhi na mapema mtumishi wake yule mtu wa Mungu
alipoondoka, na kwenda nje, kumbe! Pana jeshi la watu, na farasi na
magari, wameuzingira mji ule. Mtumishi wake akamwambia, Ole wetu!
Bwana wangu, tufanyeje?

16 Akamjibu, Usiogope; maana walio pamoja nasi ni wengi kuliko wale
walio pamoja nao. 17 Elisha akaomba, akasema, Ee BWANA, nakusihi,
mfumbue macho yake, apate kuona. BWANA akamfumbua macho yule
mtumishi; naye akaona; na tazama, kile kilima kilikuwa kimejaa farasi na
magari ya moto yaliyomzunguka Elisha pande zote.

18 Na walipomteremkia Elisha akamwomba BWANA, akasema,
Uwapige, nakusihi, watu hawa kwa upofu. Akawapiga kwa upofu
sawasawa na neno la Elisha. 19 Elisha akawaambia, Njia hii siyo, na mji
huu sio, nifuateni mimi, nami nitawapeleka kwa mtu yule mnayemtafuta.
Akawapeleka Samaria.

20 Hata walipokwisha kuingia Samaria, Elisha akasema, BWANA
wafumbue macho watu hawa, wapate kuona. BWANA akawafumbua
macho wakaona; kumbe! Walikuwa katikati ya Samaria. 21 Naye mfalme
wa Israeli alipowaona, akamwambia Elisha, Ee baba yangu, niwapige?
Niwapige? 22 Akamjibu, Usiwapige; je! Ungetaka kuwapiga watu ambao

umewatwaa mateka kwa upanga wako na uta wako? Weka chakula na maji mbele yao, wapate kula na kunywa, na kwenda kwa bwana wao. 23 Basi akawaandalia chakula tele; nao walipokwisha kula na kunywa, akawaacha, wakaenda zao kwa bwana wao. Na vikosi vya Shamu havikuja tena katika nchi ya Israeli.

Maswali kuhusu Maandiko: Elisha Anawafanya Vipofu Waaramu

2 Wafalme 6

Utangulizi:
Elisha alifundishwa na Eliya mpaka Eliya alitwaliwa mbinguni. Baadaye Elisha akawa nabii wa Mungu, aliyepeleka ujumbe wake kwa watu wa Ufalme wa Kaskazini ya Israeli. Elisha alipata sehemu maradufu ya Roho Mtakatufu, aliyemwezesha Eliya. Roho Mtakatifu alimwongoza, alimpa maalifa, na nguvu ya kufanya miujiza. Elisha alimfanyia Bwana mambo makubwa, ingawa maisha yake yalikuwa hatarini. Alimpa Bwana utukufu katika kila jambo alilofanya, na aliwahubiria watu juu ya neema na rehemba ya Bwana. Neema na rehema za Bwana zinatufikia kwa njia ya msalaba.

Nia:

Maalifa
- Tutambue kwamba Mungu anaweza kutulinda na maadui wetu katika kila hali tunayokutana nayo.
- Tutambue kwamba uwepo wa Bwana unatuzunguka na nguvu Zake ni kubwa zaidi kuliko nguvu za dunia au miungu ya dunia.

Tabia
- Tujiamini mbele za Bwana.
- Tuamini rehema ya Bwana na msamaha.

Matendo
- Tuwapende maadui wetu, na kuwaonyesha rehema ya Yesu tuliyoipokea.
- Tuishi bila hofu ya dunia au hofu ya mvovu shetani.

Mstari wa Moyo:
Zaburi 46:1 "Mungu kwetu sisi ni kimbilio na nguvu,Msaada utakaoonekana tele wakati wa mateso."

Scriptures for Further Study:
Luka 6:27-28; Waepheso 6:10-12; Yakobo 4:7; 1 Yohana 4:4

Maswali kuhusu Maandiko:
1. Uhusiano kati ya Aramu na Israeli ulikuwaje wakati ule? (2 Wafalme 6:8 – Aramu walikuwa wanapigana vita na Israeli. Kwa hiyo walikuwa maadui.)
2. Nini kilichomkasirisha Mfalme wa Aramu? (2 Wafalme 6:11 – Mfalme yule wa Aramu alikasirika kwa sababu, kila wakati alipanga shambulio la kushtukiza kwa Israeli, walipewa tahadhali na mtego ulishindwa kuwaangamiza Waisraeli. Mfalme alifikiri

labda mtumishi mmoja alikuwa anawasaidia Israeli katika vita kwa njia ya kuwaeleza kwa siri.)

3. Watumishi wa Mfalme wa Aramu walimwambia nini alipotaka kujua nani anawasaidia Waisraeli? (2 Wafalme 6:12 – Watumishi walimwambia kwamba Elisha, nabii wa Israeli, aliweza kumwambia Mfalme wa Israeli kila kitu, hata maneno aliyozungumza katika chumba chake cha kulala.)
4. Mfalme wa Aramu aliamua kumfanyia nini Elisha? (2 Wafalme 6:13-14 – Mfalme aliamua kuwatuma watu ili wamkamate.)
5. Mfalme alituma jeshi la aina gani kumkamata Elisha? (2 Wafalme 6:14 – Jeshi lenye nguvu na farasi na magari ya kivita.)
6. Kwa nini Elisha hakuogopa jeshi lile kubwa lililokuja kumkamata? (2 Wafalme 6:15-17 – Alitambua kwamba Mungu alikuwa na jeshi lililomzunguka, na jeshi la Bwana lilikuwa na nguvu zaidi kuliko jeshi la Mfalme wa Aramu liliotumwa.)
7. Nini kilitokea baada ya Elisha kumwomba Mungu amfungue macho mtumishi wake? (2 Wafalme 6:16-17 – Mtumishi yule aliweza kuona majeshi ya Bwana yaliyowalinda—Farasi wa Bwana na magari ya kivita yenye moto.)
8. Mungu alimkomboaje Elisha kutoka kwa maadui? (2 Wafalme 6:18 – Mungu alimkomboa Elisha kwa kujibu maombi yake na kuwafanya vipofu wale waliokuja kumkamata.)
9. Elisha alipeleka wapi farasi na magari ya kivita ya Aramu yaliyokuja kumkamata? (2 Wafalme 6:19-20 – Elisha aliwaletea mpaka mji wa Samariya katika Israeli.)
10. Elisha alimwambia Mfalme wa Israeli afanye nini na majeshi yaliyokamatwa. (2 Wafalme 6:21-22 – Elisha alimwambia asiwauwe, badala yake awape chakula na maji na kuwarudisha kwa bwana wao.)
11. Nini matokeo ya ukalimu wa Mfalme wa Israeli aliyowaonyesha Waaramu siku ile? (2 Wafalme 6:23 – Majeshi ya Aramu waliacha kusumbua nchi ya Israeli.)

Maswali ya Kufanyia Kazi:

1. Kwa njia gani unajisikia kama umezungukwa au kusumbuliwa na maadui?
2. Sisi hufanya nini tunapoona kwamba tumezungukwa na kusumbuliwa na maadui? Tuwafanyie nini maadui wanaotuzunguka? (2 Wafalme 6:15 – Ingawa kwa asili huogopa, au kujiuliza "Tufanye nini?", badala yake tumlilie Bwana. Yeye ndiye awazaye kutuokoa.)
3. Tunawezaje kuwa na ujasili mbele ya uwepo wa Bwana tunapokutana na maadui? (2 Wafalme 6:15-17 – Tunaweza kuwa na ujasili, kwa sababu tunatambua kwamba Mungu ndiye aliye mkuu kuliko vyote. Pia Yeye hujua walipojificha maadui wetu na

kutulinda. Tunaweza kujikumbusha tunaposoma hadithi mbalimbali katika Biblia.)

4. Tunawezaje kumwamini Bwana kwa hakika tunapokutana na changamoto kama Elisha? (2 Wafalme 6:16 – Tunaweza kuwa na hakika kwa sababu majeshi ya mbinguni yana nguvu kuliko majeshi ya dunia. Tunaweza kuwa na ujasili kwa sababu Mungu anatusikia tunapomwomba. Katika hadithi tuliona majeshi ya Waramu walipata rehema kutoka Elisha, na sisi tulipokuwa maadui wa Bwana, tulionyeshwa rehema kwa njia ya Yesu Kristo.)
5. Tunawezaje kuwa tayari kupigana na maadui wa kiroho wanaotupinga, sisi kama watumishi wa Bwana? (Waepheso 6:10-12 – Tunahitaji kuwa na nguvu katika Bwana, na tusifanye kwa nguvu zetu. Bwana ndiye aliye juu ya vita vyote vya kidunia na kiroho. Hata tunapopata changamoto katika maisha yetu, tunapigana na maadui wa kiroho. Lakini tunaweza kupata msaada kutoka kwa Bwana.)
6. Tuwafanyie nini maadui wetu? (Luka 6:27-28 – Tuwapende na kuwaonyesha upendo wa kweli.)

25. Isaya
Isaya 6; 53

Isaya 6
Katika mwaka ule aliokufa mfalme Uzia nilimwona Bwana ameketi katika
kiti cha enzi, kilicho juu sana na kuinuliwa sana, na pindo za vazi lake
zikalijaza hekalu. 2 Juu yake walisimama maserafi; kila mmoja alikuwa na
mabawa sita; kwa mawili alifunika uso wake, na kwa mawili alifunika
miguu yake, na kwa mawili aliruka. 3 Wakaitana, kila mmoja na
mwenzake, wakisema, Mtakatifu, Mtakatifu, Mtakatifu, ni BWANA wa
majeshi; dunia yote imejaa utukufu wake. 4 Na misingi ya vizingiti
ikatikisika kwa sababu ya sauti yake aliyelia, nayo nyumba ikajaa moshi. 5
Ndipo niliposema, Ole wangu! Kwa maana nimepotea; kwa sababu mimi
ni mtu mwenye midomo michafu, nami ninakaa kati ya watu wenye
midomo michafu; na macho yangu yamemwona Mfalme, BWANA wa
majeshi. 6 Kisha mmoja wa maserafi wale akaruka akanikaribia; naye
alikuwa na kaa la moto mkononi mwake, ambalo alikuwa amelitwaa kwa
makoleo toka juu ya madhabahu; 7 akanigusa kinywa changu kwa kaa hilo,
akaniambia, Tazama, hili limekugusa midomo yako, na uovu wako
umeondolewa, na dhambi yako imefunikwa.

8 Kisha nikaisikia sauti ya Bwana, akisema, Nimtume nani, naye ni nani
atakayekwenda kwa ajili yetu? Ndipo niliposema, Mimi hapa, nitume
mimi. 9 Naye akaniambia, Nenda, ukawaambie watu hawa, Endeleeni
kusikia, lakini msifahamu; endeleeni kutazama, lakini msione. 10 Zifanye
akili za watu hawa zipumbae, na uyatie uzito masikio yao, na uyafumbe
macho yao; wasije wakaona kwa macho yao, na kusikia kwa masikio yao,
na kufahamu kwa mioyo yao, na kurejea na kuponywa. 11 Ndipo
nilipouliza, Ee Bwana, hata lini? Naye akanijibu, Hadi miji itakapokuwa
ukiwa, haina wenyeji, na nyumba zitakapokuwa hazina watu, na nchi hii
itakapokuwa ganjo kabisa; 12 hadi BWANA atakapowahamisha watu
waende mbali sana, na mahame yatakapokuwa mengi ndani ya nchi. 13
Na ijapokuwa imebaki sehemu moja katika sehemu kumi ndani yake,
italiwa hii nayo; kama mvinje na kama mwaloni, ambao shina lake
limebaki, ingawa imekatwa; kadhalika mbegu takatifu ndiyo shina lake.

Isaya 53
2 Maana alikuwa mbele zake kama mche mwororo,
Na kama mzizi katika nchi kavu;
Yeye hana umbo wala uzuri;
Na tumwonapo hana uzuri hata tumtamani.
3 Alidharauliwa na kukataliwa na watu;
Mtu wa huzuni nyingi, ajuaye sikitiko;
Na kama mtu ambaye watu humficha nyuso zao,
Alidharauliwa wala hatukumhesabu kuwa kitu.
□4 Hakika ameyachukua masikitiko yetu,

Amejitwika huzuni zetu;
Lakini tulimdhania ya kuwa amepigwa,
Amepigwa na Mungu, na kuteswa.
5 Bali alijeruhiwa kwa makosa yetu,
Alichubuliwa kwa maovu yetu;
Adhabu ya amani yetu ilikuwa juu yake,

6 Sisi sote kama kondoo tumepotea;Kila mmoja wetu amegeukia njia yake
mwenyewe;Na BWANA ameweka juu yakeMaovu yetu sisi sote.□7
Alionewa, lakini alinyenyekea,Wala hakufunua kinywa chake;Kama
mwana-kondoo apelekwaye machinjoni,Na kama vile kondoo
anyamazavyoMbele yao wakatao manyoya yake;Naam, hakufunua kinywa
chake.8 Kwa kuonewa na kuhukumiwa aliondolewa;Na maisha yake ni
nani angeyajali?Maana amekatiliwa mbali na nchi ya walio hai;Alipigwa
kwa sababu ya makosa ya watu wangu.9 Wakamfanyia kaburi pamoja na
wabaya;Na pamoja na matajiri katika kufa kwake;Ingawa hakutenda
jeuri,Wala hapakuwa na hila kinywani mwake.

10 Lakini BWANA aliridhika kumchubua;Amemhuzunisha;Utakapofanya
nafsi yake kuwa dhabihu kwa dhambi,Ataona uzao wake, ataishi siku
nyingi,Na mapenzi ya BWANA yatafanikiwa mkononi mwake;11 Ataona
mazao ya taabu ya nafsi yake, na kuridhika.Kwa maarifa yake mtumishi
wangu mwenye hakiAtawafanya wengi kuwa wenye haki;Naye
atayachukua maovu yao.12 Kwa hiyo nitamgawia sehemu pamoja na
wakuu,Naye atagawana nyara pamoja nao walio hodari;Kwa sababu
alimwaga nafsi yake hata kufa,Akahesabiwa pamoja na hao
wakosao.Walakini alichukua dhambi za watu wengi,Na kuwaombea
wakosaji.

Maswali kuhusu Maandiko: Isaya

Isaya 6; 53

Utangulizi:
Isaya alikuwa mmojawapo wa manabii waliofanya kazi kwa watu wa Ufalme wa Kusini (Yuda), kabla Wababiloni hawajawavamia. Alihubiri ujumbe juu ya toba, faraja na tumaini. Aliwaambia watu watubu ili wapone na hukumu ijayo. Aliwafariji kwa kuwaambia ukweli kwamba Bwana atakuwa pamoja nao, na aliwaahidi kwamba Mesiya atakuja kuwakomboa. Ingawa Isaya aliishi miaka 700 kabla ya kuzaliwa Kristo, aliwaambia kwa hakika kwamba Kristo atazaliwa na mwanamke bikira, na atachukua dhambi zetu. Isaya hajafanya hivyo kwa hekima yake wala nguvu zake, lakini ilikuwa Bwana alizungumza naye, na kumtimia kama chombo cha kufikisha ujumbe, yaani naabi.

Nia:

Maalifa

- Tutambue kwamba tunasimama mbele ya Mungu aliye Mtakatifu. Kama ilivyokuwa kwa Isaya, tutambue kwamba sisi ni wenye dhambi, lakini Bwana anaweza kutusafisha na kutuokoa kabisa.
- Tutambue kwamba Mungu alimtuma Mwana wake wa pekee ili achukue dhambi zetu, na kwa njia ya kupigwa sisi tumepona.
- Tuone kwamba wito wa Bwana unatoka kwake, na Yeye anaweza kututayarisha kwa wito wake.
- Tutambue kwamba Mungu ametayarisha wokovu wetu na aliwatumia manabii kutujulisha, kwa mfano Isaya.

Tabia

- Tustaajabu utukufu wa Bwana.
- Tumshukuru na tumsifu Bwana kwa ajili ya wokuvu wake, aliyekufa badala yetu ili tupate kupona.

Matendo

- Tutubu dhambi zetu zilizomsababisha Yesu atufie.
- Tutii wito wa Bwana wakati anapotuita.

Mistari ya Moyo:
Isaya 53:12 "Kwa hiyo nitamgawia sehemu pamoja na wakuu,Naye atagawana nyara pamoja nao walio hodari;Kwa sababu alimwaga nafsi yake hata kufa,Akahesabiwa pamoja na hao wakosao.Walakini alichukua dhambi za watu wengi,Na kuwaombea wakosaji."
Waebrania 10:19-22 "Basi, ndugu, kwa kuwa tuna ujasiri wa kupaingia patakatifu kwa damu ya Yesu, njia ile aliyotuanzia iliyo mpya, iliyo hai, ipitayo katika pazia, yaani, mwili wake; na kuwa na kuhani mkuu juu ya nyumba ya Mungu; na tukaribie wenye moyo wa kweli, kwa utimilifu wa

imani, hali tumenyunyiziwa mioyo tuache dhamiri mbaya, tumeoshwa miili kwa maji safi."

Scriptures for Further Study:
Warumi 5:1, 19; 8:1; 10:14-15; 1 Timotheo 1:15; Waebrania 10; 1 Petro 3:15

Maswali kuhusu Maandiko:

1. Isaya alisemaje kuhusu maserafi aliowaona katika ndoto? (Isaya 6:2 – "kila mmoja alikuwa na mabawa sita; kwa mawili alifunika uso wake, na kwa mawili alifunika miguu yake, na kwa mawili aliruka.")
2. Maserafi walisemaje waliporuka mbele ya kiti cha Bwana? (Isaya 6:3 – Waliimba na kulia kwa sauti "Mtakatifu, Mtakatifu, Mtakatifu, ni Bwana wa majeshi".)
3. Isaya alijibuje alipotambua kuwa amemwona Bwana? (Isaya 6:5 – Isaya akasema, "Ole wangu! Kwa maana nimepotea; kwa sababu mimi ni mtu mwenye midomo michafu, nami ninakaa kati ya watu wenye midomo michafu; na macho yangu yamemwona Mfalme, Bwana wa majeshi." Katika uwepo wa Bwana, hatuwezi kuficha dhambi zetu.)
4. Mungu aliuliza maswali gani? (Isaya 6:8 – "Nimtume nani, naye ni nani atakayekwenda kwa ajili yetu?") Isaya akajibuje? (Mstari 8: Isaya akasema: "Nipo hapa, nitume mimi.")
5. Je, watu watamsikiliza ujumbe wa Isaya? (Isaya 6:9-12 – Hapana, hawamsikiliza, na baadaye watapewa adhabu na Bwana.)
6. Jibu la Mungu ilikuwaje kwa swali la Isaya, "(Nihubiri) mpaka lini?" (Isaya 6:11-12 – Mungu alitaka Isaya kuhubiri mpaya nchi itakapoangamizwa na watu watakapotoweka.)
7. Tumaini gani Isaya alilopewa pamoja na kazi hiyo ngumu ya kuhubiri? (Isaya 6:13 – Mti utakatwa, lakini mbegu takatifu (kuzaliwa kwa Mesiya) itakavyokuwa kisika katika nchi na kukua tena.)
8. Maandiko ya Isaya 53 ni unabii juu ya tawi linaloishi ambalo linaweza kukua kutoka kisika kilichokufa (yaani Israeli). Tawi hili linamwakilisha Yesu Kristo, atakayezaliwa miaki mingi ijayo. Ni mtu wa namna gani kama walivyomweleza hapa? (Isaya 53:2-3 – Mtu huyu hana umbo wala uzuri; Na tumwonapo hana uzuri hata tumtamani. Alidharauliwa na kukataliwa na watu; Mtu wa huzuni nyingi, ajuaye sikitiko.)
9. Mtu huyu alitubebea nini? (Isaya 53:3 – Alitwaa maovu yetu na huzuni zetu.)
10. Huyu mtu atapata shida gani kwa ajili dhambi na makosa yetu? (Isaya 53:4-5 – Kwa ajili ya dhambi zetu, "alijeruhiwa kwa

makosa yetu, Alichubuliwa kwa maovu yetu; Adhabu ya amani yetu ilikuwa juu yake, Na kwa kupigwa kwake sisi tumepona.")

11. Wamezizungumziaje dhambi zetu katika habari hii? (Isaya 53:6 – "Sisi sote kama kondoo tumepotea; Kila mmoja wetu amegeukia njia yake mwenyewe")
12. Alifananaje na kondoo? (Isaya 53:7 – Alitwaliwa ili achingewe kama kondoo, lakini hajanununika.)
13. Kwa nini alifanyiwa vibaya namna hii? (Isaya 53:6, 10 – Ilikuwa mipango ya Mungu kumchubua na kumhuzunisha na kumfanya kuwa dhabihu ya dhambi zetu.)
14. Huyu alikosa nini? (Isaya 53:9 – Hajakosa wala hajawa na hila kinywani mwake.)
15. Kufa kwake kuna faida gani? (Isaya 53:11-12 -- Walakini alichukua dhambi za watu wengi, Na kuwaombea wakosaji.)

Maswali ya Kufanyia Kazi:

1. Biblia inasema Mungu ni Mtakatifu. Utakatifu una maana gani? (Kuweka kando kwa sababu maalum, Mungu ametenganishwa na viumbe vyote kwa sababu Yeye ni Mwenye Enzi yote, na Mkamilifu, Mwenye hekima, nguvu, haki, upendo, ukarimu na ukweli, na dunia imejaa utukufu wake.)
2. Kama maserafi walioimba sifa za Bwana walipokuwa mbele za uwepo wa Bwana, kwetu tunapotambua utukufu wa Bwana tufanye nini? (Isaya 6:3 – Katika maisha yetu tunaweza kumsifu Bwana kwa njia ya matendo, na kumwimbia, na kumrudishia utukufu wake.)
3. Tunaposimama mbele ya Mungu Mtakatifu, tunaona nini ndani yetu? (Isaya 6:5 – Katika uwepo wa Mungu Mtakatifu, sisi ni sawa na Isaya, alipomlilia "Ole wangu! Kwa maana nimepotea". Inatupasa kutubu dhambi zetu na kubadilisha njia zetu.)
4. Je, Mungu anauliza lile swali lake, "Nani atakayekwenda kwa ajili yetu" leo? (Isaya 6:8 -- Ndiyo! Mungu anatafuta watu ambao watakwenda na kuhubiri Habari Njema – Unaweza kusoma Warumi 10:14-15.)
5. Jukumu letu ni nini wakati watu hawapendi kusikia habari njema? (Isaya 6:8-12 – Jukumu letu ni kuhubiri Neno la Mungu "wakati ukufaao na wakati usiokufaa" (2 Tim. 4:2) hata kama watu hawataki kusikia.)
6. Lile tawi lenye uhai lina maana gani kwetu leo? (Isaya 6:13; 53:2 – Kisiki kilichokufa kilifufuka. Ni kama mfano wa Yesu aliyetoka nchi ya Israeli. Pia, sisi tulikuwa kama kile kisiki kilichokufa, lakini Yesu ameleta uhai na kukua ndani yetu.)
7. Katika Isaya 53, tunasoma kuhusu kazi ya yule mtumishi aliyeteseka. Kazi yake ina maana gani kwetu leo? (Ina maana Yesu atateswa na kukataliwa na watu kwa ajili yetu. Atabeba

mizigo yetu, na kwa kupigwa kwake tutapona. Alichukua adhabu tuliyostahili.)

8. Maneno haya kutoka Isaya 53:5 yana maana gani "Adhabu ya amani yetu ilikuwa juu yake". (Kwa ajili ya adhabu Yesu aliyoipata, tumesamehewa na tuna amani kati yetu na Bwana – Warumi 5:1.)
9. Tunaonaje utimilifu wa nabii Isaya katika mateso ya Yesu? (Alipigwa misumari, Isaya 53:5, Yohana 19:34; Hajasema lolote, Isaya 53:7, Yohana 19:9; Hajafanya dhambi, Isaya 53:9, 1 Yohana 3:5; Atawafanya wengi kuwa wenye haki, Isaya 53:11, Warumi 5:19.)
10. "Alichukua dhambi za watu wengi" Isaya 53:12. Mstari huu unaleta tumaini gani kwetu? (Tunaweza kusamehewa dhambi zetu kwa sababu Yesu alizichukua zote pale juu msalabani!)
11. Jukumu letu liwe nini tunapoona kila alichokifanya kwetu? (Tumwamini na tumkabidhi maisha yetu na kumruhu atutawale. Tuwaambie wengine juu ya wokuvu tuliopewa naye. Kama Isaya, tunaweza kusema, "Nipo hapa, nitume mimi." Unaweza kusoma Matayo 22:37-38.)

26. Danieli na Simba

Danieli 6

Danieli 6
1 Ilimpendeza Dario kuweka juu ya ufalme wakuu mia moja na ishirini,
wawe juu ya ufalme wote; 2 na juu yao akaweka wakubwa watatu, na
Danieli alikuwa mmoja wao; ili wakuu hawa watoe hesabu kwao, mfalme
asipate hasara. 3 Basi Danieli huyo alipata sifa kuliko wakubwa na
watawala, kwa kuwa roho bora ilikuwa ndani yake; naye mfalme akaazimu
kumweka juu ya ufalme wote.4 Basi mawaziri na viongozi wakatafuta
sana kupata sababu za kumshitaki Danieli kwa habari za mambo ya
ufalme; lakini hawakuweza kuona sababu wala kosa; kwa maana alikuwa
mwaminifu, wala halikuonekana kosa wala hatia ndani yake. 5 Ndipo wale
watu wakasema, Hatutapata sababu ya kumshitaki Danieli huyo,
tusipoipata katika mambo ya sheria ya Mungu wake.

6 Basi wale mawaziri na viongozi wakakusanyika pamoja mbele ya
mfalme, wakamwambia hivi, Mfalme Dario, uishi milele. 7 Mawaziri wote
wa ufalme, na wasimamizi, na viongozi, na washauri, na watawala
wamefanya shauri pamoja ili kuweka amri ya kifalme; na kupiga
marufuku, ya kwamba mtu yeyote atakayeomba dua kwa Mungu awaye
yote, au kwa mtu awaye yote, katika muda wa siku thelathini, ila kwako,
Ee mfalme atatupwa katika tundu la simba. 8 Sasa, Ee mfalme, piga
marufuku, ukatie sahihi maandiko haya, yasibadilike, kama ilivyo sheria ya
Wamedi na Waajemi, isiyoweza kubadilika. 9 Basi mfalme Dario akayatia
sahihi maandiko yale, na ile marufuku.

10 Hata Danieli, alipojua ya kuwa yale maandiko yamekwisha kutiwa
sahihi, akaingia nyumbani mwake, (na madirisha katika chumba chake
yalikuwa yamefunguliwa kuelekea Yerusalemu;) akapiga magoti mara tatu
kila siku, akasali, akashukuru mbele za Mungu wake, kama alivyokuwa
akifanya tokea hapo. 11 Basi watu hao wakakusanyika pamoja,
wakamwona Danieli akiomba dua, mbele za Mungu wake na kusihi. 12
Ndipo wakakaribia, wakasema mbele ya mfalme kuhusu habari ya ile
marufuku ya mfalme; Je! Hukuitia sahihi ile marufuku, ya kwamba kila
mtu atakayeomba dua kwa Mungu awaye yote, au kwa mtu awaye yote,
katika muda wa siku thelathini, ila kwako, Ee mfalme, atatupwa katika
tundu la simba? Mfalme akajibu, akasema, Neno hili ni kweli, kama ilivyo
sheria ya Wamedi na Waajemi isiyoweza kubadilika. 13 Basi wakajibu,
wakasema mbele ya mfalme, Yule Danieli, aliye mmoja wa wana wa wale
waliohamishwa wa Yuda, hakujali wewe, Ee mfalme, wala ile marufuku
uliyoitia sahihi, bali aomba dua mara tatu kila siku. 14 Basi mfalme
aliposikia maneno haya alikasirika sana, akakaza moyo wake ili kumponya
Danieli; akajitaabisha kumwokoa hata jua likachwa. 15 Ndipo watu wale
wakakusanyika pamoja mbele ya mfalme, wakamwambia mfalme, Ee
mfalme, ujue ya kuwa ni sheria ya Wamedi na Waajemi, lisibadilike neno

lolote lililo marufuku, wala amri yoyote iliyowekwa na mfalme.

16 Basi mfalme akatoa amri, nao wakamleta Danieli, wakamtupa katika
tundu la simba. Mfalme akanena, akamwambia Danieli, Mungu wako
unayemtumikia daima, yeye atakuponya. 17 Likaletwa jiwe, likawekwa
mdomoni mwa lile tundu; naye mfalme akalitia mhuri kwa mhuri wake
mwenyewe, na kwa mhuri wa wakuu wake, lisibadilike neno lolote katika
habari za Danieli.18 Kisha mfalme akaenda nyumbani kwake, akakesha
usiku kucha, akafunga; na vinanda havikuletwa mbele yake; na usingizi
wake ukampaa.

19 Asubuhi mfalme akaondoka mapema, akaenda kwa haraka mpaka
penye lile tundu la simba. 20 Naye alipolikaribia lile tundu, akamlilia
Danieli kwa sauti ya huzuni; mfalme akanena; akamwambia Danieli, Ee
Danieli, mtumishi wa Mungu aliye hai, je! Mungu wako, unayemtumikia
daima, aweza kukuponya na simba hawa? 21 Ndipo Danieli akamwambia
mfalme, Ee mfalme, uishi milele. 22 Mungu wangu amemtuma malaika
wake, naye amevifunga vinywa vya simba, nao hawakunidhuru; kwa kuwa
mbele zake mimi nilionekana kuwa sina hatia; tena, mbele yako, Ee
mfalme, sikukosa neno. 23 Basi mfalme akafurahi sana, akaamuru wamtoe
Danieli katika lile tundu. Ndipo Danieli akatolewa katika lile tundu, wala
halikuonekana dhara lolote mwilini mwake, kwa sababu alikuwa
anamtumaini Mungu wake.

24 Mfalme akaamuru, nao wakawaleta wale watu waliomshitaki Danieli,
wakawatupa katika tundu la simba, wao, na watoto wao, na wake zao; na
wale simba wakawashinda wakaivunja mifupa yao vipande vipande, kabla
hawajafika chini ya tundu.

25 Ndipo mfalme Dario akawaandikia watu wa kabila zote, na taifa zote,
na lugha zote, waliokaa juu ya uso wa dunia; Amani na iongezeke kwenu.
26 Mimi ninaweka amri, ya kwamba katika mamlaka yote ya ufalme
wangu watu watetemeke na kuogopa mbele za Mungu wa Danieli; maana
yeye ndiye Mungu aliye hai, adumuye milele, na ufalme wake ni ufalme
usioharibika, na mamlaka yake itadumu hata mwisho. 27 Yeye huponya
na kuokoa, hutenda ishara na maajabu mbinguni na duniani, ndiye
aliyemponya Danieli na nguvu za simba. 28 Basi Danieli huyo
akafanikiwa katika enzi ya Dario, na katika enzi ya Koreshi, Mwajemi.

Maswali kuhusu Maandiko: Danieli na Simba

Danieli 6

Utangulizi:

Danieli, alipokuwa kijana, aliletwa Babaloni wakati Nebukadneza alipowapiga Ufalme wa Kusini wa Yuda. Alikuwa mtumishi wa Nebukadneza na kwa muda mfupi aliheshimiwa kama kiongozi, kwa sababu alifuata Neno la Bwana. Danieli aliwatumikia wafalme wa Babaloni kwa mrefu hata aliweza kuwatumikia wafalme wawili zaidi, yaani Belteshaza na Dario. Danieli aliendelea kuwa mwaminifu kwa Bwana katika kazi yake yote na serekali ya Babaloni na Persia. Hadithi kuhusu Danieli inatuonyesha imani yake kamilifu katika Bwana na wokovu wa Mungu kwake mara kwa mara.

Nia:

Maalifa

- Tukumbuke kwamba Mungu wetu ni Mungu Aliye Hai, ndiye anayetukomboa. Hii ndiyo maana ya msalaba.
- Tutambue kwamba hatuhitaji kuogopa watu, kwa sababu hawana nguvu dhidi yetu. Mungu ndiye apasaye kuogopewa.

Tabia

- Tumtumaini Bwana hata tunapokuwa katika tundu la simba katika dunia hii, yaani tunapopata changamoto mbalimbali katika maisha.
- Tuwe waminifu na wa kweli ili Mungu apewe utukufu katika maisha yetu.

Matendo

- Tumwombe Bwana ulinzi ili azidi kupewa utukufu.
- Tukumbuke kwamba tunapowatumikia watu, tunamtumikia Bwana
- Tuangaze nuru yetu mbele ya watu, ili wapate kuyaona matendo yetu mema, na waweze kumtukuza Baba yetu aliye mbinguni.

Mstari wa Moyo:

Zaburi 18:3 "Namwita BWANA astahiliye kusifiwa,Hivyo nitaokoka na adui zangu."

Scriptures for Further Study:

Yoshua 1:9; Mithali 11:20-21; Matendo ya Mitume 27:1– 28:16, Matayo 5:16

Maswali kuhusu Maandiko:

1. Watu walimzungumziaje Danieli? (Danieli 6:4, 16 – Alikuwa na vipaji maalum. Alikuwa mwaminifu, mkweli na mchapa kazi. Alimtumikia Bwana kwa waminifu.)

2. Kwa nini mawaziri na maamiri walijaribu kutafuta sababu za kumshitaki Danieli? (Danieli 6:3-4 – Walikuwa na wivu kwa Danieli kwa sababu mfalme alimpa nafasi ya usimamizi katika ufalme wote. Alifanya hivyo kwa sababu ya wasifu wa Danieli, alikuwa mwaminifu kuliko wengine.)
3. Kwa nini mawaziri walishindwa kutafuta sababu za kumshitaki Danieli? (Danieli 6:4 – Walishindwa kutafuta rushwa ndani yake. Alikuwa mwaminifu, mkweli na mchapa kazi.)
4. Baada ya kushindwa kupata sababu, maadui wa Danieli walifanya mpango gani ili wamkamate Danieli? (Danieli 6:5-9 – Walipanga kumshitaki Danieli kwa mambo ya sheria ya Mungu wake. Walijua kwamba Danieli alimwomba Mungu kila siku, na walimshauri mfalme atunge sheria ambayo ilisema watu wasiwaombe miungu yeyote kwa siku 30, ila yeye.)
5. Danieli alipopata shida ya rushwa, lakini yeye hakutoa rushwa. Danieli alifanyaje alipotambua juu ya sheria mpya ya mfalme? (Danieli 6:10 – Kutokana na utamaduni wake, aliendelea kumwomba na kumtumaini Bwana ili amlinde.)
6. Mawaziri na maamiri walitoa riporti gani kuhusu tabia ya Danieli? (Danieli 6:13 – Maamiri walisema kwamba Danieli hakutii maagizo ya mfalme, na aliendelea kuomba mara tatu kila siku. Walisema hayo ili Danieli atupwe katika tundu la simba.)
7. Jukumu la mfalme ilikuwaje alipotambua kwamba Danieli aliendelea kuomba? Kwa nini? (Danieli 6:3, 14 – Mfalme alikarisika na kusikitika aliposikia maelezo haya, na alijaribu kumwokoa Danieli. Alimheshimu Danieli na alikuwa na mpango kumpa nafasi ya juu katika ufalme wake.)
8. Mfalme alisemaje wakati watumishi wake wanamtupa Danieli katika tundu la simba? (Danieli 6:16 – "Mungu wako unayemtumikia daima, yeye akuokoe.")
9. Mungu alimwokoaje Danieli? (Danieli 6:21-22 – Mungu alimtuma malaika kuifunga midomo ya simba.)
10. Kwa nini Danieli aliokolewa kutoka katika tundu la simba? (Danieli 6:23 – Danieli aliokolewa kwa sababu alionekana kwamba hana hati na alimwamini Bwana.)
11. Ilikuwaje kwa watu waliopanga kumwuwa Danieli? (Danieli 6:24 – Walitupwa katika tundu la simba, pamoja na familia zao, na simba waliwararua kabla hawajafika china ya sakafu. ** Ina maana Mungu akutangulie katika kila jambo. Kwa Danieli ilikuwa hivyo.)
12. Je, Dario alimwamini Mungu? (Danieli 6:7-9, 26 – Mwanzoni hajamwamini na alitunga sheria ili watu wasiwaombe miungu wengine ila yeye, lakini mwishoni, alitunga sheria mpya ili watu wamwogope na kumtumikia Mungu wa Danieli.)

13. Kwa nini Dario alianza kumwamini Mungu? (Danieli 6:23-24 – Aliona uwezo wa Mungu kumlinda Danieli dhidi ya simba wenye njaa.)

Maswali ya Kufanyia Kazi:

1. Maswali ya Kujiuliza binafsi, hayahitaji majibu ya kujadiliana: Kiashiria chako ni nini? Wewe ni mtu wa namna gani? Watu wanakuzungumziaje? Je, wewe ni mtu mwaminifu si mtu wa rushwa? Watu wanajuaje kuhusu uhusiano wako na Mungu? Je, unavyozungumza na kutembea na kushirikiana, watu wanaweza kujua kwamba wewe ni Mkristo, au wanahitaji kukuuliza? ** Roho Mtakatifu atusaidie sisi sote.
2. Mtu anapataje kiashiria kama Danieli? (Danieli 6:10-11 – Kinatoka kwa Bwana. Ndiye aliyempa Danieli hofu ya Mungu, na upendo wa kuomba. Alimpa Danieli moyo wenye shukrani na unyenyekevu. Danieli alitambua kwamba Bwana ndiye anayeweza kumsaidia.)
3. Una chaguzi gani unapobanwa na sheria au watu? (Danieli 6:10, 21-22 – Kama Danieli tunaweza kuendelea kumtegemea Bwana na kumwomba. Tunaweza kuangaza nuru yetu katika matendo na imani. Tunaweza kumsifu Bwana anayetupigania.)
4. Tunafananaje na Danieli alipowaheshimu wenye mamlaka dhidi yetu? Tunawezaje tumtumaini Mungu kuliko vyote? (Danieli 6:10, 21 – Tunatambua kwamba Mungu ni Mfalme wa Wafalme na Ndiye anayetukomboa na kutuokoa kutoka kila jambo.)
5. Kuna tundu gani la simba katika maisha yetu, tunapokutana na hofu na majaribu? (Danieli 6:4 – Kama Danieli, tunaweza kujaribiwa na watu wanaotuzunguka. Wachache wanataka kutuumiza, kwa njia ya rushwa, udanganyifu, hata chuki. Imani yetu hujaribiwa mara kwa mara, tunapokuwa na mamlaka, au tunapokuwa chini ya mamalaka.)
6. Tunalindwaje na Mkono wa Mungu katika maisha yetu? (Danieli 6:22, 6:3 – Bwana anatuokoa kutoka katika dhambi, ambayo ingetuletea mauti. Anaweza kufunga midomo ya watu wanataka kutuumiza. Anaweza pia kutusaidia kazi yetu iende vizuri, na kuleta mwanga katika kazi yetu.)
7. Maisha yetu yanakuwaje utukufu kwa Bwana kama Danieli? (Danieli 6:26-27 – Maisha yetu yanaweza kumletea Bwana utukufu tunapomheshimu na kumtii. Tunapotii mapenzi yake, tunaweza kutumiwa katika ufalme wake. Tunaweza kuwaonyesha watu wokovu wake na maajabu ya Bwana.)

27. Esta
Esta 2-7

Esta 2
21 Ikawa siku zile, Mordekai alipokuwa akiketi mlangoni pa mfalme,
wawili kati ya matowashi wake mfalme, Bigthana na Tereshi, waliolinda
milango ya vyumba vya mfalme, walikasirika sana, wakataka kumwua
mfalme Ahasuero. 22 Basi Mordekai akapata kulijua jambo hilo, naye
akamjulisha Esta, malkia; naye Esta akamwambia mfalme habari hiyo kwa
jina la Mordekai. 23 Na jambo hilo lilipochunguzwa, na hakika
ikapatikana, hao wote wawili wakatundikwa juu ya mti. Hayo pia
yakaandikwa katika kitabu cha kumbukumbu mbele ya mfalme.

Esta 3
1 Baada ya hayo mfalme Ahasuero alimpandisha cheo Hamani mwana wa
Hamedatha, Mwagagi, akamwinua, akamwekea kiti chake juu ya wakuu
wote waliokuwapo pamoja naye. 2 Nao watumishi wote wa mfalme,
walioketi langoni pa mfalme, wakainama na kumsujudia Hamani, maana
ndivyo mfalme alivyoamuru wamfanyie. Lakini Mordekai hakumwinamia,
wala kumsujudia.

5 Hata Hamani alipoona ya kwamba Mordekai hamwinamii wala
kumsujudia, alighadhibika sana. 6 Akaona haitoshi kumtia mikono
Mordekai peke yake; maana wamemjulisha kabila lake Mordekai; kwa
hiyo Hamani alitaka kuwaangamiza Wayahudi wote waliokuwa wakikaa
katika ufalme wote mzima wa Ahasuero, yaani, watu wake Mordekai. 8
Basi Hamani akamwambia mfalme Ahasuero, Kuna watu wa taifa moja
waliotawanyika na kukaa kila mahali katikati ya watu wa mataifa walioko
katika mikoa yote ya ufalme wako. Nao sheria zao zimetofautiana na
sheria za kila taifa; wala hawazishiki amri za mfalme; kwa hiyo haimpasi
mfalme kuchukuliana nao. 9 Basi, mfalme akiona vema, na iandikwe
kwamba waangamizwe; nami nitalipa talanta elfu kumi za fedha mikononi
mwa watakaosimamia shughuli hiyo, waziweke katika hazina ya mfalme.
11 Kisha mfalme akamwambia Hamani, Hiyo fedha umepewa, na watu
pia, fanya uonavyo vema. 13 Barua zikapelekwa kwa mikono ya matarishi
mpaka mikoani yote ya mfalme kuwaangamiza Wayahudi wote, na
kuwaua, na kuwafisha, vijana kwa wazee, watoto wachanga na wanawake
pia, siku moja, yaani, siku ya kumi na tatu ya mwezi wa kumi na mbili
ndio mwezi wa Adari; na kuyapora mali yao.

Esta 4
1 Basi Mordekai alipojua mambo yote yaliyofanyika, alizirarua nguo zake,
akajivika gunia na kujipaka majivu, akatoka hadi katikati ya mji, akalia
kwa sauti kuu ya uchungu.
8 Pia akampa na nakala ya andiko la mbiu ya kuwaangamiza,
iliyotangazwa Shushani, ili amwoneshe Esta, na kumweleza; tena

amwagize aingie kwa mfalme, kumsihi na kuwaombea watu wake.

10 Ndipo Esta akasema na Hathaki, akamtuma tena kwa Mordekai,
kusema, 11 Watumishi wote wa mfalme wanajua sana, hata na watu wa
majimbo ya mfalme, ya kwamba mtu yeyote, akiwa mwanamume au
mwanamke, atakayemjia mfalme katika ua wa ndani, wala hakuitwa, kuna
sheria moja kwake, ni kwamba auawe; isipokuwa yeye ambaye mfalme
atamnyoshea fimbo ya dhahabu, ili aishi; wala mimi sikuitwa niingie kwa
mfalme yapata siku thelathini.12 Basi wakamwambia Mordekai maneno ya
Esta. 13 Naye Mordekai akawaagiza wampelekee Esta jibu la kusema,
Wewe usijidhanie kuwa wewe utaokoka nyumbani mwa mfalme, zaidi ya
Wayahudi wote. 14 Kwa maana wewe ukinyamaza kabisa wakati huu,
ndipo kutakapowatokea Wayahudi msaada na wokovu kwa njia nyingine;
ila wewe utaangamia pamoja na mlango wote wa baba yako; lakini ni nani
ajuaye kama wewe hukuujia ufalme kwa ajili ya wakati kama huu? 15 Basi
Esta akawatuma ili wamjibu Mordekai, 16 Nenda ukawakusanye
Wayahudi wote waliopo hapa Susa, mkafunge kwa ajili yangu; msile wala
kunywa muda wa siku tatu, usiku wala mchana, nami na wajakazi wangu
tutafunga vile vile; kisha nitaingia kwa mfalme, kinyume cha sheria; nami
nikiangamia, na niangamie. 17 Basi Mordekai akaenda zake, akafanya yote
kama vile Esta alivyomwagiza.

Esta 5
1 Ikawa siku ya tatu Esta alijivika mavazi yake ya kifalme, akasimama
katika ua wa ndani wa nyumba ya mfalme, kuielekea nyumba ya mfalme;
naye mfalme akaketi juu ya kiti chake cha enzi katika nyumba ya mfalme,
kuuelekea mlango wa kasri. 2 Ikawa, mfalme alipomwona malkia Esta
amesimama uani, yeye akapata kibali machoni pake; naye mfalme
akamnyoshea Esta fimbo ya dhahabu aliyokuwa nayo mkononi. Basi Esta
akakaribia, akaigusa ncha ya fimbo. 3 Mfalme akamwambia, malkia Esta,
unataka nini? Nayo ni haja gani uliyo nayo? Utapewa hata nusu ya ufalme.
4 Esta akasema, Mfalme akiona vema, na aje leo, mfalme na Hamani,
kwenye karamu niliyomwandalia. 5 Basi mfalme akasema, Mhimize
Hamani, ili ifanyike kama Esta alivyoomba. Hivyo mfalme na Hamani
wakafika katika karamu ile aliyoiandaa Esta. 6 Basi mfalme akamwambia
Esta pale penye karamu ya divai, Dua yako ni nini? Nawe utapewa; na haja
yako ni nini? Hata nusu ya ufalme utatimiziwa. 7 Esta akajibu, na kusema,
Dua yangu ni hii, na haja yangu ni hii, 8 Ikiwa nimepata kibali machoni pa
mfalme, na mfalme akiona vema kunipa niombalo, na kunitimizia haja
yangu, na aje tena mfalme na Hamani kwenye karamu nitakayowaandalia,
nami kesho nitafanya kama vile mfalme alivyosema. 9 Basi Hamani
alitoka siku ile kwa furaha na ukunjufu wa moyo; lakini Hamani
alipomwona Mordekai mlangoni pa mfalme, ya kwamba hasimami wala
kunyenyekea mbele yake, alijaa ghadhabu juu ya Mordekai. 10 Lakini
Hamani akajizuia, akaenda zake nyumbani kwake; akatuma watu kuwaita
marafiki zake na Zereshi mkewe. 11 Naye Hamani akawasimulia habari za

fahari ya mali zake, na wingi wa watoto wake, na pia mambo yote ambayo
mfalme amemfanikisha kwayo, na jinsi alivyompandisha cheo juu ya
wakuu na watumishi wa mfalme. 12 Zaidi ya hayo Hamani akasema, Naye
malkia Esta hakumkaribisha mtu yeyote pamoja na mfalme katika karamu
aliyoiandaa, ila mimi peke yangu; hata na kesho pia nimealikwa naye
pamoja na mfalme. 13 Bali haya yote yanifaa nini, niendeleapo kumwona
yule Mordekai, Myahudi, ameketi mlangoni pa mfalme? 14 Basi Zereshi
mkewe na marafiki wote wa Hamani wakamwambia, Na kitengenezwe
kiunzi cha mti wa kunyongea wa urefu wa mikono hamsini, na kesho
asubuhi useme na mfalme ili Mordekai atundikwe juu yake; ndipo
utakapoingia kwa furaha pamoja na mfalme karamuni. Basi ushauri huu
ukamridhisha Hamani, akautengeneza mti wa kunyongea.

Esta 6

Usiku ule mfalme hakupata usingizi; akaamuru aletewe kitabu cha
kumbukumbu nacho kikasomwa mbele ya mfalme. 2 Ikaonekana kuwa
imeandikwa ya kwamba Mordekai aliwasema Bigthana na Tereshi,
wasimamizi wawili wa mfalme, katika hao waliolinda mlango, waliotaka
kumwua mfalme Ahasuero. 3 Mfalme akasema, Je! Ni heshima gani au
hadhi gani Mordekai aliyofanyiwa kwa ajili ya hayo? Watumishi wa
mfalme waliomhudumia wakamwambia, Hakuna alilofanyiwa. 4 Mfalme
akasema, Yupo nani behewani? Ikawa Hamani alikuwa ameingia katika ua
wa nje wa nyumba ya mfalme, aseme na mfalme, ili kumtundika Mordekai
juu ya mti ule aliomwandalia.

Basi watumishi wa mfalme wakamwambia, Tazama, Hamani yupo,
amesimama behewani. Mfalme akasema, Na aingie. 6 Basi Hamani
akaingia. Mfalme akamwambia, Afanyiwe nini yule ambaye mfalme
apenda kumheshimu? Hamani akasema moyoni mwake, Ni nani ambaye
mfalme apenda kumheshimu kuliko mimi? 7 Basi Hamani akamwambia
mfalme, Yule ambaye mfalme apenda kumheshimu, 8 na aletewe mavazi
ya kifalme ambayo mfalme amezoea kuyavaa, na farasi ambaye mfalme
humpanda mwenyewe, ambaye ametiwa taji la kifalme kichwani; 9 na
yale mavazi na yule farasi akabidhiwe mkononi mmojawapo wa wakuu wa
mfalme aliye mstahiki; ili makusudi amvike yule ambaye mfalme apenda
kumheshimu, na kumpandisha juu ya farasi na kumtembeza kupitia njia
kuu ya mjini, na kupiga mbiu mbele yake, kusema, Hivyo ndivyo
atakavyofanyiwa mtu yule ambaye mfalme apenda kumheshimu.

10 Basi mfalme akamwambia Hamani, Hima! Twaa mavazi na farasi kama
ulivyosema, ukamfanyie vivyo hivyo Mordekai, Myahudi, aketiye
mlangoni pa mfalme; lisipungue neno lolote katika yote uliyoyasema. 11
Ndipo Hamani alipoyatwaa mavazi na farasi, akamvika Mordekai yale
mavazi, akampandisha juu ya farasi na kumtembeza kupitia njia kuu ya
mjini, akapiga mbiu mbele yake, Hivyo ndivyo atakavyofanyiwa mtu yule
ambaye mfalme apenda kumheshimu. 12 Kisha Mordekai akarudi kwenye

lango la mfalme. Bali Hamani akaenda mbio nyumbani kwake, akiomboleza na kichwa chake kimefunikwa.13 Basi Hamani akawasimulia Zereshi mkewe na marafiki zake wote kila neno lililompata. Kisha watu wake wenye hekima na Zereshi mkewe wakamwambia, Ikiwa huyu Mordekai, ambaye umeanza kuanguka mbele yake, ni wa uzao wa Wayahudi, wewe hutamweza, bali kuanguka utaanguka mbele

Esta 7
1 Basi mfalme na Hamani walikwenda kula karamu pamoja na malkia Esta. 2 Mfalme akamwambia Esta tena siku ya pili pale pale penye karamu ya divai, Malkia Esta, dua yako ni nini? Nawe utapewa; na haja yako ni nini? Hata nusu ya ufalme utatimiziwa. 3 Ndipo malkia Esta alipojibu, akasema, Ikiwa nimepata kibali machoni pako, Ewe Mfalme, na ikimpendeza mfalme, hebu nipewe maisha yangu kwa ombi langu, na watu wangu kwa maombi yangu. 4 Maana tumeuzwa, mimi na watu wangu, ili tuharibiwe, na kuuawa, na kuangamia. Kama tungaliuzwa kuwa watumwa na wajakazi, ningalinyamaza; japo hata hivyo adui asingeweza kufidia hasara ya mfalme. . 5 Ndipo mfalme Ahasuero aliponena, akamwambia malkia Esta, Ni nani huyu, tena yuko wapi, ambaye moyoni mwake alithubutu kufanya hivi? 6 Esta akasema, Ni mtesi, tena ni adui, ndiye huyu Hamani, mtu mbaya kabisa. Mara Hamani akaingiwa na hofu mbele ya mfalme na malkia.7 Mfalme akaondoka kwa ghadhabu kutoka kwenye karamu ya divai, akaingia bustani ya ngome. Hamani naye akasimama ili ajitakie maisha yake kwa malkia Esta; kwa kuwa aliona ya kwamba amekusudiwa madhara na mfalme. 5 Ndipo mfalme Ahasuero aliponena, akamwambia malkia Esta, Ni nani huyu, tena yuko wapi, ambaye moyoni mwake alithubutu kufanya hivi? 6 Esta akasema, Ni mtesi, tena ni adui, ndiye huyu Hamani, mtu mbaya kabisa. Mara Hamani akaingiwa na hofu mbele ya mfalme na malkia.7 Mfalme akaondoka kwa ghadhabu kutoka kwenye karamu ya divai, akaingia bustani ya ngome. Hamani naye akasimama ili ajitakie maisha yake kwa malkia Esta; kwa kuwa aliona ya kwamba amekusudiwa madhara na mfalme.

Amri iliyoamuru uharibifu wa Wayahudi ilibadilishwa na siku ya maombolezo ikawa siku ya sherehe kubwa kwa Wayahudi.

Maswali kuhusu Maandiko: Esta

Esta 2-7

Utangulizi:

Nebukadreza, Mfalme wa Babaloni, alipigana vita na Ufalme wa Kusini (Yuda) na aliposhinda aliwachukua Waisraeli (au Wayahudi) kuwa wafungwa. Mmojawapo wa wafungwa aliitwa Mordekai, aliishi katika Babaloni kama Myahudi. Wafalme mbalimbali walikuja na kuondoka, na baada ya miaka 70 Wapersia walishinda vita dhidi ya Babaloni. Waliwaruhusu Wayahudi kurudi tena Israeli, lakini wengi walibaki katika Babaloni. Mordekai ni mmojawapo aliyebaki pale. Alimletea mtoto wa kumlea nyumbani kwake, aliyeitwa Esta, kwa sababu wazazi wake walifariki (2:5-7). Esta alikuwa msichana mrembo na baadaye alichaguliwa na Mfalme Ahasuero kuwa malkia wake. Esta alitambua kwamba Mungu alimpa nafasi ya umalikia kwa makusudi makubwa na hakuweza kufikiri jambo hili. Alimwombea Mfalme kwa ajili ya Wayahudi, kama ilivyo kwa Yesu anayetuombea.

Nia:

Maalifa
- Tujue kwamba sisi sote tumeamriwa kufa, lakini kwa ajili ya Yesu kutuombea tumeokolewa.
- Tutambue kwamba Mungu anawapa watu nafasi za juu na ze heshima, na anaweza kuwashusha pia. Mungu huwapinga wenye kiburi, lakini huwapa wanyenyekevu neema.

Tabia
- Tuwe wanyenyekevu, wakweli na waminifu katika nafasi tulizopewa na Mungu ili tumrudishie utukufu wake.
- Tumtumaini mipango ya Mungu katika kila hatua maishani mwetu.

Matendo
- Kumwamini Mungu pekee, badala ya kuwategemea watu.
- Tupingane na uovu lakini tufanye kwa njia ya heshima.

Mstari wa Moyo:

Mithali 16:5 "Kila mwenye moyo wa kiburi ni chukizo kwa BWANA;Hakika, hatakosa adhabu."

Scriptures for Further Study: Mwanzo 50:20; 1 Petro 5:5

Maswali kuhusu Maandiko:

1. Mordekai aligundua nini, na alimshirikisha Mfalme Ahasuero? (Esta 2:21-23 – Mordekai aligundua kwamba maafisa wawili wa Mfalme Ahasuero walikuwa wanapanga kumwua.)

2. Kwa nini Haman alimkasirikia Mordekai? (Esta 3:2, 5 – Haman alikasirika sana kwa sababu Modekai hakumpigia magoti na kumpa heshima.)
3. Haman alipanga nini kulipiza kisasi kwa Mordekai kwa kutomheshimu? (Esta 3:6 – Alitaka kutafuta njia ya kumwangamiza Mordekai, na watu wake: yaani Wayahudi.)
4. Haman alimshauri nini mfalme, hata kwa kutumia pesa yake mwenyewe? (Esta 4:8-9 – Haman alimshauri mfalme atoe agizo la kuwaua Wayahudi, na vitu vyao vichukuliwe.)
5. Jukumu la Mordekai ilikuwaje aliposikia habari za agizo la mfalme juu ya Wayahudi? (Esta 4:1 – Mordekai alirarua mavazi yake, alilia kwa sauti, na alikata shauri kumwomba Esta kwa msaada.)
6. Mordekai alimwomba Esta afanyaje? (Esta 4:8 – Alimwomba aende kwa mfalme na kumwomba rehema kwa ajili ya watu wake, yaani Wayahudi.)
7. Esta alikutana na changamoto gani alipokwenda kwa mfalme? (Esta 4:11 – Esta alijua kwamba akienda kwa mfalme bila kuitwa, angeweza kuauwa, kama mfalme hatamnyoshea fimbo ya dhahabu, ili aishi.)
8. Mordekai alimkumbusha nini Esta juu ya sababu yake ya kuwa Malkia? (Esta 4:14 – Mordekai alimwambia kwamba "walakini ni nani ajuaye kama wewe hukuujia ufalme kwa ajili ya wakati kama huo". Alimwambia kwamba amechaguliwa ili aweze kuwaokoa watu wake.)
9. Esta alimwomba Mordekai nini kabla hajaenda mbele za mfalme? (Esta 4:16 – Esta alimwomba Mordekai awaombe Wayahudi wote katika mji wa Susa wafunge kwa siku tatu usiku na mchana kwa ajili yake.)
10. Mfalme alimnyoshea fimbo kwa Esta, halafu alimwuliza nini? (Esta 5:4 – Esta alimwomba mfalme na Haman wafike karamu atakayoiandaa.)
11. Haman alikuwa mtu wa namna gani? (Esta 5:11-12; 6:6 – Haman alikuwa mtu mwenye ubinafsi, uchoyo, na kujikweza.)
12. Mungu alimfanyia nini Haman ili awe mnyenyekevu? (Esta 6:7-11 – Aliagizwa kwenda mbele za Mordekai na kumheshimu mbele za watu mjini.)
13. Mke wa Haman, Zereshi, na marafiki zake walimshauri Haman afanye nini ili aweze kwenda katika karamu ya Esta kwa amani? (Esta 5:14 – Mkewe Zereshi, alimshauri atengeneze mti wa kuulia wenye urefu wa mita 22, na amwulize mfalme kumnyonga Mordekai juu yake.)
14. Mungu alibadilishaje mipango ya Haman kumwua Mordekai kuwa mpango wa kumheshimu? (Esta 6:1-11 – Mungu alimfanya Mfalme Ahasuero asipata usingizi. Halafu mfalme alimwomba mtu fulani amsomee kitabu cha maandiko ya taarifa, na alifikiri

kwamba ingemsaidia alale. Lakini kitabu kiliposomwa, alikumbushwa juu ya wakati ule Mordekai aliwachongea maafisa wawili. Alitambua kwamba Mordekai hajaheshimiwa kwa ajili ya jambo hili, kwa hiyo alimwagiza Haman amwongoze Mordekai katika barabara ndogo ya jiji kwa heshima. Mordekai alivaa mavazi ya mfalme, na alipanda farasi wa mfalme. Haman aliongoza farasi na alisema kwa sauti kwamba mfalme anapenda kumheshimu mtu huyu.)

15. Esta alimwomba nini mfalme katika karamu yake ya pili? (Esta 7:3-4 – Esta alimwomba amkomboe na watu wake wakombolewe pia.)
16. Mwisho wa Haman ulikuwaje? (Esta 7:9-10 – Haman aliwekwa juu ya mti wa kuulia aliutengeneza kwa Mordekai Myahudi.)

Maswali ya Kufanyia Kazi:

1. Tabia ya Mordekai mbele ya serekali ya Babaloni inatufundisha nini? (Esta 2:21-23 – Mordekai aliwaheshimu viongozi wa serekali, hasa mfalme, kwa sababu alitambua kwamba Mungu Ndiye aliyewaweka madarakani.)
2. Tabia ya Mordekai kwa Haman inatufundisha nini kuhusu kuwaheshima na "kuwanyenyekea" watu? (Esta 3:2-5 – Mordekai hajakubali kumpigia magoti Haman, kwa sababu hii ingeonyesha kuwa ananyenyekea. Mordekai alitambua kwamba Mungu ni Wa pekee kunyenyekewa na kuabudiwa.)
3. Tunajifunza nini kutoka maneno ya Mordekai katika Esta 4:14, "walakini ni nani ajuaye kama wewe hukuujia ufalme kwa ajili ya wakati kama huo?" (Mungu alimweka Esta katika nafasi ya Umalkia ili aweze kuwakomboa Wayahudi, wasiwawe kama Hama alivyotaka. Mungu alijua watahitaji nini, na alimweka Esta katika nafasi ile kwa muda mwafaka, ili aweze kuwakomboa.)
4. Mwenendo wetu uweje katika nafasi tulizopewa na Mungu? (Mungu alimweka Esta katika nafasi ya Umalkia kwa muda sahahi ambao Wayahudi walihitaji kumpata mtu wa kuwakomboa. Kama vile, Mungu atuwekavyo katika nafasi ambazo tunaweza kuwakomboa wengine na kufanya mapenzi yake, na kufanya kazi yake.)
5. Tunafananaje na Wayahudi walioamriwa kufa? (Esta 3:13) Nani anatuombea na kuzungumza badala yetu? (Sisi kama Wayahudi tumeamriwa kufa kwa sababu ya dhambi zetu. Yesu ndiye anayeenda mbele ya Mfalme kwa ajili ya kuombea maisha yetu. Alitufia ili tuweze kupona.)
6. Katika njia gani ndogo ndogo tunafanana na Haman? (Esta 3:2-6, 5:11-12, 6:6 – Tunaweza kulipiza kisasi, tunaweza kujikweza, na kufikiri sana juu mawazo ya wengine.)

7. Mungu anafanyaje ili tuwe wanyenyekevu? (Esta 6:7-11 – Sisi, kama Haman, tunaona mambo yanabadilika.)
8. Tunajifunza nini juu ya Tabia ya Mungu kwa wanaojikweza? (Mithali 16:5, 1 Petro 5:5 – Tujiulize wenyewe, sisi tuna tabia gani?)
9. Kwa nini tunahitaji kumtegemea Bwana kama Mordekai na Esta walivyofanya? (Tunahitaji kumtegemea Bwana kwa sababu ana mpango kwa kila jambo.) Tunawezaje kuonyesha kwamba tunamtegemea Mungu?
10. Esta alipokea hatari gani alipojaribu kukomboa watu wake? (Esta 4:11-16 – Esta alikuwa na imani kubwa katika Bwana na aliwapenda wengine kuliko alivyojipenda. Kwa hiyo alikuwa tayari kupata hatari katika maisha yake ili awakomboe watu wake, yaani Wayahudi.)
11. Kwa njia gani tunaweza kuona uwepo wa Mungu katika hadithi hii? (Alipanga mambo mengi kwa muda sahihi, aliwalinda watu wake, na tunaona haki yake kwa waliojikweza kama Haman, na aliwapa Mordekai na Esta ujasiri na faraja.)

28. Nehemia
Nehemia 1-6

Nehemia 1
Habari za Nehemia, mwana wa Hakalia. Ikawa katika mwezi wa Kislevu,a mwaka wa ishirini, nilipokuwapo Shushani ngomeni,
2 Hanani, mmoja wa ndugu zangu, akanijia, yeye na watu wengine waliotoka Yuda; nami nikawauliza habari za Wayahudi waliosalimika, ambao hawakuchukuliwa uhamishoni na habari za Yerusalemu.
3 Wakaniambia, Watu waliosalimika, waliosalia huko katika mkoa ule, wamo katika hali ya dhiki kubwa na aibu; tena ukuta wa Yerusalemu umebomolewa, na malango yake yameteketezwa kwa moto.
4 Hapo niliposikia maneno hayo, nikaketi, nikalia, nikaomboleza siku kadhaa; kisha nikafunga, nikaomba mbele za Mungu wa mbinguni;
5 nikasema, Nakusihi, Ee BWANA, Mungu wa mbinguni, Mungu mkuu, mwenye kuogofya, mwenye kutimiza agano lake na rehema zake kwa hao wampendao na kuzishika amri zake;
6 tega sikio lako, macho yako yakafumbuke, upate kuyasikiliza maombi ya mtumishi wako, ninayoomba mbele zako wakati huu, mchana na usiku, kwa ajili ya wana wa Israeli, watumishi wako; hapo ninapoziungama dhambi za wana wa Israeli, tulizozifanya juu yako; naam, mimi na nyumba ya baba yangu tumefanya dhambi.
7 Tumetenda maovu mengi juu yako, wala hatukuzishika amri, wala sheria, wala hukumu, ulizomwamuru Musa, mtumishi wako.
11 Ee Bwana, nakusihi, litege sikio lako, uyasikilize maombi ya mtumishi wako, na maombi ya watumishi wako, wanaofurahi kulicha jina lako; nakuomba sana; unifanikishe mimi, mtumishi wako, leo, ukanijalie rehema mbele ya mtu huyu. (Maana, nilikuwa mnyweshaji wa mfalme).

Nehemiah 2
1 Ikawa katika mwezi wa Nisani, mwaka wa ishirini wa mfalme Artashasta, na divai imewekwa mbele yake, nikaishika ile divai, nikampa mfalme. Nami mpaka sasa sikuwa na huzuni mbele ya mfalme wakati wowote.
2 Basi mfalme akaniambia, Mbona umesikitika uso wako, nawe huna ugonjwa? Nini hii, isipokuwa ni huzuni ya moyo? Ndipo nikaogopa sana.
3 Nikamwambia mfalme, Mfalme na aishi milele; kwani uso wangu usiwe na huzuni, iwapo mji, ulio mahali pa makaburi ya baba zangu, unakaa ukiwa, na malango yake yameteketezwa kwa moto?
4 Ndipo mfalme akaniambia, Una haja gani unayotaka kuniomba? Basi nikamwomba Mungu wa mbinguni.
5 Nikamwambia mfalme, Mfalme akiona vema, na ikiwa mimi, mtumishi wako, nimepata kibali machoni pako, tafadhali unitume mpaka Yuda, niende katika mji wa makaburi ya baba zangu, nipate kuujenga.

6 Mfalme akaniuliza, (malkia akiwa ameketi karibu naye), Safari yako itakuwa ya siku ngapi? Nawe utarudi lini? Hivyo mfalme akaona vema

kunituma; nami nikampa muda. 8 nipewe na waraka kwa Asafu, mwenye
kuutunza msitu wa mfalme, ili anipe miti ya kutengenezea boriti kwa
malango ya ngome ya hekalu, na kwa ukuta wa mji; na kwa nyumba ile
nitakapoishi mimi. Naye mfalme akanipa, maana mkono mwema wa
Mungu wangu ulikuwa juu yangu.

10 Hata Sanbalati, Mhoroni, na Tobia, mtumishi wake, Mwamoni,
waliposikia habari hizi, ziliwahuzunisha sana, kwa kuwa amekuja mtu
kuwatakia heri wana wa Israeli. 11 Basi nikafika Yerusalemu, nikakaa
huko muda wa siku tatu. 12 Kisha nikaondoka usiku, mimi pamoja na watu
wachache; wala sikumwambia mtu neno hili alilolitia Mungu wangu
moyoni mwangu, nilitende kwa ajili ya Yerusalemu; wala hapakuwa na
mnyama pamoja nami, ila mnyama yule niliyempanda mwenyewe. 13
Nikatoka nje usiku, kwa njia ya lango la bondeni, nikashika njia iendayo
kwenye kisima cha joka, na lango la jaa; nikazitazama kuta za Yerusalemu,
zilizokuwa zimebomoka; na malango yake yameteketezwa kwa moto.

17 Kisha nikawaambia, Mnaona hali hii dhaifu tuliyo nayo, jinsi
Yerusalemu ulivyo hali ya ukiwa, na malango yake yalivyoteketezwa kwa
moto; haya! Na tuujenge tena ukuta wa Yerusalemu, ili tusiwe shutumu
tena. 18 Nikawaeleza habari ya mkono wa Mungu wangu ulivyokuwa
mwema juu yangu; pia na maneno ya mfalme aliyoniambia. Nao
wakasema, Haya! Na tuondoke tukajenge. Basi wakaitia mikono yao
nguvu kwa kazi hiyo njema. 19 Lakini Sanbalati, Mhoroni, na Tobia,
mtumishi wake, Mwamoni, na Geshemu, Mwarabu, walitucheka,
wakatudharau, wakasema, Ni nini neno hili mnalofanya? Je! Ninyi mtaasi
juu ya mfalme? 20 Ndipo nikawajibu, nikawaambia, Mungu wa mbinguni,
yeye atatufanikisha; kwa hiyo sisi, watumishi wake, tutaondoka na
kujenga; lakini ninyi hamna sehemu, wala haki, wala kumbukumbu, katika
Yerusalemu.

Nehemia 4
1 Lakini ikawa, Sanbalati aliposikia ya kwamba tulikuwa tukiujenga
ukuta, akaghadhibika, akawa na uchungu sana, akawadhihaki Wayahudi. 2
Akanena mbele ya nduguze na mbele ya jeshi la Samaria, akisema,
Wayahudi hawa wanyonge wanafanyaje? Je! Watajitengenezea boma?
Watatoa dhabihu? Au watamaliza katika siku moja? Je! Watayafufua
mawe katika chungu hizi za kifusi, nayo yameteketezwa kwa moto? 3 Basi
Tobia, Mwamoni, alikuwa karibu naye, akasema, Hata hiki
wanachokijenga, angepanda mbweha, angeubomoa ukuta wao wa mawe. 4
Sikia, Ee Mungu wetu; maana tunadharauliwa; ukawarudishie mashutumu
yao juu ya vichwa vyao, ukawatoe watekwe katika nchi ya uhamisho;
6 Basi tukaujenga ukuta; nao ukuta wote ukaunganishwa kiasi cha nusu ya
kimo chake; maana watu walikuwa na moyo wa kufanya kazi. 7 Lakini
ikawa, Sanbalati, Tobia, Waarabu, Waamoni, na Waashdodi, waliposikia
ya kuwa kazi ya kuzitengeneza kuta za Yerusalemu inaendelea, na ya kuwa

mahali palipobomoka panaanza kuzibwa, basi wakaghadhibika mno; 8
wakafanya shauri wote pamoja kuja kupigana na Yerusalemu, na kufanya
machafuko humo. 9 Bali sisi tulimwomba dua Mungu wetu, tena
tukaweka walinzi, mchana na usiku, kwa sababu yao, ili kuwapinga. 10
Lakini Yuda wakasema, Nguvu zao wapagazi zimedhoofika, bado kuna
vifusi tele; hatuwezi kuujenga ukuta. 11 Nao adui zetu wakasema,
Hawatajua wala kuona, hadi tutakapokuja kati yao, na kuwaua, na
kuikomesha kazi hiyo. 12 Kisha Wayahudi waliokaa karibu nao, walikuja,
wakatuambia mara kumi: Watakuja kutoka kila sehemu wanapokaa
kutushambulia
13 Basi, nikaweka watu, mahali pa chini pa nafasi iliyokuwa nyuma ya
ukuta, mahali palipokuwa wazi, kwa kadiri ya jamaa zao, nikawaweka
waliojihami na panga zao, na mikuki yao, na pinde zao. 14 Baada ya
kuona haya nilisimama nikawaambia wakuu, maofisa, na watu wengine
waliobaki, Msiwaogope; mkumbukeni Bwana, aliye mkuu mwenye
kuogofya, mkawapiganie ndugu zenu, wana wenu, binti zenu, wake zenu,
na nyumba zenu. 15 Kisha ikawa, adui zetu waliposikia ya kuwa
tumekwisha kupata habari, na ya kuwa Mungu amelibatilisha shauri lao,
ndipo sisi sote tukarudi ukutani, kila mtu kwa kazi yake. 16 Ikawa tokea
wakati huo, nusu ya watumishi wangu walitumika katika kazi hiyo, na
nusu yao wakaishika mikuki, na ngao, na pinde, na darii; na viongozi
walikuwa nyuma ya nyumba yote ya Yuda. 19 Nikawaambia wakuu,
maofisa na watu wengine; Kazi hii ni nyingi, tena kubwa, nasi
tumetawanyika juu ya ukuta, kila mtu akiwa mbali na mwenzake; 20 basi
mahali popote mtakaposikia sauti ya baragumu, kimbilieni kwetu; Mungu
wetu atatupigania. 21 Hivyo tukajitia katika kazi hiyo; na nusu yao
waliishika mikuki, tangu alfajiri hadi nyota zikatokea.
Nehemia 6
10 Nikaingia nyumbani kwa Shemaya, mwana wa Delaya, mwana wa
Mehetabeli, aliyekuwa amefungwa kifungo cha nyumbani; naye akasema,
Tukutane nyumbani mwa Mungu, ndani ya hekalu, na tuifunge milango ya
hekalu; kwa kuwa watakuja kukuua; naam, wakati wa usiku watakuja
kukuua. 11 Nami nikasema, Je! Mtu kama mimi nikimbie? Naye ni nani,
akiwa kama nilivyo mimi, atakayeingia hekaluni ili kuponya maisha yake?
Sitaingia. 12 Nikatambua, na tazama, si Mungu aliyemtuma; lakini
amefanya unabii huu kinyume changu; kwa kuwa Tobia na Sanbalati ndio
waliomwajiri. 13 Kwa sababu hii aliajiriwa, ili mimi niogope, nikafanye
hivyo na kutenda dhambi, kisha wao wawe nazo habari mbaya, ili
wanishutumie. 14 Uwakumbuke, Ee Mungu wangu, Tobia na Sanbalati
kulingana na hayo matendo yao, na yule nabii mwanamke Noadia 15 Basi
huo ukuta ukakamilika siku ya ishirini na tano ya mwezi wa Eluli, katika
muda wa siku hamsini na mbili. 16 Ikawa adui zetu wote waliposikia,
ndipo wamataifa wote waliotuzunguka wakaogopa, nao wakakata tamaa
sana machoni pao wenyewe; maana waliitambua kazi hiyo ilivyotendwa na
Mungu wetu

Maswali kuhusu Maandiko: Nehemia

Nehemia 1-6

Utangulizi:

Nehemia, kama Esta na Danieli, alikuwa mfungwa kutoka Israeli aliyewatumikia wafalme wa Babaloni na Persia. Alikuwa na jukumu la kumpa mfalme vinywaji, hii ina maana alikuwa mtumishi wa karibu wa mfalme. Kwa hiyo, Nehemia alikuwa karibu na mfalme kila siku. Kazi yake ilikuwa sehemu ya mpango wa Mungu kwa watu wake, ingawa watu wengine wangeona kazi yake kama kazi ya kawaida. Magofu ya Yerusalemu yanafanana na maisha yetu, lakini Bwana ni kama mjenzi aliye hodari anayejenga upya. Mabadiliko yanayotokea wakati wa kujenga upya yanaweza kufanywa kwa msaada wa Bwana peke yake.

Nia:

Maalifa

- Tutambue kwamba Bwana ni mjenzi aliye hodari, na anajenga maisha kwa sehemu ndogo ndogo.
- Tukumbuke kwamba maombi ni jambo la kwanza katika ujenzi wa maisha yetu.

Tabia

- Tutiwe moyo na kazi ambayo Bwana ameshaifanya, lakini tutambue kwamba hajamaliza bado.
- Tukatae mambo yanayotuchanganya au kukatisha tamaa katika ujenzi wa Bwana katika maisha yetu.

Matendo

- Tukimbie katika mashindano yaliyowekwa mbele yetu. Mambo yasiyowezekana yanatukumbusha utoaji wa Bwana.
- Tumtegemee Bwana na tufanye kazi zetu kwa juhudi na maalifa.

Mstari wa Moyo:

Wakolosai 3:23 "Lolote mfanyalo, lifanyeni kwa moyo, kama kwa Bwana, wala si kwa wanadamu,"

Scriptures for Further Study:

Yeremia 17:5-8; Warumi 12:19; Waebrania 12:1-2

Maswali kuhusu Maandiko:

1. Nehemia alipaya ujumbe gani kutoka Yerusalemu uliomfanya kuwa na huzuni? Kwa nini? (Nehemia 1:3 – Nehemia alipata ujumbe mzito kuhusu kuta za Yerusalemu zilizoanguka na zilizochomwa na moto. Jambo hili lilimfanya awe na huzuni kwa sababu ya malango ya jiji yaliochomwa. Alisikitika kwa sababu watu wake walishindwa na waliwakejeli.)

2. Nehemia alifanya nini baada ya kusikia ujumbe huu? (Nehemia 1:4-11 – Nehemia alikaa chini akilia, akiomboleza, akiomba na kufunga.)
3. Nehemia alikiri dhambi za nani kwa Bwana? (Nehemia 1:6 – Dhambi za nchi nzima, nyumba ya baba yake, na dhambi zake binafsi.)
4. Nini kilimfanya mfalme kutambua kwamba kuna kitu kilichomsumbua Nehemia? (Nehemia 2:1-2 – Hata siku moja, Nehemia hajawa na huzuni mbele za mfalme.)
5. Mungu alifunguaje mlango ili Nehemia aweze kurudi Yerusalemu? (Nehemia 2:1-8 – Mflame alimheshimu Nehemia na aliona kwamba alihuzunika. Alipotambua sababu ya huzuni yake kwa Yerusalemu, mfalme alikubali ombi lake la kurudi na hata aliwapa vifaa na mahitaji kwa ajili ya safari.)
6. Kwa nini mfalme alikubali ombi la Nehemia? (Nehemia 2:8 – Maombi ya Nehemia yalijibiwa kwa sababu neema ya Bwana ilikuwa pamoja naye---yaani, Mungu alimsaidia.)
7. Hawo watu wawili waliopinga Nehemia na wafanya kazi wengine walikuwa ni nani? Walifanyaje jambo hili? (Nehemiah 2:10 – Sanbalati na Tobia walimpinga Nehemia kwa sababu hawakupenda Wayahudi wasaidiwe.)
8. Maadui walifanyaje kujaribu kusimamisha kazi ya ujenzi wa ukuta? (Nehemia 2:19, 4:1-3 – Waliwakejeli. Nehemiah 4:8 – Walipigana. Nehemiah 6:10 – Woga.)
9. Jukumu la Nehemia ilikuwa nini alipokutana na maadui? (Nehemia 4:9 – Nehemia aliomba kwa Bwana, na aliweka walinzi usiku na mchana.)
10. Jukumu la Nehemia ilikuwa nini kwa watu wake waliomzunguka na kujawa na hofu? (Nehemia 4:12-20 – Nehemia alimtumaini Bwana kuwa atawapigania. Nehemia 4:14-20 – Aliwaagiza wafanya kazi kushika siraha. Nehemia 4:16-18 – Aliweka walinzi kwenye zile sehemu ambazo si imara katika ukuta. Nehemia 4:13 – Walilala mahali ambapo walifanya kazi, ili waweze kuwa walinzi wa usiku. Nehemia 4:22 – Waliendelea na kazi.)
11. Kazi yao ilichukua muda gani? (Nehemia 6:15 – Ukuta ulikamilika siku 52.)
12. Jukumu la nchi zilizowazunguka ilikuwa nini walipoona kwamba ukuta umekamilika? (Nehemia 6:16 – Nchi zilizozunguka walikosa kujiamini kwa sababu walitambua kwamba kazi hii imefanywa na msaada wa Bwana Mungu.)

Maswali ya Kufanyia Kazi:

1. Ni vitu gani katika maisha yetu vinaanguka kama ule ukuta? Tabia yako ni nini unaposikia kwamba maisha ya watu wanaokuzunguka yameharibika? (Nehemia 1:3-11 – Nehemia

alijibu kwa njia ya kulia, kufunga, kuomba na kutubu. Aliwapenda watu wake, na hajapenda kuona heshima ya Bwana inapungua kwa sababu ya watu wake.)

2. Tunaweza kujifunza nini kutoka kwa Nehemia katika ombi lake katika mistari ya Nehemia 1:5-11? (Nehemia alikuwa mnyenyekevu, na alitubu dhambi za nchi yake, familia yake na maisha yake kabla hajapokea mahitaji. Alitaka matatizo yatulike na Bwana.)
3. Tunawezaje kuwajibu watu wengine kwa heshima kama alivyofanya Nehemia alipomjibu mfalme? (Nehemia 2:4-8 – Nehemia alimwomba Bwana kabla hajamjibu mfalme. Alimjubu kwa heshima, lakini alimtegemea Bwana kwa kupata jibu na alijitolea kufanya kazi yake.)
4. Tunapopata changamoto katika maisha yetu, kama Wayahudi walivyopata wakati wa vita, ujasili wetu unatoka wapi? (Nehemia 2:18; 4:9, 14, 20, 6:6 – Nehemia alimwamini Bwana kuwa Yeye ana nguvu zaidi kuliko maadui wake, na kwamba Mungu awezaye kumlinda kutoka mitego aliyotegewa. Unaweza kusoma Yeremia 17:5-8.)
5. Tunawezaje kuwa na nguvu ya kufanya kazi ya Bwana hata kama inaonekana kuwa ngumu? (Nehemia 2:20, 4:14 – Ni Mungu mwenyewe ndiye anayetuwezesha kushinda. Atatupigania. Mungu wetu ni Mkuu na wa ajabu.)
6. Biblia inasema kwamba watu walifanya kazi ya ujenzi kwa mioyo yao yote (Nehemia 4:6). Swali binafsi ni: Je, unafanya kazi yako na moyo wako wote, ili uweze kumrudishia Bwana utukufu (Wakolosai 3:23)?
7. Tunaweza kujifunza nini kutoka jukumu la Nehemia kwa Sanbalati na Tobia? (Nehemia 4:4, 9; 6:12, 14). Sisi, tujibu nini tunapovurugwa na maadui wetu? (Tumtazame Bwana na tumwachie Yeye ahukumu. Unaweza kusoma Warumi 12:19. Tumeambiwa tuwapende na tuwaombee. Unaweza kusoma Matayo 5:44.)
8. Tunahitaji nani zaidi ili mipango yetu ikamilike? (Nehemia 6:16 – Inatupasa tujue kwamba tunafanya kama Bwana alivyotuagiza. Halafu, tunaweza kuwa na hakika kwamba atakuwa upande wetu kazini. Tunaweza kufaulu kwa msaada wake. Bwana ni muhimu mno, na Yeye ni kila kitu.)

TERM III

The Life of Jesus

29. Kuzaliwa kwa Yesu

Matayo 1:18-25

Matayo 1
18 Kuzaliwa kwake Yesu Kristo kulikuwa hivi. Mariamu mama yake
alipokuwa ameposwa na Yusufu, kabla hawajakaribiana, alionekana ana
mimba kwa uweza wa Roho Mtakatifu. 19 Naye Yusufu, mumewe, kwa
vile alivyokuwa mtu wa haki, asitake kumwaibisha, aliazimu kumwacha
kwa siri.

20 Basi alipokuwa akifikiri hayo, tazama, malaika wa Bwana alimtokea
katika ndoto, akisema, Yusufu, mwana wa Daudi, usihofu kumchukua
Mariamu mkeo, maana mimba yake ni kwa uweza wa Roho Mtakatifu. 21
Naye atazaa mwana, nawe utamwita jina lake Yesu, maana, yeye ndiye
atakayewaokoa watu wake kutoka dhambi zao.

22 Hayo yote yamekuwa, ili litimie neno lililonenwa na Bwana kwa
ujumbe wa nabii akisema,23 Tazama, bikira atachukua mimba,Naye
atazaa mwana;Nao watamwita jina lake Imanueli;Yaani, Mungu pamoja
nasi.

24 Naye Yusufu alipoamka katika usingizi, alifanya kama malaika wa
Bwana alivyomwagiza; akamchukua mkewe; 25 asimjue kamwe hadi
alipomzaa mwanawe; akamwita jina lake YESU.

Maswali kuhusu Maandiko: Kuzaliwa kwa Yesu
Matayo 1:18-25

Utangulizi:
Kuzaliwa kwa Yesu Kristo kulitokea katika nchi ya Israeli baada ya matokeo ya Agano la Kale. Kulikuwa miaka 400 bila kusikia maneno mapya kutoka kwa Bwana. Wakati wa Agano la Kale, Mungu alizungumza kwa njia ya manabii kwamba atamtuma Mesiya. Habari hii imeshakamilika. Huyu "Mtarajiwa wa Israeli" alikuwa Yesu Kristo, Mwana wa Mungu na Mwana wa Mtu. Jina lake Yesu lilichaguliwa na Mungu kwa sababu ina maana Mwokozi, na Mungu alimtuma kuwa Mwokozi wa dunia yote.

Nia:

Maalifa
- Tujifunze kwamba Yesu ni Mungu lakini pia ni Binadamu.
- Tutambue kwamba Mungu alifanya mpango wa wokovu tangu mwanzo.
- Tujifunze kuhusu Utatu Mtakatifu
- Tutambue nguvu ya Roho Mtakatifu.

Tabia
- Tumtumaini Bwana Mungu anayetuokoa.
- Mungu yupo pamoja nasi, hiyo tuwe na ujasili.
- Tumtii Bwana kwa sababu Yeye ndiye Mwenye Enzi Yote.

Matendo
- Tusikilize maelekezo ya Bwana.
- Tumfuate Bwana, hata kama tunakutana na changamoto.

Mistari ya Moyo:
Waebrania 1:1-2 " Mungu, ambaye alisema zamani na baba zetu katika manabii kwa sehemu nyingi na kwa njia nyingi, mwisho wa siku hizi amesema na sisi katika Mwana, aliyemweka kuwa mrithi wa yote, tena kwa yeye aliufanya ulimwengu."

Scriptures for Further Study:
Isaya 7:14; 9:2-6; Luka 2:1-20; Wakolosai 2:9; Waebrania 1:1-3

Maswali kuhusu Maandiko:
1. Maria alipataje mimba alipokuwa bikira? (Matayo 1:18, 20 – Kwa nguvu ya Roho Mtakatifu.)
2. Yesu alizaliwa na Maria, alipokuwa bikira kwa njia ya Roho Mtakatifu. Kwa hiyo alikuwa mtu wa namna gani? (Matayo 1:21, 21 – Mwana wa Mtu na Mwana wa Mungu. 1 Petro 2:21-25; Waebrania 4:14-15; Luka 1:26-38, usisahau kuona Luka 1:35.)
3. Tunajua nini juu ya Yosufu kutoka maandiko haya? (Matayo 1:19-20 – Yosufu alikuwa mtu mwadilifu. Hii ina maana aliamini

ahadi za Bwana kuhusu Mesiya, na Yosufu alikuwa mtu mwenye haki kwa njia ya imani. Alitambua chaguo lake, na alichagua kumwacha Maria kwa siri, ili asiweze kumwaibisha Maria hadharani.)

4. Tunajifunza nini kutoka malaika aliyemtokea Yosufu? (Matayo 1:20 – Malaika wa Bwana alimtokea katika ndoto. Huyu malaika alimwambia asiogope kumchukua Maria kama mke wake, na mimba aliyo nayo ni kwa uwezo wa Roho Mtakatifu. Atamzaa mwana, na atamwita jina lake Yesu, kwa maana yeye ndiye atakayewaokoa watu wake.)
5. Ina maana gani kwamba Yesu "atawaokoa watu wake kutoka katika dhambi zao?" (Matayo 1:21 – Ina maan walikuwa wenye dhambi, na hawawezi kujiokoa, Yeye peeke anaweza kuwakomboa.)
6. Tunajuaje kwamba kuzaliwa kwa Yesu ilikuwa sehemu ya mpango wa Bwana? (Matayo 1:22 – Haya yote yametukia ili kutimia lile Bwana alilokuwa amenena kupitia nabii. Isaya 9:2-7.)
7. Malaika alisema kwamba Yesu atapata jina jingine, jile hilo ni nini na lina maana gani? (Matayo 1:23 – Jina hili ni Imanueli, maana yake, "Mungu pamoja nasi".)
8. Yosufu alifanyaje alipoamka? (Matayo 1:24 – Alifanya kama alivyoambiwa na malaika na akamtwaa Maria nyumbani kuwa mkewe.)
9. Uhusiano wa Yosufu na Maria ilikuwaje kabla ya kuzaliwa kwa Yesu? (Matayo 1:24-25 – Alimtwaa Maria nyumbani kama mkewe, lakini hajalala naye mpaka Yesu alipozaliwa.)

Maswali ya Kufanyia Kazi:

1. Je, tunaona Roho Mtakatifu anavyofanya miujiza katika maisha yetu, kama alivyofanya katika maisha ya Maria? (Matayo 1:18, 23)
2. Ina maana gani kwetu Yesu kuwa Mungu na kuwa Binadamu kwa wakati moja? (Matayo 1:21, 23 – Anaweza kutufahamu. Kama mtu kamili, alikuwa mbadala wetu katika dhambi, yaani alichukua adhabu yetu msalabani. Kama Mungu, kifo chake kilikuwa kama sadaka kamili kwa ajili ya dhambi zetu.)
3. Maisha ya haki yanafananaje? (Matayo 1:19 – Yosufu alikuwa mtu mwenye haki kwa njia ya imani katika ahadi za Bwana. Matokeo yake, tunaona alimsikiliza Bwana, na alitaka kufanya mapenzi ya Bwana, pia aliamini Neno la Mungu.)
4. Tunawezaje kufanya maamuzi ya busala katika maisha yetu? (Matayo 1:20 – Kama Yosufu, tumwamini Bwana kama Mwokozi wetu, pia tuskilize Neno lake na kuliheshimu. Kila tufanyalo, tufanye kwa ajili ya utukufu wa Bwana.)
5. Bwana anasungumza nawe kwa njia gani? (Matayo 1:20 – Bwana anazungumza nasi kwa njia ya Neno lake.)

6. Kwa nini hatuhitaji kuogopa changamoto katika maisha yetu? (Matayo 1:20 – Hatuhitaji kuogopa kwa sababu Mungu yu nasi.)
7. Yesu alituokoa kutoka nini? Kwa njia gani? (Matayo 1:21 – Yesu alituokoa kutoka adhabu ya Mungu kwa ajili ya dhambi zetu. Alikuwa dhabihu kamili iliyolipa deni letu la dhambi mbele za Bwana.)
8. Viashiria gani vilitokea kabla ya kuzaliwa kwa Yesu? Lengo lake lilikuwa nini? (Matayo 1:21 – Ilitabiriwa kwamba Yesu ataokoa watu wake kutoka katika dhambi zao.)
9. Tujadili juu ya maana ya majina matatu ya Yesu (Yesu, Kristo, Immanueli). (Yesu ina maana Mwokozi, yaani mtu atakayewakomboa watu wake kutoka katika dhambi zao, Matayo 1:21. Kristo, au Mesiya ina maana Mpakwa mafuta wa Bwana, Luke 4:18. Immanueli ina maana Mungu pamoja nasi, Matayo 1:23.)
10. Tunapataje faraja kutoka uaminifu wa Bwana? (Matayo 1:22 – Wakati wote anatimiza ahadi zake.)
11. Jina la Yesu Immanueli, linatufundisha mambo gani muhimu juu ya Mungu? (Matayo 1:23 – Linatufundisha kwamba Mungu yupo karibu nasi, na anatuahidi kwamba yu pamoja nasi.)
12. Jukumu la Yosufu lilikuwa nini alipopewa maelezo na Bwana? (Matayo 1:24-25 – Yosufu alitii maelezo yake, na kufanya kama Mungu alivyomwagiza.)

30. Ubatizo wa Yesu na Majaribu

Matayo 3:1-4:11

Matayo 3
1 Siku zile aliondokea Yohana Mbatizaji akihubiri katika nyika ya Yudea,
na kusema, 2 Tubuni; kwa maana ufalme wa mbinguni umekaribia.

3 Kwa sababu huyo ndiye aliyenenwa na nabii Isaya, akisema,
Sauti ya mtu aliaye nyikani,
Itengenezeni njia ya Bwana,
Yanyosheni mapito yake.

4 Naye Yohana mwenyewe alikuwa na vazi lake la singa za ngamia, na
mshipi wa ngozi kiunoni mwake; na chakula chake kilikuwa nzige na asali
ya mwituni.5 Ndipo walipomwendea wa Yerusalemu, na wa Yudea wote,
na nchi zote za kandokando ya Yordani; 6 naye akawabatiza katika mto wa
Yordani, huku wakiziungama dhambi zao.

7 Na alipoona wengi miongoni mwa Mafarisayo na Masadukayo wakiujia
ubatizo wake, aliwaambia, Enyi wazawa wa nyoka, ni nani aliyewaonya
ninyi kuikimbia hasira itakayokuja? 8 Basi zaeni matunda yapasayo toba; 9
wala msiwaze mioyoni mwenu kwamba, Tunaye baba, ndiye Abrahamu;
kwa maana nawaambia ya kwamba Mungu aweza katika mawe haya
kumwinulia Abrahamu watoto. 10 Na shoka limekwisha kuwekwa penye
mashina ya miti; basi kila mti usiozaa matunda mazuri hukatwa na
kutupwa motoni.

11 Kweli mimi nawabatiza kwa maji kwa ajili ya toba; bali yeye ajaye
nyuma yangu ana nguvu kuliko mimi, wala sistahili hata kuvichukua viatu
vyake; yeye atawabatiza kwa Roho Mtakatifu na kwa moto. 12 Ambaye
pepeto lake li mkononi mwake, naye atausafisha sana uwanda wake; na
kuikusanya ngano yake ghalani, bali makapi atayateketeza kwa moto
usiozimika.

13 Wakati huo Yesu akaja kutoka Galilaya mpaka Yordani kwa Yohana ili
abatizwe. 14 Lakini Yohana alitaka kumzuia, akisema, Mimi nahitaji
kubatizwa na wewe, nawe waja kwangu? 15 Yesu akajibu akamwambia,
Kubali hivi sasa; kwa kuwa ndivyo itupasavyo kuitimiza haki yote. Ndipo
akakubali.

16 Naye Yesu alipokwisha kubatizwa mara aliibuka kutoka majini na
tazama, mbingu zikamfunukia, akamwona Roho wa Mungu akishuka kama
hua, na kutua juu yake; 17 na tazama, sauti kutoka mbinguni ikasema,
Huyu ni Mwanangu, mpendwa wangu, ninayependezwa naye.

Matayo 4
1 Kisha Yesu alipandishwa na Roho nyikani, ili ajaribiwe na Ibilisi. 2
Akafunga siku arubaini mchana na usiku, mwishowe akaona njaa. 3
Mjaribu akamjia akamwambia, Ikiwa ndiwe Mwana wa Mungu, amuru
mawe haya yawe mikate.

4 Naye akajibu akasema, Imeandikwa, Mtu hataishi kwa mkate tu, ila kwa
kila neno litokalo katika kinywa cha Mungu.

5 Kisha Ibilisi akamchukua mpaka mji mtakatifu, akamweka juu ya kinara
cha hekalu, 6 akamwambia, Ukiwa ndiwe Mwana wa Mungu, jitupe chini;
kwa maana imeandikwa,
Atakuagizia malaika zake;
Na mikononi mwao watakuchukua;
Usije ukajikwaa mguu wako katika jiwe.

7 Yesu akamwambia, Tena imeandikwa, Usimjaribu Bwana Mungu wako.

8 Kisha Ibilisi akamchukua mpaka katika mlima mrefu mno, akamwonesha
milki zote za ulimwengu, na fahari yake, 9 akamwambia, Haya yote
nitakupa, ukiinama na kunisujudia.

10 Ndipo Yesu alipomwambia, Nenda zako, Shetani; kwa maana
imeandikwa, Mwabudu Bwana Mungu wako, na umtumikie yeye peke
yake.

11 Kisha Ibilisi akamwacha; na tazama, wakaja malaika wakamtumikia.

Maswali kuhusu Maandiko: Ubatizo wa Yesu na Majaribu

Matayo 3:1-4:11

Utangulizi:
Yohana Mbatizaji alitayarisha njia kwa Yesu kwa njia ya kuwaita watu wabatizwe na kutubu dhambi zao. Aliwaambia habari juu ya ujio wa Aliye Mkuu kuliko yeye, yaani Yesu Kristo atakayewaokoa watu dhidi ya dhambi zao. Ili aweze kutuokoa, Yesu alihitaji kuwa sadaka kamilifu, yaani atimize haki yote. Yesu alianza kazi yake kwa kwenda kwa Yohana ili abatizwe. Katika Ubatizo wake, Utatu wa Bwana ulikuwepo (Baba, Mwana na Roho Mtakatifu). Jambo hili lilionyesha mamlaka ya Mungu. Baada ya ubatizo wake, Roho wa Mungu alimwongoza Yesu aende jangwani ili ajaribiwe na shetani. Katika maisha yake, amejaribiwa katika kila hali kama sisi, lakini pasipo kutenda dhambi. Hii ina maana, Yesu anaweza kututumikia kama Kuhani Mkuu anayeelewa udhaifu wetu na kutusamehe.

Nia:

<u>Maalifa</u>
- Tutambue hitaji letu la kutubu.
- Tuelewe zawadi ya Mungu katika ubatizo.
- Tuelewe nafasi ya Yesu katika Utatu.
- Tutambue kwamba Bwana ana mpango kwa kila jaribu.
- Tutambue namna ya kuyashinda majaribu.

<u>Tabia</u>
- Tuupe nafasi kubwa ubatizo na Neno la Mungu katika maisha yetu.
- Tutambue nguvu za Bwana zinashinda zile za Shetani katika maisha yetu.

<u>Matendo</u>
- Tutubu dhambi zetu na kurudi kwa Bwana.
- Tuwape wengine neema tulizopata katika ubatizo na Neno la Mungu.
- Tunapokutana na changamoto za yule mwovu katika maisha yetu, tujibu kwa kutumia Maandiko.

Mistari ya Moyo:
Waebrania 4:14-16 "Basi, iwapo tunaye kuhani mkuu aliyeingia katika mbingu, Yesu, Mwana wa Mungu, na tuyashike sana maungamo yetu. Kwa kuwa hamna kuhani mkuu asiyeweza kuchukuana nasi katika mambo yetu ya udhaifu; bali yeye alijaribiwa kama sisi katika mambo yote, bila kufanya dhambi. Basi na tukikaribie kiti cha neema kwa ujasiri, ili tupewe rehema, na kupata neema ya kutusaidia wakati wa mahitaji."

Matendo ya Mitume 2:38-39 "Petro akawaambia, Tubuni mkabatizwe kila mmoja kwa jina lake Yesu Kristo, mpate ondoleo la dhambi zenu, nanyi mtapokea kipawa cha Roho Mtakatifu. Kwa kuwa ahadi hii ni kwa ajili yenu, na kwa watoto wenu, na kwa watu wote walio mbali, na kwa wote watakaoitwa na Bwana Mungu wetu wamjie."

Scriptures for Further Study:
Isaya 40:28-31; Marko 16:16; Yohana 10:10; Matendo ya Mitume 2:38; Warumi 6:3-4; 1 Wakorintho 10:13; Titus 3:4-7; Waebrania 4:14-16; Yakobo 1:2, 13-15; 1 Petro 3:21; 5:8-9; 1 Yohana 2:1-2, 15-17

Maswali kuhusu Maandiko:

1. Ujumbe wa Yohana Mbatizaji unatufundisha nini juu ya kutubu dhambi? (Matayo 3:2 – Kutubu ina maana kwamba Roho Mtakatifu anabadili tabia dhidi ya dhambi, maisha yako binafsi, na Mwokozi. Kutubu maana yake ni kubadili mwenendo, na kuanza maisha mapya. Ufalme wa mbinguni au Ufalme wa Mungu ni mahali ambapo Mungu anatawala kama Mfalme. Huyu Mfalme alikuwa karibu nao kweli, kama Yohana alivyosema.)
2. Ni nabii gani aliyetabiri juu ya Yohana Mbatizaji? (Matayo 3:3 – Nabii Isaya alitabiri kazi ya Yohana Mbatizaji.)
3. Kwa nini watu walifika kwa Yohana kutoka sehemu mbalimbali? (Matayo 3:5-7 – Wachache walifika kwa ajili ya kutubu dhambi zao na kubatizwa. Mafarisayo na Masadukayo walifika kwa ajili ya kuona na kuhukumu alichokifanya Yohana.)
4. Tahadali ya Yohana kwa Mafarisayo na Masadukayo ilimaanisha nini? (Matayo 3:8 – Aliwapa angalizo "Basi thibitisheni kwa mwenendo mwema kwamba mmeziacha dhambi zenu." Ina maana, matendo ya nje yafanane na matendo ya ndani anayofanya Bwana.)
5. Nini kitatokea kwa mti usiozaa matunda mema? (Matayo 3:10 – Kama hautazaa matunda mema, ni kwa sababu mti ni mbaya, mwovu, na umekosa imani. Mti huu mwovu utakatwa katwa na kutupwa motoni.)
6. Nani atakuja baada ya Yohana? (Matayo 3:11-14 – Atakayekuja atawabatiza kwa Roho Mtakatifu na kwa Moto, huyu ndiye Yesu Kristo.)
7. Kwa nini Yesu alikwenda mto Yordani? (Matayo 3:13 – Yesu alikwenda kwa ajili ya kubatizwa na Yohana ili haki itimiye.)
8. Jukumu la Yohama lilikuwaje Yesu alipotaka kubatizwa? Kwa nini? (Matayo 3:14-15 – Yohana alijisikia kama hana haki ya kutosha kumbatiza Mesiya, lakini alikubali Yesu alipomwambia kwamba imempasa kufanya hivi.)
9. Nini kilitolea baada ya ubatizo wa Yesu? (Matayo 3:16-17 – Mbingu zilifunguka, Roho wa Bwana alishuka juu ya Yesu na sauti kutoka Mbinguni ikasema, "Huyu ni Mwanangu, mpendwa

wangu, ninayependezwa naye". Hapa tunauona Utatu Mtakatifu; Baba, Mwana na Roho Mtakatifu.)

10. Kwa nini Roho Mtakatifu alimwongoza Yesu aende jangwani? (Matayo 4:1 – Ili ajaribiwe na shetani. Alijaribiwa katika kila hali, kama sisi, hajatenda dhambi. Unaweza kusoma Waebrania 4:15.)
11. Yesu alifanyaje alipokuwa jangwani kwa siku 40 usiku na mchana? (Matayo 4:1-2 – Yesu alifunga. Aliongozwa na Roho Mtakatifu wa Mungu na alijaribiwa na Shetani.)
12. Katika jaribu la kwanza, Shetani alimjaribuje Yesu? (Matayo 4:3 – Kwanza alimtamanisha na tamaa za mwili, kwa sababu Yesu alikuwa na njaa.)
13. Jaribu la pili lilikuwaje? (Matayo 4:6 – Shetani alimtamanisha Yesu amtege Bwana, na ajitupe kutoka juu ya hekalu mapaka chini. Alikuwa anajaribu kuchanganya maana ya Zaburi 91:11-12.)
14. Kuna jambo gani maalum katika jaribio la pili? (Matayo 4:6 – Shetani alijaribu kumtamanisha Yesu kwa kutumia Neno la Mungu.)
15. Jaribu la tatu lilikuwa nini? (Matayo 4:8-9 – Shetani alitumia "Tamaa ya Macho", alipomwonyesha Yesu milki zote za ulimwengu, na fahari yake. Alimwahidi kumpa iwapo atampigia goti na kumwabudu.)
16. Yesu aliyashindaje haya majaribu matatu? (Matayo 4:4, 7, 10 – Yesu alijibu kwa kutumia Neno la Mungu: "Imeandikwa…")
17. Tunajifunza nini pale Yesu alipomwambia Shetani aondoke baada ya lile jaribu la tatu? (Matayo 4:10 – Ilimpasa Shetani kumtii Yesu. Yesu ana mamlaka juu yake.)
18. Tunajifunza nini juu mahitaji ya Yesu wakati malaika wanapomsaidia? (Matayo 4:11 – Yesu, alikuwa binadamu kamili, na alikuwa na mahitaji kama mwingine yeyote.)
19. Kwa nini majaribu yalikuwa muhimu kwa Yesu? (Adamu na Hawa walijaribiwa na shetani na walishindwa. Katika kushindwa kwao, dhambi na mauti yaliingia duniani. Watu wa Israeli walijaribiwa jangwani pia na walishindwa. Yesu alijaribiwa katika kila hali kama sisi, lakini hajatenda dhambi. Alimshinda shetani kila mara alijaribiwa, na anatuokoa.)

Maswali ya Kufanyia Kazi:

1. Kutubu maana yake ni nini? (Kutubu ina maana Roho Mtakatifu anatukumbusha dhambi zetu, anatuonyesha dhambi zetu na kutufanya tumtegemee Yesu kama Mwokozi wetu. Roho Mtakatifu atatubadilisha kutoka katika dhambi na kumrudia Yesu.)
2. Ujume wa Yohana unatufundisha nini leo? (Sisi pia tunahitaji kutubu dhambi zetu na kumrudia Bwana. Sisi kama Mafarisayo

na Masadukayo, tunahitaji kutubu dhambi zetu na kuzaa matunda mema.)

3. Watu hutegemea nini kwa wokovu? (Matayo 3:8-9 – Kama Mafarisayo, tunatamanishwa kutegemea matendo yetu binafsi, au ya mtu mwingine, kama walivyomtegemea Abrahamu. Kwa mfano watu wengi wanategemea wazazi wao, mchungaji wao, au mzee wa kanisa lake, n.k. Mungu anataka tutubu dhambi zetu na tumrudie. Tumtegemee Yeye peeke yake. Tunakombolewa na adhabu kwa njia ya uhusiano kati ya Bwana na kwa njia ya Yesu Kristo.)
4. Watu wanaomfuata Bwana wana tabia gani juu ya dhambi? (Matayo 3:8-10 – Tabia ya watu hawo ni tabia ya kutambua dhambi na kutubu. Tabia hii inampendeza Bwana.)
5. Matunda mazuri yanatoka wapi? (Matayo 3:8-9 – Mungu ndiye anayetufanya tuzaae matunda mema. Tunapokaa ndani yake tunaweza kuzaa matunda yaliyo mema.)
6. Kuna tahadali gani kwa kila mtu katika maandiko haya? (Matayo 3:7-10 – Tahadali ni juu ya ghadhabu inayokuja, shoka la Mungu linalokaa karibu na mashina ya miti, na juu ya moto.)
7. Ubatizo wa Yesu una maana gani kwetu? (Matayo 3:15-17 – Yesu alitimize haki yote kwetu. Matokeo ya ubatizo wake yalituonyesha jinsi Yesu alivyokuwa: Mbingu ilifunguka na Roho Mtakatifu alikuwepo, na Baba aliye Mbuni alisema huyu ndiye Mwana wake aliyempenda.)
8. Ubatizo wa Yohana una maana gani kwetu? (Matayo 3:6, 11 – Una maana tunahitaji kutubu na kuoshwa dhambi. Unaweza kusoma Warumi 6:3-8; Wakolosai 2:11-12.)
9. Tunaona Utatu Mtakatifu wapi katika hadithi hii? (Matayo 3:16-17 – "Naye Yesu alipokwisha kubatizwa mara akapanda kutoka majini; na tazama, mbingu zikamfunukia, akamwona Roho wa Mungu akishuka kama hua, akija juu yake; na tazama, sauti kutoka mbinguni ikisema, Huyu ni Mwanangu, mpendwa wangu, ninayependezwa naye." Yesu anaonekana kama Mwana wa Mungu. Sauti kutoka mbinguni inamdhirihisha Mungu Baba. Na Roho Mtakatifu yupo alipojidhirihisha kwa njia ya hua, aliyezunguka juu ya Yesu.)
10. Kuongozwa na Roho Mtakatifu badala kuongozwa na mwili ina maana gani? (Matayo 4:1 – Kuongozwa na Roho Mtakatifu ina maana kwamba tusikilize na tufuate mafundisho yake, na kumtii Roho wa Mungu badala ya mambo tunayopendelea.)
11. Kwa nini Mungu anaruhusu majaribu katika maisha yetu? (Matayo 4:1 – Katika majaribu tunaweza kuona udhaifu wetu na kushindwa kwetu, tunaona uhitaji wetu wa Mungu. Mungu anasafisha mioyo yetu, na tunatamani mambo ya mbinguni badala ya mambo ya kidunia. Unaweza kusoma Yakobo 1:2-4, 1 Petro 1:6-7.)

12. "Jangwa" letu ni nini maishani mwetu? (Magonjwa, uhusiano uliovunjika, upweke, vifo, mashaka, fedha, n.k.)
13. Shetani anatumia njia gani kutuangusha? (1 Yohana 2:15-17 – Shetani anatumia majaribu yale yale aliyotumia kumjaribu Yesu. Tamaa za mwili (njaa), tamaa za macho (utajiri wa dunia), na kujikweza katika maisha ("Ujishushe"). Majaribu hayo yote ni ya kawaida kwa kila mtu. Yakobo 1:13-15)
14. Tunashindaje majaribu katika maisha? (Matayo 4:4, 7, 10 – Tunashinda majaribu hayo kwa njia ya kuliruhusu Neno la Mungu likae mioyoni mwetu. 1 Wakorintho 10:13, 1 Petro 5:8-9)
15. Nani anastahili sifa na kuabudiwa? (Matayo 4:10 – Bwana Mungu ni Yeye pekee yake.)
16. Tunajifunza nini juu ya wasifu wa Mungu anapowatuma malaika kumsaidia Yesu wakati wa majaribu? (Matayo 4:11 – Hataondoka wala kutuacha.)

31. Mtu mwenye Pepo mchafu
Marko 5:1-20

Marko 5
1 Wakafika ng'ambo ya bahari mpaka nchi ya Wagerase. 2 Na
alipokwisha kushuka katika mashua, mara alikutana na mtu, ambaye
ametoka makaburini, mwenye pepo mchafu; 3 makao yake yalikuwa pale
makaburini; wala hakuna mtu yeyote aliyeweza kumfunga tena, hata kwa
minyororo; 4 kwa sababu alikuwa amefungwa mara nyingi kwa pingu na
minyororo, akaikata ile minyororo, na kuzivunjavunja zile pingu; wala
hakuna mtu aliyekuwa na nguvu za kumshinda. 5 Na sikuzote, usiku na
mchana, alikuwako makaburini na milimani, akipiga kelele na kujikatakata
kwa mawe.

6 Na alipomwona Yesu kwa mbali, alipiga mbio, akamsujudia; 7 akapiga
kelele kwa sauti kuu, akasema, Nina nini nawe, Yesu, Mwana wa Mungu
aliye juu? Nakuapisha kwa Mungu usinitese.

9 Akamwuliza, Jina lako nani? Akamjibu, Jina langu ni Legioni, kwa kuwa
tu wengi. 10 Akamsihi sana asiwapeleke nje ya nchi ile.

11 Na hapo milimani palikuwa na kundi kubwa la nguruwe, wakila. 12
Pepo wote wakamsihi, wakisema, Tupeleke katika nguruwe, tupate
kuwaingia wao. 13 Akawapa ruhusa. Wale pepo wachafu wakatoka,
wakaingia katika wale nguruwe; nalo kundi lote likateremka kwa kasi
gengeni, wakaingia baharini, wapatao elfu mbili; wakafa baharini.

14 Wachungaji wao wakakimbia, wakaieneza habari mjini na mashambani.
Watu wakatoka walione lililotokea. 15 Wakamwendea Yesu, wakamwona
yule mwenye pepo, ameketi, amevaa nguo, ana akili zake, naye ndiye
aliyekuwa na lile jeshi la pepo; wakaogopa. 16 Na wale waliokuwa
wameona waliwaeleza ni mambo gani yaliyompata yule mwenye pepo, na
kuhusu nguruwe. 17 Wakaanza kumsihi aondoke katika eneo lao.

18 Naye alipokuwa akipanda katika mashua, yule aliyekuwa na pepo
akamsihi kwamba awe pamoja naye; 19 lakini hakumruhusu, bali
alimwambia, Nenda zako nyumbani kwako, kwa watu wa kwenu,
kawahubirie ni mambo gani makuu aliyokutendea Bwana, na jinsi
alivyokurehemu. 20 Akaenda zake, akaanza kuhubiri katika Dekapoli, ni
mambo gani makuu Yesu aliyomtendea; watu wote wakastaajabu.

Maswali kuhusu Maandiko: Mtu mwenye Pepo mchafu

Marko 5:1-20

Utangulizi:
Yesu alipomaliza kuwafundisha katu, aliamua kuvuka Bahari ya Galilaya pamoja na wanafunzi wake. Walipokuwa baharini, dhoruba kubwa ilikuja na mashua yao ilianza kuzama. Yesu alituliza upepo na mawimbi kwa maneno yake, na wanafunzi wake walishuhudia kwamba huyu rabbi (mwalimu) alikuwa hakika Mwana wa Mungu. Walipofika upande wa pili wa bahari, walikutana na changomoto: mtu aliyekuwa na pepo mchafu.

Nia:

Maalifa

- Tutambue kwamba Yesu ana nguvu dhidi ya pepo mchafu.
- Tutambue kwamba Yesu ana huruma kwa watu wote, hata waliokamatwa na Shetani.
- Tusujudie Yesu kama Mungu na Bwana wa maisha yetu.

Tabia

- Tuwe na huruma kwa watu wote, tupende waokolewe.
- Tusiogope mapepo ya dunia hii, badala yake tuwe na ujasili kwamba nguvu za Bwana ni kubwa kuliko nguvu za mapepo.

Matendo

- Tumkeme Shetani kwa jina la Yesu
- Tuwaonyeshe wengine nguvu za Yesu ili wabadilike
- Tumtii Yesu kama Bwana na Mwokozi wa maisha yetu

Mstari wa Moyo:
Matendo ya Mitume 3:16 "Na kwa imani katika jina lake, jina lake limemtia nguvu mtu huyu mnayemwona na kumjua; na imani ile iliyo kwake yeye imempatia huyu uzima huu mkamilifu mbele yenu ninyi nyote."

Scriptures for Further Study:
Luka 10:17-20; Matendo ya Mitume 3:11-16; 19:13-17; Yakobo 2:19

Maswali kuhusu Maandiko:

1. Yesu aliposhuka katika mashua katika sehemu ya Wagerasi, nani alimpokea? (Marko 5:2 – Mtu mwenye pepo mchafu.)
2. Ni kitu gani kilikuwa tofauti na mtu mwingine kwa mtu huyu mwenye pepo? (Marko 5:3-5 – Aliishi makuburini; hajaweza kukamatwa au kufungwa hata kwa minyororo, alipiga kelele kwa sauti kuu usiku na mchana na alijikatakata kwa mawe)
3. Jukumu lake lilikuwaje alipokutana na Yesu? (Marko 5:6-7 – Alimkimbilia, na kupiga magoti, alijua jina la Yesu na alimwomba rehema.)

4. Yesu alikuwa mtu namna gani hata mapepo wamtambue? (Marko 5:7 – Mapepo walijua kwamba Yesu alikuwa Mwana wa Mungu Mkuu. Hata mapepo wanahitaji kumtii na kumwogopa Yesu.)
5. Mapepo walimwuliza nini Yesu? (Marko 5:7, 10, 12 – Waliuliza wasiumizwe na waruhusiwe wakawaingie wale nguruwe 2000 waliokuwa karibu na hapo.)
6. Mtu alijisikiaje baada ya pepo kuondolewa na Yesu? (Marko 5:15 – Alikaa kimya na Yesu, alivaa mavazi na alikuwa na akili timamu.)
7. Kwa nini Wagerasi walitaka Yesu kuondoka baada ya huyu kuponywa? (Marko 5:15 – Watu walijawa na hofu.)
8. Huyu aliyekuwa na pepo alimwuliza nini Yesu? (Marko 5:18 – Alitaka aende naye.)
9. Yesu alimwambia afanye nini? (Marko 5:19 – Yesu akamwambia aende na kuwambia familia yake "mambo makuu aliyokutendea Bwana na jinsi alivyokuhuru mia")

Maswali ya Kufanyia Kazi:

1. "Yesu, Mwana wa Mungu Mkuu" ina maana gani kwetu? Ina maana gani kwako binafsi? (Marko 5:8, 13, 15 – Ina maana kwamba Yesu ni Mungu Mwenye Enzi yote, ana nguvu katika dunia ya kiroho na dunia ya kawaida, na ana nguvu na mamlaka juu ya maisha na mioyo yetu. Swali lililo muhimu kwetu ni: "Je, tutamtii, au kutotii?")
2. Jukumu lako ni nini wakati unapomwona Yesu?
3. Unapata faraja gani kutoka Huruma ya Yesu? (Marko 5:9-10, 19 – Kama Yesu anampenda huyu mtu mwenye pepo mchafu, anawapenda watu wote, na anaweza kumbadili kila mmoja. Ana mipango kwa maisha yetu.)
4. Je, Mapepo wanaweza kututawala? Wana nguvu kiasi gani? (Marko 5:4-5 – Mapepo wanaweza kumtawala asiyeamini Bwana, kama huyu aliyekuwa na pepo mchafu. Yesu peeke anayo mamlaka juu ya mapepo. Mtu akimkaribisha Yesu moyoni mwake, mapepo hawana nafasi au mamlaka juu yake. Mapepo wanaweza kuwasumbua wanaoamini kutoka nje, hata hivyo, mwumini anaweza kumwuliza Yesu amwokoe kutoka katika wakati mgumu.)
5. Je, kuna mambo yanayotutawala katika maisha yetu kama ilivyo kwa mapepo waliomtawala yule mtu? (Ndiyo, tunaweza kutawaliwa na tamaa mbalimbali, kama vile tamaa ya mwili, tamaa ya macho na kujikweza. Dhambi hizi zinaweza kuwa na nguvu na kutawala katika maisha yetu, lakini Yesu anayo mamlaka juu ya mambo haya pia.)
6. Hadithi hii inatufundisha nini juu ya Shetani na mapepo wachafu? (Marko 5:5, Yohana 10:10 – Shetani anataka kutuharibu, na

atajaribu kufanya hivyo kadiri awezavyo, lakini hata yene anawajibika kwa Yesu.)

7. Kwa nini hatuhitaji kuwaogopa mapepo wachafu, au hata walioingiwa nao? (Marko 5:6-8 – Kristo akiwa ndani yetu, mapepo wanaweza kufanyaje? Mapepo wakitukimbilia au kupiga hodi mlangoni, tunamwomba Yesu ashuhulike nao. Tunaweza kuwaamuru mapepo katika Jina la Yesu kwa sababu Yesu aliwashinda Shetani na Mapepo wote. Unaweza kusoma Luka 10:17-18; Yohana 16:11; Wakolosai 2:15.)
8. Tuna mamlaka ya aina gani katika Kristo? (Matayo 28:18, Luka 10:17-20) Yesu anayo mamlaka yote mbinguni na duniani. Kwa hiyo, tumepewa mamlaka yake sisi kama Wakristo. Unaweza kusoma Waepheso 1:20-22; 2:6.)
9. Mstari wa Marko 5:9 unasema "Aliwaruhusu". Unajifunza nini kutoka neno hili? Inganisha sentensi hii na hadithi ya Ayubu, na maombi ya Shetani kwa Mungu. (Ayubu 1 – Kila pepo na hata Shetani wapo chini ya Mungu.)
10. Uneona tofauti gani katika maisha yako tangu umtambue Yesu kama Bwana na Mwokozi wako? (Marko 5:2-5, 15)
11. Watu wengine wamekuwa na jukumu gani walipoona mabadiliko katika maisha yako?
12. Tumepewa jukumuu gani na Bwana kwa kuifanya kazi yake katika maisha yetu? (Marko 5:19-20 – Kila mtu ana cha kusema juu ya kazi ya Mungu katika maisha yake. Tunaweza kutoa ushuhuda kwa wengine na kuwaambia juu ya wema wa Mwokozi wetu.)
13. Yesu hajamruhusu mtu huyo aende naye, badala yake, Yesu alimpa kazi gani? (Marko 5:18-19 – Huyu mtu alihitaji kuwaambia familia, marafiki na majirani zake mambo makuu aliyotendewa na Bwana.)
14. Tufanyaje tunapoitwa na Mungu kufanya kitu fulani ambacho hatukukitarajia? (Marko 5:19 – Tufuate maeleza ya Mungu kewtu, kwa sababu anajua kilicho bora kwetu, anao mpango mzuri kwetu, na ametupa ahadi kwamba katika mambo yote, Mungu hufanya kazi na kuifanikisha pamoja na wote wampendao – Warumi 8:28)
15. Tuwapeleke injili akina nani? (Marko 5:2, 20 – Watu wote, hata wale waliopagawa na mapepo wachafu.)

32. Mfano wa Mpanzi
Marko 4:1-20

Marko 4
1 Akaanza kufundisha tena kando ya ziwa. Kundi kubwa sana la watu
wakamkusanyikia, hata yeye akapanda katika mashua, akakaa ziwani, watu
wote walikuwa katika nchi kavu kando ya ziwa. 2 Akawafundisha mambo
mengi kwa mifano, akawaambia katika mafundisho yake, 3 Sikilizeni;
Tazama, mpanzi alitoka kwenda kupanda; 4 ikawa alipokuwa akipanda,
mbegu nyingine ilianguka kando ya njia, wakaja ndege wakaila. 5
Nyingine ikaanguka penye mwamba, pasipokuwa na udongo mwingi; mara
ikaota kwa kuwa na udongo haba; 6 hata jua lilipozuka iliungua, na kwa
kuwa haina mizizi ikanyauka. 7 Nyingine ikaanguka penye miiba; ile
miiba ikamea ikaisonga, isizae matunda. 8 Nyingine zikaanguka penye
udongo ulio mzuri, zikazaa matunda, zikimea na kukua, na kuzaa, moja
thelathini, moja sitini, na moja mia. 9 Akasema, Aliye na masikio ya
kusikilia, na asikie.

10 Naye alipokuwa peke yake, wale watu waliomzunguka, na wale Kumi
na Wawili, walimwuliza kuhusu ile mifano. 11 Akawaambia, Ninyi
mmejaliwa kuijua siri ya ufalme wa Mungu, bali kwa wale walio nje, yote
hufanywa kwa mifano,12 ili wakitazama watazame, wasione;Na wakisikia
wasikie, wasielewe;Wasije wakaongoka, na kusamehewa.13 Akawaambia,
Hamjui mfano huu? Basi mifano yote mtaitambuaje? 14 Mpanzi huyo
hulipanda neno. 15 Hawa ndio walio kando ya njia lipandwapo neno; nao,
wakiisha kusikia, mara huja Shetani, akaliondoa lile neno lililopandwa
mioyoni mwao. 16 Kadhalika na hawa ndio wapandwao penye miamba,
ambao kwamba wakiisha kulisikia lile neno, mara hulipokea kwa furaha;
17 ila hawana mizizi ndani yao, bali hudumu muda mchache; kisha
ikitokea dhiki au udhia kwa ajili ya lile neno, mara hujikwaa. 18 Na hawa
ndio wale wapandwao penye miiba; ni watu walisikiao lile neno, 19 na
shughuli za dunia, na udanganyifu wa mali, na tamaa za mambo mengine
zikiingia, hulisonga lile neno, likawa halizai. 20 Na hawa ndio
waliopandwa penye udongo ulio mzuri; ni watu walisikiao lile neno na
kulipokea, na kuzaa matunda, mmoja thelathini, mmoja sitini, na mmoja
mia.

Maswali kuhusu Maandiko: Mfano wa Mpanzi

Marko 4:1-20

Utangulizi:
Yesu alitumia hadithi (mfano) kwa ajili ya kufundisha watu juu ya ufalme wa Mbinguni. Katika mfano huu, Yesu alitumia mifano ya kawaida kwa kueleza jambo lililo muhimu. Kila kitu katika mfano huu kina maana maalum: mbegu, barabara, mawe, na miiba. Mungu anaotesha mbegu na kuzifanya zikuwe.

Nia:

Maalifa

- Tutambue kwamba Neno la Mungu ni kama mbegu iliyopandwa ndani yetu.
- Tutambue kwamba vitu vyingi vinaweza kusongasonga Neno la Mungu katika maisha yetu.
- Tuelewe kwamba Neno la Mungu lina nguvu ya kuanzisha maisha.

Tabia

- Tulitunze na kulishika Neno tulilopewa na Bwana.
- Tushangilie kwamba Mungu anatumia Neno lake kuzalisha matunda ndani yetu.

Matendo

- Tusikilize kwa umakini Neno la Mungu na kulitunza katika maisha yetu.
- Tupande Neno la Mungu kama Mkulima anavyopanda mbegu.

Mstari wa Moyo:
2 Timotheo 3:16 "Kila andiko, lenye pumzi ya Mungu, lafaa kwa mafundisho, na kwa kuwaonya watu makosa yao, na kwa kuwaongoza, na kwa kuwaadibisha katika haki"

Scriptures for Further Study:
Isaya 55:10-11; Yohana 8:31-32; 1 Wathesalonike 2:13; 2 Timotheo 2:15; 1 Petro 4:11

Maswali kuhusu Maandiko:

1. Kwa nini Yesu alitumia mifano? (Marko 4:11-12 – Ili watu walioko nje ya Ufalme wake waweze kutazama bila kuona, na kusikia bila kuelewa. Alieleza mifano yake kwa wanafunzi, lakini hakueleza kwa umati wa watu.)
2. Mkulima alikuwa anafanyaje katika mfano huu, na anamwakilisha nani? (Marko 4:3 – Mkulima alikuwa anapanda mbegu kwa njia

ya kumwaga mbegu. Anamwakilisha mtu yeyote anayepanda Neno la Mungu, na pia Mungu mwenyewe kwa sababu tupo katika shamba lake.)

3. Mbegu zilianguka wapi? (Marko 4:4-8 – Baadhi ya mbegu zilianguka njiani, na nyingine zilianguka katika mwamba, nyingine zilianguka katika miiba, na nyingine katika udongo mzuri.)
4. Nini kilitokea kwa mbegu zilizoanguka juu ya njia, na inamaanisha nini kwetu? (Marko 4:4, 15 – Ndege wakaja wakazila. Yesu alisema ni kama Shetani anapofika na kuiba Neno la Mungu kwetu.)
5. Nini kilitokea kwa zile mbegu zilizoanguka juu ya mwaba, ina maana gani? (Marko 4:5-6, 17 – Zikaota haraka, lakini baada ya muda mfupi mimea ilikauka kwa jua kali, kwa sababu hazikuwa na mizizi. Hii ni watu wanaosikiliza Neno la Mungu lakini halipenyi ndani ya mioyo yao, na katika wakati wa changamoto, wanaanguka kwa urahisi. Bila mizizi inaoshika Neno la Mungu watu wanakauka. Unaweza kusoma Yakobo 1:2-4.)
6. Ilikuwaje kwa zile mbegu zilizoanguka katika miiba, na ina maana gani? (Marko 4:7, 19 – Mbegu zilikua lakini zilisongwa na miiba. Miiba inawakilisha vitu kama vile mashaka, kufikiri juu ya mambo ya fedha, tamaa za mali, n.k. Unaweza kusoma 1 Timotheo 6:9-10 na Matayo 6:33-34.)
7. Nini kilitokea kwa zile mbegu zilizoanguka kwenye udongo mzuri, na ina maana gani? (Marko 4:8, 20 – Hizo mbegu zilikua na ziliongezeka mara nyingi. Udongo huo mzuri ni kama watu wanaosikiliza "Neno" na kulikubali. Linakua ndani ya maisha yao na linazaa matunda ya kiroho.)
8. "Mbegu" ziawakilisha nini katika maisha yetu ya kila siku? (Matko 4:14 – Mbegu hizo ni Neno la Mungu.)

Maswali ya Kufanyia Kazi:

1. Mifano ya Yesu inatusaidiaje sisi kama Wakristo? (Inatusaidia kujifunza na kukumbuka hadithi upesi. Mifano aliyotupa ni vitu kwa kawaida katika maisha yetu, lakini inatufundisha mambo ya mbinguni.)
2. Tunawezaje kupanda mbegu za Neno la Mungu katika maisha ya wengine? Zinawajengaje au zinawasaidiaje katika maisha yao? (Marko 4:3 – Tunapowaambia wengine Neno la Mungu kwa kutumia hadithi hizo, ni kama tunapanda mbegu. Neno la Mungu linaanzisha maisha mapya ndani ya Yesu, kazi yetu ni kupanda mbegu za Neno Lake, hata ikiwa hawataki kupokea.)
3. Ni watu wa namna gani wanaofanana na ile njia, mwamba, miiba, na udongo mzuri?
4. Wenye mioyo migumu ni vigumu sana kupokea Neno la Mungu, kwa sababu Neno haliwezi kuingia ndani ya mioyo yao na

linapotea, kama mbegu zilizoanguka juu ya njia. Kwa nini watu wanafanya mioyo yao kuwa migumu? (Marko 4:15 – Tabia hiyo ya mioyo migumu ni kwa sababu ya kukosa imani. Watu wanaweza kukataa Neno la Mungu wanaposahau kulisoma, wengine wanakataa Neno la Mungu kwa kutohudhiria ibaada, na wengine wanakataa kwa njia ya kutosikiliza waminio wanapofundisha Neno la Mungu kwa upendo.)

5. Namna gani watu wanaruhusu changomoto au mateso kudhoficha Neno la Mungu katika maisha yao, kama zile mbegu zilizoanguka kwenye mwamba na zilizokufa? (Marko 4:17 – Tunapokutana na changamoto ni rahisi kumlalamikia Bwana kwa mateso tunayoyapata. Badala yake, tusisahau faida na baraka tunazozipata katika changamoto hizo (Yakobo 1:2-3), tunaweza kuongeza ufahamu wetu kwa Mungu katika changamoto zetu. Anaweza kutumia shida zetu kwa faida yetu, na kuleta baraka kutoka katika magumu hayo. Unaweza kusoma Warumi 8:28, Yakobo 1:2-3.)
6. Namna gani mambo ya kidunia yanasonga Neno la Mungu, kama zile mbegu zilizoanguka kwenye miiba? (Marko 4:18-19 – Ni rahisi sana kwetu kuyapa kipao mbele mambo ya kidunia badala ya Neno la Mungu. Kazi, familia, marafiki, uchovu, vitu unavyopendelea, ajali na vitu vinaweza kusonga Neno la Mungu katika maisha yetu. Hatuwezi kukua kama Neno la Mungu hatulipi kipao mbele.)
7. Nini kinatokea katika maisha yetu kwa ajili ya magumu tunayokutana nayo? (Marko 4:19 – Hatuwezi kukua kiroho, au kuzaa matunda ya kiroho. Tunaweza kuifanya mioyo yetu kuwa migumu na uhusiano wetu na Yesu inaweza kufa.)
8. Tunatunzaje Neno la Mungu katika maisha ili tuweze kuliona na kulifahamu, na kulisikiliza na kulielewa? (Marko 4:12 – Neno la Mungu linapata nafasi katika maisha yetu kwa njia za sala ya kila siku, kulikumbuka, kulitafakari, kulisikiliza na kulisoma. Tunaweza kusaidiana na wengine tunapotafakari Neno la Mungu pamoja.)
9. Maisha yetu yanawezaje kufanana na ule udongu mzuri uliopokea Neno la Mungu? (Marko 4:20 – Tunaweza kupokea Neno la Mungu kwa unyenyekevu, tunapolitunza, na tunapolitii na kuliheshimu. Kwa njia ya Neno lake, Bwana anafanya kazi yake katika maisha yetu.)

33. Watu 5,000 Walilishwa na Kutembea juu ya Maji

Marko 6:30-56

Marko 6
30 Na mitume wakakusanyika mbele ya Yesu; wakampa habari za mambo
yote waliyoyafanya, na mambo yote waliyoyafundisha. 31 Akawaambia,
Njooni ninyi peke yenu kwa faragha, mahali pasipokuwa na watu,
mkapumzike kidogo. Kwa sababu walikuwako watu wengi, wakija,
wakienda, hata haikuwapo nafasi ya kula.

32 Wakaenda zao faragha mashuani, mahali pasipokuwa na watu. 33 Watu
wakawaona wakienda zao, na wengi wakatambua, wakaenda huko mbio
kwa miguu, toka miji yote, wakatangulia kufika. 34 Naye aliposhuka
mashuani, akaona mkutano mkuu, akawahurumia; kwa sababu walikuwa
kama kondoo wasio na mchungaji; akaanza kuwafundisha mambo mengi.

35 Hata zilipopita saa nyingi za mchana, wanafunzi wake walimwendea,
wakasema, Mahali hapa ni nyika tupu, na sasa kunakuchwa; 36 uwaage
watu hawa, ili waende zao mashambani na vijijini kandokando,
wakajinunulie chakula.

37 Akajibu, akawaambia, Wapeni ninyi chakula. Wakamwambia, Je!
Twende tukanunue mikate ya dinari mia mbili ili tuwape kula? 38
Akawaambia, Mnayo mikate mingapi? Nendeni mkatazame.
Walipokwisha kujua wakasema, Mitano, na samaki wawili.

39 Akawaagiza wawaketishe wote, vikao vikao, penye majani mabichi. 40
Wakaketi safu safu, hapa mia hapa hamsini. 41 Akaitwaa ile mikate
mitano na wale samaki wawili, akatazama mbinguni, akashukuru,
akaimega ile mikate, akawapa wanafunzi wake wawaandalie; na wale
samaki wawili akawagawia wote. 42 Wakala wote wakashiba. 43
Wakaokota vipande vilivyomegwa vya kuweza kujaza vikapu kumi na
viwili; na vipande vya samaki pia. 44 Na walioila ile mikate walikuwa
wanaume elfu tano.

45 Mara akawalazimisha wanafunzi wake wapande mashuani, watangulie
kwenda ng'ambo hata Bethsaida, wakati yeye alipokuwa akiwaaga
mkutano. 46 Hata alipokwisha kuagana nao akaenda zake mlimani
kuomba.

47 Na kulipokuwa jioni mashua ilikuwa katikati ya bahari, na yeye yu peke
yake katika nchi kavu. 48 Akawaona wakitaabika kwa kuvuta makasia,
kwa maana upepo ulikuwa unwakabili; hata ilipopata kama zamu ya nne ya
usiku akawaendea, akitembea juu ya bahari; akataka kuwapita. 49 Nao
walipomwona anatembea juu ya bahari, walidhani ya kuwa ni mzuka,
wakapiga yowe, 50 kwa kuwa wote walimwona, wakafadhaika.

Mara akasema nao, akawaambia, Changamkeni; ni mimi, msiogope.

51 Akapanda mle katika mashua walimo; upepo ukakoma; wakashangaa
sana mioyoni mwao; 52 kwa maana hawakufahamu habari za ile mikate,
lakini mioyo yao ilikuwa mizito.

53 Hata walipokwisha kuvuka, walifika nchi ya Genesareti, wakatia nanga.
54 Nao wakiisha kutoka mashuani, mara watu walimtambua, 55 wakaenda
mbio, wakizunguka nchi ile yote, wakaanza kuwachukua vitandani
waliokuwa wagonjwa, kwenda kila mahali waliposikia kwamba yupo. 56
Na kila alikokwenda, akiingia vijijini, au mijini, au mashambani,
wakawaweka wagonjwa sokoni, wakamsihi waguse angaa pindo la vazi
lake; nao wote waliomgusa wakapona.

Maswali kuhusu Maandiko:
Watu 5,000 Walilishwa na Kutembea juu ya Maji
Marko 6:30-56

Utangulizi:
Yesu aliwatuma wanafunzi wake wawili-wawili ili wahubiri na waponye, na kutoa pepo wachafu. Waliporudi, umati wa watu walikusanyika walitaka kuwa na Yesu. Umati huo walimfuata Yesu na wanafunzi wake walipokuwa wanajaribu kupumzika. Hata hivyo, watu wengi, walikuwa na haraka kumfuata Yesu, na waliacha waliokuwa wanafanya bila kuleta chakula chochote. Yesu alikuwa na huruma kwao, na alifanya miujiza ili wawe na chakula cha kutosha. Baada ya hapo, Yesu aliendelea kuwafundisha wanafunzi wake juu ya imani na utambulisho wake kama Mesiya, Mwana wa Mungu.

Nia:

Maalifa
- Kutambua kwamba Yesu ana nguvu juu ya mambo yote.
- Kujua kwamba Yesu ana moyo wa huruma kwetu.
- Kutambua kwamba Mungu anaweza kuwatumia watu wa kawaida au hata vitu vilivyo vidogo.

Tabia
- Kumwamini Yesu atusaidie na maumivu, hofu na mahitaji yetu.
- Tuwe na mioyo ya unyenyekevu, yaani mioyo iniayoweza kufundishika na kumtii Bwana.

Action
- Kumtazama Yesu hata wakati wa mambo magumu.
- Kumtegemea Bwana Yesu atupe amani yake katika kila hali, na atupe mahitaji yetu.

Mistari ya Moyo:
Wakolosai 1:16-17 "Kwa kuwa katika yeye vitu vyote viliumbwa, vilivyo mbinguni na vilivyo juu ya nchi, vinavyoonekana na visivyoonekana; ikiwa ni vitu vya enzi, au milki, au enzi, au mamlaka; vitu vyote viliumbwa kwa njia yake, na kwa ajili yake. Naye amekuwako kabla ya vitu vyote, na vitu vyote hushikana katika yeye."

Scriptures for Further Study:
Yona 1:13-16; Yohana 6:30-35; Waepheso 1:19-23; Wakolosai 1:15-23; 1 Petro 5:6-7

Maswali kuhusu Maandiko:
1. Yesu alikwenda wapi na wanafunzi wake, na kwa nini? (Marko 6:31 – Yesu aliwaletea wanafunza mpaka mahali palipo kimya, ili waweze kupumzika.)

2. Watu walipotambua kwamba wanaondoka wakafanyaje? (Marko 6:33 – Walipoona kwamba wanaondoka, wakaenda huko mbio kwa miguu, toka miji yote, wakatangulia kufika.)
3. Yesu aliwajibu nini umati walipofika ngambo ile? (Marko 6:34 – Alikuwa na huruma kwao na alianza kuwafundisha mambo mengi.)
4. Wanafunzi walimshauri nini Yesu? (Marko 6:35-36 – Yesu alipomaliza kufundisha watu, wanafunzi wake walimshauri awaruhusu waondoke ili wapate chakula, kwa sababu waliona kunakuchwa.)
5. Yesu aliwaambia wanafunzi wafanye nini? (Marko 6:37 – Yesu akasema, "Wapeni ninyi chakula")
6. Wanafunzi walikuwa na mashaka gani walipoambiwa wawalishe umati huo kubwa? (Marko 6:37 – Wanafunza wakasema kwamba hata wakiwa na mshahara wa miezi minane (dinari mia mbili) wasingaliweza kuwanunulia chakula.)
7. Walikuwa na chakula gani mahali hapo? Watu walikuwa wangapi? (Marko 6:38, 44 – Wanafunzi walikuwa na mikate mitano na wale samaki wawili, na walikuwa na wanaume wapatao 5,000. Lakini pia wanawake na watoto walikuwapo pia bila kuhesabiwa.)
8. Chakula cha ziada kilitoka wapi? (Marko 6:41 – Yesu akashukuru, akaimega ile mikate na ikaongezeka mpaka ikazidi – ilikuwa miujiza, baraka kutoka Mungu aliye mbinguni.)
9. Je, watu walishiba? (Marko 6:42 – Ndiyo, walishiba na kutosheka.)
10. Baada ya hapo, Yesu na wanafunzi wake walikwenda wapi wakati wa jioni? (Marko 6:45-46 – Yesu aliwaambia wanafunzi wake wamtangulie na wafike Bethsaida kwa kutumia mashua. Na Yesu, akaenda mlimani kuomba.)
11. Wanafunzi walifanya nini usiku huo? (Marko 6:47-48 – Wanafunzi walikuwa wanapiga makasiya kwa sababu upepo ulikuwa unasumbua chombo.)
12. Yesu alifikaje kwao? Walipokeaje jambo hilo? (Marko 6:48-50 – Yesu alifika kwao, akitembea juu ya maji. Walipomwona, walidhani ya kuwa ni kivuli, wakapiga yowe.)
13. Yesu aliwaambia nini? (Marko 6:50 – "Changamkeni; ni mimi, msiogope")
14. Nini kilitokea Yesu alipopanda mashua pamoja nao? (Marko 6:51 – Yesu alipofika ndani, upepo ukakoma; wakashangaa sana mioyoni mwao)
15. Kwa nini wanafunzi hawajaelewa habari za ile mikate? (Marko 6:52 -- Mioyo yao ilikuwa mizito)
16. Nini kilitokea Yesu alipofika n'gambo ya pili ya ziwa? (Matko 6:54-56 – Watu walimwona na kumtambua walimkimbilia kutoka

vijiji, mashambani, wakawaweka wagonjwa sokoni, wakamsihi waguse ngaa pindo la vazi lake; nao wote waliomgusa wakapona.)

17. Watu wangapi waliponywa? (Marko 6:56 – Kila aliyemgusa vazi lake.)

Maswali ya Kufanyia Kazi:

1. Je una muda wa kukaa kimya na mahali pa kupumzika? (Marko 6:32)
2. Watu wakifika kwetu, tunawapokeaje? (Marko 6:34-37 – Ni rahisi kwetu kuwa kama wanafunzi wa Yesu, kwa sababu tunatumia macho ya kibinadamu kuona mambo. Tunahitaji macho ya Yesu ili tuweze kuwaonea wengine huruma, kuwafundisha, kuwasaidia na kuwaponya.)
3. Tunapokutana na changamoto ngumu kabisa, tunasema nini mbele za Bwana? (Marko 6:37-41, 50-51 – Tunaweza kuwa kama wanafunzi, na kulalamika, na kukata tamaa. Lakini Bwana anataka tuwe sehemu ya suluhisho. Anataka sisi tutazame mbinguni, na kumshukuru Mungu, na tulete tulicho nacho. Anatuambie tusikate tamaa, wala kuogopa. Badala yake, tushangae kazi yake.)
4. Hadithi hii inatufundisha nini juu ya kidogo tulicho nacho? (Marko 6:38-41 – Hadithi hii inatuelekeza kwamba tunaweza kulete vitu tulivyo navyo kwa Yesu hata kama ni vidogo. Anaweza kuvitumia tulivyo navyo kwa utukufu wake.)
5. Tunawezaje kumtii Bwana, hata akituomba kwa cho chote tulicho nacho?
6. Watu wana mahitaji ya aina gani? (Watu wana mahitaji ya mwili, kama vile njaa na magonjwa. Lakini pia, wana mahitaji ya moyo kama mashaka na hofu. Pia wana mahitaji ya kiroho na sisi sote tunahitaji kufundishwa Neno la Mungu na kuonyeshwa Ukuu wa Mungu.)
7. Kwa nini Yesu alienda mlimani kuomba? Tunajifunza nini kutoka jambo hili? (Marko 6:46 – Kama Yesu, tunahitaji muda wa kuzungumza pamoja na Baba yetu aliye mbinguni. Anapenda sisi tumwombe na anatuahidi kwamba anasikia maombi yetu.)
8. Katika maisha yetu ya kila siku, tumekutana na changamoto gani, kama wanafunzi walipokutana na changomoto ya upepo? (Marko 6:48 – Tunapatwa na changamoto ya kidunia, kama vile njaa, uchovu, hofu, mashaka, mioyo migumu n.k.)
9. Je, umeona nguvu ya Yesu katika maisha yako unapokutana na changamoto mbalimbali? (Marko 6:50-51 – Yesu ana nguvu juu ya kila kitu katika maisha yetu. Hata katika mambo magumu anatujia, kama alivyowajia wanafunzi katika upepo na dhuruba walioipata. Anasema hata kwetu, "Changamkeni; ni mimi, msiogope".)

10. Tunawezaje kumkaribisha Yesu ili atusaidie na magumu tuliyo nayo?
11. Tunafananaje na wanafunzi hawo, waliokuwa na mioyo ambayo ilikuwa na imani haba? (Marko 6:52)
12. Utaje njia ambazo Yesu alitumia kuwasaidia watu katika hadithi hii? (Aliwasikiliza wanafunzi wake na kutafuta sehemu iliyotulia. Alikuwa na huruma kwa umati, alipowalisha mikate na samaki, na aliwafundisha wanafunzi wake mambo muhimu. Pia, aliwaona wanafunzi walipokwama ziwani na aliwatia moyo na kuingia chomboni. Pia aliwaponya wagonjwa.)
13. Kutoka uponyaji wa namna gani?
14. Yesu yu tayari kutoponya kutoka nini? (Marko 6:56 – Yesu anaweza kutuponya katika shida mbalimbali, kimwili na kiroho.)

34. Uponyaji wa Walemavu na Mwanamke Aliyepooza

Luka 17:11-19; 13:10-17

Luka 17
1 Ikawa walipokuwa njiani kwenda Yerusalemu, alikuwa akipita katikati
ya Samaria na Galilaya. 12 Na alipoingia katika kijiji kimoja, alikutana na
watu kumi wenye ukoma; wakasimama mbali, 13 wakapaza sauti
wakisema, Ee Yesu, Bwana mkubwa, uturehemu!

14 Alipowaona aliwaambia, Nendeni, mkajioneshe kwa makuhani. Ikawa
walipokuwa wakienda walitakasika.

15 Na mmoja wao alipoona kwamba amepona, alirudi, huku akimtukuza
Mungu kwa sauti kuu; 16 akaanguka kifudifudi miguuni pake,
akamshukuru; naye alikuwa Msamaria.

17 Yesu akajibu, akanena, Hawakutakaswa wote kumi? Wale tisa wako
wapi? 18 Je! Hawakuonekana waliorudi kumpa Mungu utukufu ila mgeni
huyu? 19 Akamwambia, Inuka, nenda zako, imani yako imekuokoa.

Luka 13
10 Siku ya sabato alikuwa akifundisha katika sinagogi mojawapo. 11 Na
tazama, palikuwa na mwanamke aliyekuwa na pepo wa udhaifu muda wa
miaka kumi na minane, naye amepindana, hawezi kujinyosha kabisa. 12
Yesu alipomwona alimwita, akamwambia, Mama, umefunguliwa katika
udhaifu wako. 13 Akaweka mikono yake juu yake, naye akanyoka mara
hiyo, akamtukuza Mungu.

14 Basi mkuu wa sinagogi alikasirika kwa sababu Yesu amemponya mtu
siku ya sabato, akajibu, akawaambia mkutano, Kuna siku sita zifaazo
kufanya kazi, basi njoni mponywe katika siku hizo, wala si katika siku ya
sabato.

15 Lakini Bwana akajibu akasema, Enyi wanafiki, kila mmoja wenu, je!
Hamfungui ng'ombe wake au punda wake siku ya sabato katika zizi, aende
naye kumnywesha? 16 Na huyu mwanamke, aliye wa uzao wa Abrahamu,
ambaye Shetani amemfunga miaka kumi na minane hii, haikupasa
afunguliwe kifungo hiki siku ya sabato?

17 Aliposema haya wakatahayari wote walioshindana naye; mkutano wote
wakafurahi kwa sababu ya mambo matukufu yaliyotendwa na yeye.

Maswali kuhusu Maandiko:
Uponyaji wa Walemavu na Mwanamke Aliyepooza
Luka 17:11-19; 13:10-17

Utangulizi:
Yesu alitumia muda wake kwa kufundisha na kutembelea sehemu mbalimbali katika Judea na Samariya. Alipokuwa anasafiri, aliwaponya wengi. Jambo hili lilidhihirisha kwamba Yesu ni Mwana wa Mungu, kuwaonyesha utukufu wake wale waliomfuata. Matokeo haya, ambayo Yesu aliwaponya Walemavu kumi na yule Mwanamke Aliyepooza ni kama sehemu ya uponyaji wa Yesu katika kazi yake hapa duniani.

Nia:

Maalifa
- Tutambue kwamba Yesu anaweza kuponya kimwili na kiroho.
- Tutambue kwamba Yesu ana nguvu juu ya kila kitu kinachotusumbua.

Tabia
- Tumtegemee kabisa Mungu na Neno lake.
- Tumshukuru Bwana kwa kila jambo analotutendea.

Matendo
- Tumshukuru Bwana kwa baraka zake na maajabu anayotutendea.
- Tuwaonyeshe watu wengine huruma ya Bwana na ukombozi wetu dhidi ya Shetani.

Mstari wa Moyo:
Wafilipi 4:19 "Na Mungu wangu atawajazeni kila mnachokihitaji kwa kadiri ya utajiri wake, katika utukufu, ndani ya Kristo Yesu."

Scriptures for Further Study:
Isaya 53:4; Marko 2:17; 2:23-3:6; Warumi 14:5; 1 Wakorintho 4:7; 2 Wakorintho 5:7

Maswali kuhusu Maandiko:
1. Yesu alikutana na nani alipokuwa njiani kwenda Yerusalemu? (Luka 17:12 – Yesu alikutana na watu 10 waliokuwa na Ukoma.)
2. Kwa nini watu hawo wenye ukoma walifika kwa Yesu, na kwa nini walisimama mbali? (Luka 17:12-13 – Wakoma walikuja kwa Yesu na kusimama mbali kwa sababu ya ugonjwa wao. Walifika kumwomba awaponye.)
3. Yesu aliwajibu nini wakoma? (Luka 17:14 – Alisema "Enendeni, mkajionyeshe kwa makuhani")
4. Nini kilitokea kwa hao wakoma kumi walipomtii Yesu? (Luka 17:14 – Walitakasika na kuponywa kutoka ukoma.)

5. Mkoma mmojawapo alifanya nini alipotambua kwamba aliponywa? (Luka 17:15-16 – Alimrudia Yesu, na alimtukuza Mungu kwa sauti kuu, akaanguka kifudifudi miguuni pake, akamshukuru.)
6. Yesu alikuwa na tabia gani kwa huyu Msamaria? (Luka 17:16-19 – Alimwomyesha upendo sawa sawa na wale wengine. Alikuwa na huruma kwake, na alikuwa tayari kumsaidia / kumponya / kumbariki.)
7. Yesu alisema ilikuwa kwa njia gani mkoma aliponywa? (Luka 17:19 – Yesu alisema imani yake imemwokoa.)
8. Mambo hayo yalitokea siku gani ya juma? (Luka 13:10, 14 – Ilikuwa siku ya sabato kwa Wayahudi, siku ya kupumzika.)
9. Alikuwa mlemavu kwa muda gani? (Luka 13:11 – Mwanamke huyu alikuwa mlemavu kwa miaka kumi na minane.)
10. Ugonjwa wake ulisababishwa na nini? (Luka 13:11, 16 – Pepo mchafu alikuwa sababu ya ugonjwa wake.)
11. Yesu alihitaji muda gani kumponya? (Luka 13:13 – Aliponywa mara moja na alisimama mara moja.)
12. Baada ya kuponywa, alifanya nini? (Luka 13:13 – Alimtukuza Bwana, na kumsifu.)
13. Mkuu wa Sinagogi alifanya nini alipomwona huyu mwanamke aliyeponywa? (Luka 13:14 – Alikasirika, kwa sababu alifikiri Yesu amevunja "sheria" ya kutunza sabato kama siku ya kupumzika.)
14. Yesu alimjibu nini yule mkuu wa sinagogi aliyekasirika? (Luka 13:15-16 – Yesu akasema "Enyi wanafiki", neno hilo lina maana mtu mwenye nyuso mbili. Alimwambia kwamba kama anawatunza wanyama wake wakati wa sabato, ajue kwamba kumtunza mtu, ambaye ni mwana wa Mungu, ni muhimu zaidi, hata wakati wa sabato.)
15. Nini ni muhimu Yesu kumponya yule mgonjwa? (Ilikuwa muhimu kwa sababu Yesu alitaka kuonyesha kwamba Yeye ni mwenye uwezo na rehema kama Mwana wa Mungu. Pia ni muhimu kwa sababu anatuokoa, huyu aliyekuwa Mwana wa Mungu na Mwana wa Binadamu. Yeye alikuwa binadamu lakini hakuwa na hatia, kwa hiyo aliweza kuwa mbadala wetu. Yesu alikuwa na uwezo wa kurudisha kile kilichopotea na kuanguka dhambini.)

Maswali ya Kufanyia Kazi:

1. Matendo yetu yawe je, tunapopata magonjwa au shida katika maisha yetu? (Luka 17:12-13 – Tumwombe Yesu, na tumwite Yesu ili atusaidie. Tufanye hivyo kwa sababu tunajua kwamba anaweza kufanya zaidi ya yale tunayomwomba na kuyawaza. Waepheso 3:20)

2. Je, kuna wakati ambao Mungu haleti uponyaji? (2 Wakorintho 12:7-10 – Ndiyo, na anaweza kutumia wakati fulani kujenga imani yetu na kumtukuza na kumkaribia.)
3. Tuna chaguo gani tunapopewa maagizo na Bwana? (Luka 17:14 – Tunaweza kumtii na kufanya alichotuambia mara moja, au tunaweza kutomtii na kukosa kile Bwana anachotaka tufanye.)
4. Tupokeeje majibu tunayopewa na Bwana baada ya kumwomba? (Luka 17:15-16 – Mungu anapojibu maombi yetu, wajibu wetu ni kumsifu na kumshukuru, kwa sababu Mungu ndiye Mwenye Enzi na ameonyesha upendo na huruma kwetu.)
5. Siku hizi, walio nje ya zizi ni akina nani ambao Yesu anataka kuwasaidie? (Luka 17:16, 18 – Watu kutoka utamaduni mwingine, lugha nyingine au mila nyingine, hao wanahitaji kuona nguvu za Bwana katika maisha yao pia.)
6. Imani inaonekanaje katika maisha yetu? Watu wanawezaje kujua kwamba unamtegemea Mungu? (Luka 17:14 – Tunapowaambia wengine mambo makuu Bwana aliyotufanyia, tunamtukuza Yesu kama mwanaume na mwanamke katika hadithi hii.)
7. Kuna "ulemavu" wa namna gani tunaouona katika maisha ya watu leo?
8. Yesu anaweza kutufanyia nini kwa "ulemavu" wetu? (Luka 13:12 – Anaweza kutuweka huru, hata kama shida zetu ni za kimwili na kiroho.)
9. Je, kuna sheria iliyotungwa na watu, ambayo inamkataza mtu kumwamini Mungu? Tufanyaje kwa mambo hayo?
10. Je, sisi tumekuwa bila kujali au kukasirika kwa watu wenye hitaji la Uponyaji? (Luka 13:14)
11. Tuna nafasi gani kumsifu au kumtumikia Bwana? (Luka 13:13-16 – Tunaweza kumsifu na kumtumikia siku zote.)

35. Kondoo aliyepotea, Shilingi iliyopotea na Zakayo

Luka 15:1-10; 19:1-10

Luka 15
1 Basi watoza ushuru wote na wenye dhambi walikuwa wakimkaribia
wamsikilize. 2 Mafarisayo na waandishi wakanung'unika, wakisema, Mtu
huyu huwakaribisha wenye dhambi, tena hula nao.

3 Akawaambia mfano huu, akisema, 4 Ni nani kwenu, mwenye kondoo
mia, akipotewa na mmojawapo, asiyewaacha wale tisini na tisa nyikani,
aende akamtafute yule aliyepotea hadi amwone? 5 Naye akiisha
kumwona, humweka mabegani pake akifurahi. 6 Na afikapo nyumbani
kwake, huwaita rafiki zake na jirani zake, akawaambia, Furahini pamoja
nami, kwa kuwa nimekwisha kumpata kondoo wangu aliyepotea. 7
Nawaambia, Vivyo hivyo kutakuwa na furaha mbinguni kwa ajili ya
mwenye dhambi mmoja atubuye, kuliko kwa ajili ya wenye haki tisini na
tisa ambao hawana haja ya kutubu.

8 Au ni mwanamke gani aliye na shilingi kumi, akipotewa na moja,
asiyewasha taa na kufagia nyumba, na kutafuta kwa bidii hadi aione? 9 Na
akiisha kuiona, huwaita rafiki zake na jirani zake, akawaambia, Furahini
pamoja nami, kwa kuwa nimeipata tena shilingi ile iliyonipotea. 10
Nawaambia, Vivyo hivyo kuna furaha mbele ya malaika wa Mungu kwa
ajili ya mwenye dhambi mmoja atubuye.

Luka 19
1 Naye alipoingia Yeriko alipita katikati yake. 2 Na tazama, palikuwa na
mtu, jina lake Zakayo, mkubwa mmoja katika watoza ushuru, naye ni
tajiri. 3 Huyu alikuwa akitafuta kumwona Yesu ni mtu wa namna gani,
asiweze kwa sababu ya umati wa watu, maana ni mfupi wa kimo. 4
Akatangulia mbio, akapanda juu ya mkuyu apate kumwona, kwa kuwa
atakuja kuipitia njia ile.

5 Na Yesu, alipofika mahali pale, alitazama juu, akamwambia, Zakayo,
shuka upesi, kwa kuwa leo imenipasa kushinda nyumbani mwako. 6
Akafanya haraka, akashuka, akamkaribisha kwa furaha.
7 Hata watu walipoona, walinung'unika wote, wakisema, Ameingia kukaa
kwa mtu mwenye dhambi.
8 Zakayo akasimama, akamwambia Bwana, Tazama, Bwana, nusu ya mali
yangu nawapa maskini, na ikiwa nimenyang'anya mtu kitu kwa hila
namrudishia mara nne.
9 Yesu akamwambia, Leo wokovu umefika nyumbani humu, kwa sababu
huyu naye ni mwana wa Abrahamu. 10 Kwa kuwa Mwana wa Adamu
alikuja kutafuta na kuokoa kile kilichopotea.

Maswali kuhusu Maandiko: Kondoo aliyepotea, Shilingi iliyopotea na Zakayo

Luka 15:1-10; 19:1-10

Utangulizi:
Yesu alitumia mifano iliyowasaidia watu kuelewa Mungu anafananaje na kuwa na uhusiano naye. Mifano mingi ilifundisha juu ya imani, ungamo la dhambi na Ufalme wa Mbinguni, lakini kila mfano ulikuwa na shabaha. Katika mifano hiyo ya Kondoo aliyepotea na Shilingi iliyopotea inatuonyesha upendo wa Mungu kwa waliopotea. Upendo huo unaonekana wakati Yesu alipokutana na Zakayo.

Nia:

Maalifa

- Tutambue kwamba Mungu anatutafuta.
- Tutambue kwamba Mungu anatupa nafasi ya kutuba na kuwa na imani.
- Tuelewe kwamba hata kama umemkosea mara nyingi, bado Yesu anakupa nafasi ya kumrudia.

Tabia

- Tutambue kwamba sisi ni wenye dhambi na tunahitaji msamaha wa dhambi zetu.
- Tushangae kuona kwamba Bwana anatusubiri na anatukaribisha sisi tuliopotea.
- Tujinyenyekeze mbele za Mungu.

Matendo

- Tunapoona upendo wa Mungu, tutubu na tuwe na imani.
- Tuache dhambi zetu na tumrudie Yesu.

Mistari ya Moyo:
Zaburi 86:15 "Lakini Wewe, Bwana,U Mungu wa rehema na neema,Mvumilivu, mwingi wa fadhili na kweli."
1 Yohana 1:9 "Tukiziungama dhambi zetu, Yeye ni mwaminifu na wa haki hata atuondolee dhambi zetu, na kututakasa na udhalimu wote."

Scriptures for Further Study:
Matendo ya Mitume 26; Warumi 3:10, 23; 6:23; 1 Timotheo 1:15-16

Maswali kuhusu Maandiko:

1. Watu gani walimzunguka Yesu? (Luka 15:1 – Mtoza ushuru na wenye dhambi.)
2. Kwa nini Mafarisayo na walimu wa sheria wakanung'unika? (Luka 15:2 – "Mtu huyu huwakaribisha wenye dhambi, tena hula nao." Wakanung'unika kwa sababu Yesu alikaa na watu wenye dhambi.)

3. Katika mafundisho ya Yesu, mfugaji atafanya nini kama kondoo mmoja kutoka katika zizi lake lenye kondoo 100 amepotea? (Luka 15:3 – Yesu alifundisha kwamba huyu mfugaji angeenda kumtafuta yule aliyepotea.)
4. Huyu mfugaji anapomtafuta, anafanyaje? (Luka 15:5-6 – Mfugaji anafurahi na anambeba yule kondoo mgongoni. Anarudi nyumbani na anawaita marafiki zake na majirani yake wafurahi pamoja na yeye, kwa sababu aliyekuwa amepotea amepatikana.)
5. Yule mwanamke aliyepoteza ile shilingi, alijaribu kuitafuta kwa njia gani? (Luka 15:8 – Mwanamke huyu aliyepoteza shilingi aliitafuta kwa bidii. Aliwasha taa, akafagia nyumba nzima mpaka akaiona.)
6. Yesu alionyesha uhusiano gani kwa mifano hiyo? (Luka 15:7, 10 – Yesu alimaanisha mifano ni kama mtu mwenye dhambi anaweza kutubu.)
7. Yesu alisema wanafanyaje mbinguni mtu mwenye dhambi akitubu? (Luka 15:7, 10 – Yesu alisema kwamba kuna furaha mbinguni kama mwenye dhambi atatubu.)
8. Zakayo alikuwa mtu wa namna gani, na alitaka nini? (Luka 19:2-3 – Zakayo alikuwa mtoza ushuru, na alikuwa mtajiri. Alikuwa mtu mfupi mno, na alitaka kumwona Yesu.)
9. Alifanyaje ili amwone Yesu? Je, alikuwa na mashaka kwa ajili ya mawazo ya umati? (Luka 19:4 – Zakayo alikimbia mbele ya umati na alipanda mkuyu ili aweze kumwona Yesu alipopita. Hakujali mawazo ya umati wa watu.)
10. Yesu alifanya nini alipofika mahali ambapo Zakayo alikuwepo kwenye mkuyu? (Luka 19:5 – Yesu akamtazama Zakayo akamwita ashuke upesi. Alimwambia kwamba atakuwa mgeni nyumbani kwake.)
11. Umati walionaje juu ya jambo hilo? (Luka 19:7 – Waling'ununika, na kusema "Amekwenda kuwa 'mgeni' wa mtu mwenye dhambi.")
12. Zakayo alifanyaje Yesu alipofika nyumbani kwake? (Luka 19:8 – Zakayo alimkaribisha kwa furaha na akatubu makosa ya kuwadanganya wengine. Alisema kwamba atatoa nusu ya mali yake kwa maskini, na kwamba ikiwa amenyang'anya mtu kitu kwa hila amrudishia mara nne.)
13. Kwa nini Yesu alimwambia Zakayo kwamba wokovu umefika nyumbani mwake? (Luka 19:9-10 – Kwa sababu mwenendo wake wa nje ulionyesha mabadiliko ambayo Bwana ameyafanya ndani yake.)

Maswali ya Kufanyia Kazi:

1. Kwa nini ni muhimu kwetu kujua kwamba Yesu alikaa pamoja na watu wenye dhambi na watoza ushuru? (Luka 15:1 – Yesu alikuwa

na mpango nao wenye dhambi ili wapate kupona. Jambo hili linatupa tumaini, kwa sababu sisi pia ni wenye dhambi.)

2. Tunafananaje na Mafarisayo katika maisha yetu ya kila siku? Kuna watu ambao tunawadhalau? (Luka 15:2 – Tunaweza kufikiri kwamba sisi ni bora kuliko wengine, na kuwadhalau wengine, kuwazungumza vibaya au kuwakataa.)
3. Kwa kawaida sisi hushirikiana na nani? Je, unatumia muda kukaa na marafiki ambao si Wakristo?
4. Kwa nini ni muhimu kwetu kama Wakristo kuwa uhusiano na wasioamini? (Ni muhimu kwetu kutumia muda nao ili waweze kusikia Neno la Mungu.)
5. Yesu aliwapa umuhimu gani waliopotea, na ina maana gani kwetu? (Luka 15:3-10 – Mifano hio inamwakilisha upendo wa Mungu kwa wote waliopotea. Yesu anaonyesha umuhimu wao anapotuambia kwamba alifika kwa ajili ya "kutafuta na kuokoa kile kilichopotea" (Luka 19:10). Jambo hili linatupa tumaini na kututia moyo na kushirikiana injili na wengine.)
6. Kondoo anamwakilisha nani katika maisha yetu? Na Mfugaji je?
7. Je, tunaona mahitaji yetu kwa Yesu kama Mwokozi wetu? Kwa nini hatuambii wengine wanaohitaji wokovu huo huo tulioupata?
8. Kwa nini ilikuwa muhimu Yesu amwite Zakayo kwa kutumia jina lake? (Yesu anajua majina ya kila mtu. Anatujali na kutupenda sana, na anataka tuwe na uhusiano mwema naye.)
9. Zakayo alifanyaje alipotambua upendo na ukarimu wa Yesu? (Luka 19:6 – Alimkaribisha kwa furaha na alitubu dhambi zake.)
10. Je, umetoa maisha yako kwa Yesu? Yesu angekuambia nini akifika sasa hivi?
11. Nani katika maisha yetu ya kijamii ameachwa? Tunawezaje kuwatambulisha kwa Yesu? (Tunahitaji kuwafahamu hawo kwa ukaribu, na kuwapenda na kuwaonyesha upendo wa Mungu.)
12. Je, Mungu amekuita katika kazi ya Ufalme wake?
13. Unaweza kumtambulisha nani kwa Yeso leo? (Mtu yeyote na Watu wote)

36. Lazaro anafufuka kutoka kwa wafu

Yohana 11:1-44

Yohana 11
1 Basi mtu mmoja alikuwa mgonjwa, Lazaro wa Bethania, mwenyeji wa
mji wa Mariamu na Martha, dada yake. 2 Ndiye Mariamu yule aliyempaka
Bwana marhamu, akamfuta miguu kwa nywele zake, ambaye Lazaro
nduguye alikuwa mgonjwa. 3 Basi wale dada wakatuma ujumbe kwake
wakisema, Bwana, yeye umpendaye ni mgonjwa. 4 Naye Yesu aliposikia,
alisema, Ugonjwa huu si wa mauti, bali ni kwa ajili ya utukufu wa Mungu,
ili Mwana wa Mungu atukuzwe kwa huo. 5 Naye Yesu alimpenda Martha
na dada yake na Lazaro. 6 Basi aliposikia ya kwamba ni mgonjwa, bado
alikaa siku mbili pale pale alipokuwapo. 7 Kisha, baada ya hayo,
akawaambia wanafunzi wake, Twendeni Yudea tena. 8 Wale wanafunzi
wakamwambia, Rabi, juzi juzi tu Wayahudi walikuwa wakitafuta kukupiga
kwa mawe, nawe unakwenda huko tena? 9 Yesu akajibu, Je! Saa za
mchana si kumi na mbili? Mtu akienda mchana hajikwai; kwa sababu
aiona nuru ya ulimwengu huu. 10 Bali akienda usiku hujikwaa; kwa
sababu nuru haimo ndani yake. 11 Aliyasema hayo; kisha, baada ya hayo,
akawaambia, Rafiki yetu, Lazaro, amelala; lakini ninakwenda nipate
kumwamsha. 12 Basi wale wanafunzi wakamwambia, Bwana, ikiwa
amelala, atapona. 13 Lakini Yesu alikuwa amenena habari ya mauti yake;
nao walidhania ya kuwa ananena habari ya kulala usingizi.

14 Basi hapo Yesu akawaambia waziwazi, Lazaro amekufa. 15 Nami
nafurahi kwa ajili yenu kwamba sikuwako huko, ili mpate kuamini; lakini
na twendeni kwake. 16 Basi Tomaso, aitwaye Pacha, akawaambia
wanafunzi wenziwe, Twendeni na sisi, ili tufe pamoja naye.

7 Basi Yesu alipofika, alimkuta amekwisha kuwamo kaburini yapata siku
nne. 18 Na Bethania ilikuwa karibu na Yerusalemu, kadiri ya maili mbili
hivi; 19 na watu wengi katika Wayahudi walikuwa wamekuja kwa Martha
na Mariamu, ili kuwafariji kwa ajili ya ndugu yao. 20 Basi Martha
aliposikia kwamba Yesu anakuja, alikwenda kumlaki; na Mariamu alikuwa
akikaa nyumbani. 21 Basi Martha akamwambia Yesu, Bwana, kama
ungalikuwapo hapa, ndugu yangu hangalikufa. 22 Lakini hata sasa najua
ya kuwa yoyote utakayomwomba Mungu, Mungu atakupa. 23 Yesu
akamwambia, Ndugu yako atafufuka. 24 Martha akamwambia, Najua ya
kuwa atafufuka katika ufufuo siku ya mwisho.

25 Yesu akamwambia, Mimi ndimi huo ufufuo, na uzima. Yeye
aniaminiye mimi, hata akifa, atakuwa anaishi; 26 naye kila aishiye na
kuniamini hatakufa kabisa hata milele. Je! Unayasadiki hayo?

27 Akamwambia, Naam, Bwana, mimi nimesadiki ya kwamba wewe
ndiwe Kristo, Mwana wa Mungu, yule ajaye ulimwenguni.

28 Naye alipokwisha kusema hayo, alikwenda zake; akamwita umbu lake
Mariamu faraghani, akisema, Mwalimu yupo anakuita. 29 Naye aliposikia,
aliondoka upesi, akamwendea. 30 Na Yesu alikuwa hajafika ndani ya
kijiji; lakini alikuwa angalipo pale pale alipomlaki Martha. 31 Basi wale
Wayahudi waliokuwapo na Mariamu nyumbani, wakimfariji,
walipomwona jinsi alivyoondoka upesi na kutoka, walimfuata; huku
wakidhania ya kuwa anakwenda kaburini ili alilie huko. 32 Basi Mariamu
alipofika pale alipokuwapo Yesu, na kumwona, alianguka miguuni pake,
akamwambia, Bwana, kama ungalikuwapo hapa, ndugu yangu
hangalikufa.

33 Basi Yesu alipomwona analia, na wale Wayahudi waliofuatana naye
wanalia, aliugua rohoni, akafadhaika roho yake, 34 akasema, Mmemweka
wapi? Wakamwambia, Bwana, njoo utazame.

35 Yesu akalia machozi.

36 Basi Wayahudi wakasema, Angalieni jinsi alivyompenda.

37 Bali wengine wao wakasema, Je! Huyu aliyemfumbua macho yule
kipofu, hakuweza kumfanya na huyu asife?

38 Basi Yesu, akiwa na huzuni tena moyoni mwake, akafika kwenye
kaburi. Nalo lilikuwa ni pango, na jiwe limewekwa juu yake. 39 Yesu
akasema, Liondoeni jiwe. Martha, dada yake yule aliyefariki,
akamwambia, Bwana, ananuka sasa; maana amekuwa maiti siku nne.

40 Yesu akamwambia, Mimi sikukuambia ya kwamba ukiamini utauona
utukufu wa Mungu?

41 Basi wakaliondoa lile jiwe. Yesu akainua macho yake juu, akasema,
Baba, nakushukuru kwa kuwa umenisikia. 42 Nami nilijua ya kuwa wewe
wanisikia sikuzote; lakini kwa ajili ya mkutano huu wanaohudhuria
nilisema haya, ili wapate kusadiki kwamba ndiwe uliyenituma.

43 Naye akiisha kusema hayo, akalia kwa sauti kuu, Lazaro, njoo huku nje.
44 Akatoka nje yule aliyekufa, akiwa amefungwa sanda miguuni na
mikononi, na uso wake amefungwa leso. Naye Yesu akawaambia,
Mfungueni, mkamwache aende zake.

Maswali kuhusu Maandiko: Lazaro anafufuka kutoka kwa wafu

Yohana 11:1-44

Utangulizi:

Yesu alikuwa na mamlaka juu ya dunia, magonjwa na hata juu ya mauti yenyewe. Aliwapenda watu waliomzunguka, na aliwaonyesha upendo wake mara kwa mara. Siku moja, Yesu alimfufua rafiki yake wa karibu Lazaro kutoka kwa wafu. Yesu hajafanya hivyo kwa ajili ya watu, au kwa mapenzi yake, lakini ilikuwa kwa utukufu wa Bwana!

Nia:

Maalifa

- Tutambue kwamba Yesu ana nguvu juu ya mauvu ya kimwili na kiroho pia. Yeye ndiye ufufuo na uzima.
- Tutambue kwamba Yesu anajali kila shida tunazokutana nazo katika maisha yetu.
- Tutambue kwamba hata magumu kama kifo kinaweza kutumiwa kwa utukufu wa Bwana.

Tabia

- Tuwe na ujasili kwamba Yesu anajua mahitaji yetu yote na anajali maumivu tuliyo nayo.
- Tutarajie utukufu wa Bwana utakaofunuliwa kwetu.

Action

- Tuishi kwa imani katika Kristo Yetu kwa maisha haya ya duniani na uzima wa milele.
- Tumtegemee Bwana katika kila hali tunayokutana nayo.

Mstari wa Moyo:

Wagalatia 2:20 "Nimesulubiwa pamoja na Kristo; lakini ni hai; wala si mimi tena, bali Kristo yu hai ndani yangu; na uhai nilio nao sasa katika mwili, ninao katika imani ya Mwana wa Mungu, ambaye alinipenda, akajitoa nafsi yake kwa ajili yangu."

Scriptures for Further Study:

Matayo 9:18-26; Luka 7:11-17

Maswali kuhusu Maandiko:

1. Tunajua nini juu ya familia ya Lazaro? (Yohana 11:1-3, 18 – Dada zake walikuwa Mariamu na Martha. Waliishi Bethania, umbali wa kilometa 3 kutoka Yerusalemu. Yesu aliwapenda, na walimwamini. Mariamu alimpaka manukato juu ya miguu ya Yesu. Unaweza kuangalia Yohana 12:1-8.)

2. Tunajua nini juu ya ugonjwa wa Lazaro? (Yohana 11:4 – "Ugonjwa huu si wa mauti, bali ni kwa ajili ya utukufu wa Mungu")
3. Kwa nini Yesu alisubiri siku mbili baada ya kusikia ugonjwa wa Lazaro? (Yohana 11:4, 6, 15 – Ugonjwa huu ulikuwa kwa ajili ya utukufu wa Bwana na kwa kujenga imani ya wanafunzi. Alijua kwamba Lazaro alikufa kabla hajaenda kwake.)
4. Kwa nini wanafunzi waliogopa kurudi Uyahudi? Yesu alijibuje? (Yohana 11:8, 16 – Walikuwa na hakaki kwamba wanaweza kuwawa, lakini Yesu hakuogopa. Alifanya mambo hayo yote kwa ajili ya utukufu wa Bwana.)
5. Yesu alijifunza nini alipofika? (Yohana 11:17 – Alitambua kwamba Lazaro amekwisha kaa kaburini yapata siku nne.)
6. Tunajifunza nini juu ya Martha kutoka hadithi hii? (Yohana 11:20-27 – Martha alikuwa anamtarajia Yesu na akaenda kukutana naye barabarani. Alikuwa na imani kwamba, Yesu angalifika kabla ya kifo cha Lazaro angaliweza kumponya. Alijua kwamba Lazaro atafufuka siku ya mwisho, na kwamba Yesu ndiye Kristo, Mwana wa Mungu, yule ajaye ulimwenguni. Unaweza kusoma Yohana 5:28-29.)
7. Maneno ya Yesu "Mimi ndimi ufufuo na uzima" yalikuwa na maana gani? (Yohana 11:23-26 – Yesu ana mamlaka na maisha ya kimwili na kifo na uzima wa milele. Kwa upande wa Mungu, maisha ya kimwili ni ya muda mfupi.)
8. Yesu alionyeshaje huruma kwa marafiki zake, yaani akina Mariamu na Martha? (Yohana 11:35, 38 – Alifika kwao. Alilia machozi nao na akaugua moyoni.)
9. Wayahudi walimzumziaje Yesu? (Yohana 11:36-37 – Wayahudi walitambua kiasi gani alimpenda Lazaro, na walifikiri angeweza kumponya.)
10. Maneno ya Yesu kaburini yalikuwa na umuhimu gani? (Yohana 11:40-43 – Yesu alimwambia Martha, "Mimi sikukuambia ya kwamba ukiamini utauona utukufu wa Mungu?" Yesu alimshukuru Baba kwa kuwa amesikia maombi yake, alimwita Lazaro "Njoo huku nje". Mambo hayo yote yalitokea ili wanafunzi wake, pamoja na Martha na Mariamu na wote waliokuwepo wamwamini. Unaweza kusoma Yohana 10:10)
11. Nini kilitokea baada ya Yesu kumwita Lazaro atoke nje? (Yohana 11:44 – "Akatoka nje yule aliyekufa, amefungwa sanda miguuni na mikononi, na uso wake amefungwa leso.")

Maswali ya Kufanyia Kazi:

1. Je, umewaii kugundua kwamba Yesu amechelewa kujibu maombi yako? Tunaweza kujifunza nini kuhusu uvumilivu kutoka hadithi hii? (Yohana 11:6 – Tunaweza kuona kwamba Yesu anajali shida zetu kwa vile alilia machozi, alipofika kumfufua Lazaro. Mipango

ya Bwana ni tofauti na mipango yetu, na mara nyingi hatuna majibu kwa maswali yetu yote. Unaweza kusoma Isaya 55:8)

2. Tunafananaje na wanafunzi wa Yesu, na kuogopa watu, au kuogopa matokeo ya siku zijazo? (Yohana 11:8 – Tunaweza kuogopa watu kwa urahisi hasa wakiwa maadui zetu, lakini tukitembea katika mwanga pamoja na Yesu, hatuhitaji kuogopa chochote.)
3. Tunaweza kujifunza nini kutoka Martha katika hadithi hii? (Yohana 11:21-27, 39-40 – Martha alikuwa anamsubiri na kumwamini Yesu. Aliamini kwamba Mungu atampa Yesu chochote anachoomba, na pia aliamini kwamba alikuwa Kristo, Mwana wa Mungu.)
4. Maneno yake yana maana gani kwetu "Najua ya kuwa atafufuka katika ufufuo siku ya mwisho"? (Unaweza kusoma Yohana 5:28-29 – Maisha haya ya duniani si mwisho wetu. Kwa wanaomwamini Yesu, kuna maisha yajayo, na ufufuo wafu siku ya mwisho. Haya ni matumaini ya Wakristo.)
5. Tunatiwaje moyo na maneno ya Yesu, "Mimi ndimi huo ufufuo, na uzima. Yeye aniaminiye mimi, ajapokufa, atakuwa anaishi; naye kila aishiye na kuniamini hatakufa kabisa hata milele"? (Yohana 11:25-26 – Kuna maisha baada ya maisha haya, na maisha haya yanapatikana kwa Yesu.)
6. Inamaanisha nini kwetu kwamba Yesu alilia machozi ni aliumia moyoni? (Yohana 11:33-37 – Wayahudi walipomwona Yesu wakati analia, walitambua kwamba alimpenda Lazaro. Yesu anatujali na kutupenda pia. Anajua maumivu yetu. Amepata hisia yetu yetu na ana nguvu ya kutusaidia.)
7. Bwana anawezaje kutumia magumu au majanga katika maisha yetu kwa utukufu wake? (Yohana 11:40 – Kwenye nyakati ngumu sisi hatuwezi kufanya chochote kwa nguvu zetu. Katika nyakati hizi ngumu tunamwachia Yeye kufanya kazi Yake. Yeye ndiye anayestahili sifa utukufu.)
8. Ni wakati gani, tunafananaje na Martha, alipokuwa na mashaka juu ya Yesu? Kuna faida gani ya kuamini? (Yohana 11:39-40 – Sisi, kama Martha, tuna macho lakini hatuwezi kuona, na sisi huwa na mashaka mara nyingi. Jibu la Yesu lilikuwa kumtazama badala ya hali waliyo nayo.)
9. Tunapata ujasili gani tunapoona Yesu anamfufua mtu aliyekaa kaburini siku nne? (Yohana 10:10 – Hii ni kama mfano wa Ushindi wa Yesu juu ya mauti, aliutushindia msalabani. Tunaweza kuwa na ujasili kwa kuwa Yesu atatufufua siku ya mwisho.)
10. Unaweza kupata majibu gani kutoka Bwana kwa maombi yako? (Ndiyo, Hapana, Subiri) Kuna sababu gani kwa majibu hayo?

37. Mtumishi aliyekosa Rehema
Matayo 18:21-35

Matayo 18
21 Kisha Petro akamwendea akamwambia, Bwana, ndugu yangu anikosee
mara ngapi nami nimsamehe? Hata mara saba? 22 Yesu akamwambia,
Sikuambii hata mara saba, bali hata saba mara sabini.

23 Kwa sababu hii ufalme wa mbinguni umefanana na mfalme mmoja
aliyetaka kufanya hesabu na watumwa wake. 24 Alipoanza kuifanya,
aliletewa mtu mmoja mwenye deni la talanta elfu kumi. 25 Naye alipokosa
cha kulipa, bwana wake akaamuru auzwe, yeye na mkewe na watoto wake,
na vitu vyote alivyokuwa navyo, ikalipwe ile deni.

26 Basi yule mtumwa akaanguka, akamsujudia akisema, Bwana, nivumilie,
nami nitakulipa yote pia. 27 Bwana wa mtumwa yule akamhurumia,
akamfungua, akamsamehe ile deni.

28 Mtumwa yule akatoka, akamwona mmoja wa watumishi wake,
aliyemwia dinari mia; akamkamata, akamkaba koo, akisema, Nilipe
unachodaiwa.

29 Basi mtumwa mwenzake akaanguka miguuni pake, akamsihi, akisema,
Nivumilie, nami nitakulipa yote pia.

30 Lakini hakutaka, akaenda, akamtupa gerezani, hadi atakapoilipa ile
deni. 31 Basi watumwa wenzake walipoyaona yaliyotendeka, walisikitika
sana, wakaenda wakamweleza bwana wao yote yaliyotendeka.

32 Ndipo bwana wake akamwita, akamwambia, Ewe mtumwa mwovu,
nilikusamehe wewe deni ile yote, uliponisihi; 33 nawe, je! Haikukupasa
kumrehemu mtumwa mwenzako, kama mimi nilivyokurehemu wewe? 34
Bwana wake akaghadhibika, akampeleka kwa watesaji, hata atakapoilipa
deni ile yote. 35 Ndivyo na Baba yangu wa mbinguni atakavyowatenda
ninyi, msiposamehe kwa mioyo yenu kila mtu ndugu yake.

Maswali kuhusu Maandiko: Mtumishi aliyekosa Rehema

Matayo 18:21-35

Utangulizi:
Kila siku, watu wanatokosea. Inawezekana kwa njia matendo yao, maneno yao au hata mawazo yao. Wanaweza kutusema vibaya, kutotuheshimu, kusema uwongo juu yetu, kuiba vitu vyetu, n.k. Hivyo hivyo, sisi tunawakosea wengine. Ingawa tunaweza kukasirika kwa urahisi mtu akitukosea, tunasahau ni mara ngapi tunamkosea Mungu kwa njia mbalimbali. Hatuwezi kulinganisha ni ngapi watu wengine wametukosea na mara ngapi tumemkosea Bwana. Kwa sababu Bwana ametusamehe dhambi zetu zote, hivyo hivyo tunaweza kuwasamehe wengine.

Nia:

Maalifa

- Tujue kwamba kwa sababu ya dhambi ya asili, tumetenda dhambi nyingi sana na hatuwezi kuhesabu mbele za Mungu.
- Tutambue kwamba Mungu ni mwingi wa rehema na anasamehe dhambi za wanaotubu na kumwomba msamaha.

Tabia

- Tumheshimu Bwana kwa maana anastahili kuheshimiwa kama Mfalme aliye na mamlaka makuu.
- Tumtegemee Bwana kwa msamaha wa dhambi zetu.
- Tuwe wanyenyekevu na tuwasamehe wengine

Action

- Tuwaombe msamaha tuliowakosea
- Tuwasamehe wengine wanapotukosea. Sehemu ya msamaha ni kuondoa uchungu na maumivu moyoni mwetu.

Mstari wa Moyo:
Warumi 5:8 "Bali Mungu aonesha pendo lake yeye mwenyewe kwetu sisi, kwa kuwa Kristo alikufa kwa ajili yetu, tulipokuwa tungali wenye dhambi."

Scriptures for Further Study:
Matayo 6:14-15; Luka 7:36-50; 11:4; Waepheso 4:31-32; Wakolosai 2:13; 3:12-13

Maswali kuhusu Maandiko:

1. Yesu alimwambia nini Petro alipouliza ni mara ngapi anahitaji kumsamehe ndugu yake? (Matayo 18:21-22 – Yesu akasema "Sikuambii hata mara saba, bali hata saba mara sabini." Shabaha yake ilikuwa tusameheane bila kikomo.)

2. Mambo aliyoeleza Yesu katika hadithi hii yana uhusiano na mambo ya Mbinguni. Unafikiri nini juu ya jambo hili? (Matayo 18:23, 35 – Yule Bwana ni kama Bwana Mungu katika Ufalme wake. Mtu asiyewasamehe wengine ni kama huyu mtumishi aliyekosa rehema. Yaani deni la dhambi dhidi ya Mungu na dhidi ya wengine.)
3. Yule mtumishi mwenye deni na talanta 10,000 alimwomba mfalme afanye nini? (Matayo 18:26 – Aliomba rehema, uvumilivu, na muda kulipa lile deni.)
4. Mfalme alijibu nini? (Matayo 18:27 – Alionyesha msamaha na alisamehe deni lake kubwa, na akamruhusu awe huru.)
5. Matendo ya huyu mtumishi yana uhusiano gani na wasifu wake? (Matayo 18:28-30 – Hitaji lake alitaka kulipwa, alimvamia ili alipwe, hakumwonea huruma, na alimtupa gerezani. Hayo yote yanatuonyesha kwamba wasifu wake haujabadilika alipohurumiwa.)
6. Kwa nini mfalme alibadili mawazo ya kutomsamehe mtumishi wa kwanza lile deni lake kubwa? (Matayo 18:32-33 – Mfalme aliweza kuona kwamba yule mtumishi wa kwanza hajaelewa somo la kupokea rehema, na hajaona thamani ya msamaha aliopewa. Kwa hiyo mfalme alimtia ndani kwa hasira.)
7. Kwa nini mfalme aliwaagiza maaskari kumtesa yule mtumishi wa kwanza? (Matayo 18:34 –Mfalme alitaka kuonyesha rehema, lakini mtumishi alionyesha kwamba moyo wake ni mgumu.)
8. Tunawezaje kulinganisha madeni haya mawili? (Matayo 18:24, 28 – Deni la pili ni dogo sana ukilinganisha na deni la kwanza.)
9. Nini kitatutokea ikiwa hatuwezi kutoa msamaha kutoka moyoni? (Matayo 18:35 – Mungu atatupa adhabu sawa sawa na yule mtumishi mwovu.)

Maswali ya Kufanyia Kazi:

1. Tunahitaji kuwasamehe wengine mara ngapi? Tuwasamehe nini? Kwa nini? (Matayo 18:21-22 – Tuwasamehe wengine wakati wowote wanapotukosea, kwa sababu Baba yetu Aliye Mbinguni ametusamehe deni lisilolipika, yaani deni la dhambi zetu.)
2. Ufalme wa Mbinguni uko wapi? (Mahali popote ambapo Mungu ni Mfalme na Bwana. Inaanza sasa katika maisha yetu sisi kama wana wa Mungu, na itakamilika Mbinguni.)
3. Ikiwa Mungu atatuita na kutufanyia hesabu, itakuwaje kwetu? (Matayo 18:23 – Sisi kwa asili si kitu, lakini kwa hakika ni wenye dhambi na deni lililo kubwa.)
4. Tufanyaje juu ya deni tunalodaiwa mbele za Mungu? (Matayo 18:26 – Tunahitaji kufika mbele zake na kumwomba msamaha kwa dhambi zetu. Yesu ndiye aliyechukua na kubeba dhambi zetu, na Mungu anasema kwamba Yeye ni mwaminifu na

mwenye haki na atatusamehe dhambi zetu na kutusafisha kutoka kwenye udhalimu wote. 1 Yohana 1:9)

5. Mungu anatufanyia nini tunapoomba msamaha na rehema? Atafanya hivyo mara ngapi? (Matayo 18:27 – Kwa upendo na huruma yake iliyo kuu, Bwana yu tayari kutusamehe dhambi zetu tukiziungama na kutubu. Anatusafisha kwa damu ya Yesu, aliyebeba dhambi zetu katika mwili wake alipokufa pale msalabani. Jambo hili limemaliza deni tulilokuwa nalo, na akounti yetu imetakasika.)
6. Ni aina gani ya dhambi ambazo ni vigumu kuzisamehe? Tabia yetu ni nini mbele ya watu wengine ambao waliotuumiza na kutukosea?
7. Mfalme angetuambia nini kama angeweza kuona jinsi tunavyoishii na wengine?
8. Kuna tadhadali gani pale ikiwa hatuwezi kuwasamehe wengine? (Matayo 18:35 – Tusipowasamehe wengine, Baba yetu Aliye Mbinguni hatatusamehe.)
9. Je, kuna watu katika maisha yako ambao hujawasamehe? (Matayo 6:12-15, Wakolosai 3:12-13)
10. Ni kiasi gani Mungu ametusamehe? (Warumi 5:8 – Tulipokuwa tungali wenye dhambi, Kristo alikufa kwa ajili yetu.)

38. Wanawali Kumi na Kondoo na Mbuzi

Matayo 25:1-13, 31-26:2

Matayo 25
1 Ndipo ufalme wa mbinguni utakapofanana na wanawali kumi,
waliotwaa taa zao, wakatoka kwenda kumlaki bwana arusi. 2 Watano wao
walikuwa wapumbavu, na watano wenye busara. 3 Wale waliokuwa
wapumbavu walizitwaa taa zao, wasitwae na mafuta pamoja nao; 4 bali
wale wenye busara walitwaa mafuta katika vyombo vyao pamoja na taa
zao. 5 Hata bwana arusi alipokawia, wote wakasinzia wakalala usingizi.

6 Lakini usiku wa manane, pakawa na kelele, Haya, bwana arusi; tokeni
mwende kumlaki.

7 Mara wakaondoka wanawali wale wote, wakazitengeneza taa zao. 8
Wale wapumbavu wakawaambia wale wenye busara, Tupeni mafuta yenu
kidogo; maana taa zetu zinazimika. 9 Lakini wale wenye busara
wakawajibu, wakisema, Sivyo; hayatatutosha sisi na ninyi; afadhali shikeni
njia mwende kwa wauzao, mkajinunulie.

10 Na hao walipokuwa wakienda kununua, bwana arusi akaja, nao
waliokuwa tayari wakaingia pamoja naye arusini; mlango ukafungwa. 11
Halafu wakaja na wale wanawali wengine, wakasema, Bwana, Bwana,
utufungulie. 12 Akajibu akasema, Amin, nawaambia, siwajui ninyi.

13 Basi kesheni, kwa sababu hamwijui siku wala saa.

31 Hapo atakapokuja Mwana wa Adamu katika utukufu wake, na malaika
watakatifu wote pamoja naye, ndipo atakapoketi katika kiti cha utukufu
wake; 32 na mataifa yote yatakusanyika mbele zake; naye atawabagua
kama vile mchungaji abaguavyo kondoo na mbuzi; 33 atawaweka kondoo
katika mkono wake wa kulia, na mbuzi mkono wake wa kushoto.

34 Kisha Mfalme atawaambia wale walioko katika mkono wake wa kulia,
Njooni, mliobarikiwa na Baba yangu, urithini ufalme mliowekewa tayari
tangu kuumbwa ulimwengu; 35 kwa maana nilikuwa na njaa, mkanipa
chakula; nilikuwa na kiu, mkaninywesha; nilikuwa mgeni, mkanikaribisha;
36 nilikuwa uchi, mkanivika nilikuwa mgonjwa, mkaja kunitazama;
nilikuwa kifungoni, mkanijia.

37 Ndipo wenye haki watakapomjibu, wakisema, Bwana, ni lini
tulipokuona ukiwa na njaa, tukakulisha, au ukiwa na kiu tukakunywesha?
38 Tena ni lini tulipokuona ukiwa mgeni, tukakukaribisha, au ukiwa uchi,
tukakuvika? 39 Ni lini tena tulipokuona ukiwa mgonjwa, au ukiwa
kifungoni, tukakujia? 40 Na Mfalme atajibu, akiwaambia, Amin,
nawaambia, kadiri mlivyomtendea mmojawapo wa hao ndugu zangu walio

wadogo, mlinitendea mimi.

41 Kisha atawaambia na wale walioko katika mkono wake wa kushoto,
Ondokeni kwangu, mliolaaniwa, mwende katika moto wa milele,
aliowekewa tayari Ibilisi na malaika zake; 42 kwa maana nilikuwa na njaa,
msinipe chakula; nilikuwa na kiu, msininyweshe; 43 nilikuwa mgeni,
msinikaribishe; nilikuwa uchi, msinivike; nilikuwa mgonjwa, na kifungoni,
msije kunitazama.

44 Ndipo hao pia watajibu, wakisema, Bwana, ni lini tulipokuona wewe
ukiwa na njaa, au ukiwa na kiu, au ukiwa mgeni, au ukiwa uchi, au ukiwa
mgonjwa, au ukiwa kifungoni, tusikuhudumie? 45 Naye atawajibu,
akisema, Amin, nawaambia, Kadiri msivyomtendea mmojawapo wa hao
walio wadogo, hamkunitendea mimi. 46 Na hao watakwenda zao kuingia
katika adhabu ya milele; bali wenye haki watakwenda katika uzima wa
milele.

26:1 Ikawa Yesu alipomaliza maneno hayo yote, aliwaambia wanafunzi
wake, 2 Mnajua ya kuwa baada ya siku mbili itakuwa Pasaka, na Mwana
wa Adamu atasalitiwa asulubiwe.

Maswali kuhusu Maandiko: Wanawali Kumi na Kondoo na Mbuzi

Matayo 25:1-13, 31-26:2

Utangulizi:
Yesu alizungumza mara nyingi juu ya ufalme wa mbinguni ujao. Alifanya hivyo kwa kutoa tahadhali na kutia moyo. Tahadhali hiyo inatuhamasisha ili tuweze kujitadhimini wenyewe, na anatuhamasisha kumwamini Yesu. Hadithi hizi mbili zinaonyesha umuhimu wa kuwa tayari kwa ujio wa Yesu, na tukumbuke kwamba siku ya hukumu inakuja.

Nia:

Maalifa

- Tutambue kwamba Yesu atakuja duniani tena, kuwakomboa wanaomwamini, na kuwafufua walio hai na wafu, na kuwahukumu.
- Tuelewe kwamba kuna uzima wa milele na hukumu kwa matendo yetu.
- Tutambue kwamba dhambi itahukumiwa, na wokuvu unapatikana kwa Yesu tu.

Tabia

- Tukeshe, na tuwe tayari kwa ujio wa Yesu.
- Tuwe na huruma kwa wengine, tuwaombee ili waokolewe na kuwa tayari kwa kuja kwake mara ya pili.

Matendo

- Tuishii maisha yetu kama tukiwa tayari maisha yajayo.
- Tumtumikie Bwana wakati tunasubiri kurudi kwake.
- Tuwatunze wengine kimwili na kiroho.

Mstari wa Moyo:
Yohana 17:3 "Na uzima wa milele ndio huu, Wakujue wewe, Mungu wa pekee wa kweli, na Yesu Kristo uliyemtuma."

Scriptures for Further Study:
1 Wakorintho 15:51-58; 1 Wathesalonike 4:13-5:11; Ufunuo wa Yohana 4; 20:11-15

Maswali kuhusu Maandiko:

1. Yesu anafundisha nini katika maandiko yake? (Matayo 25:1 – Yesu anaelezea Ufalme wa Mbinguni na kurudi kwake mara ya pili.)
2. Kwa nini wale wanawali watano walikuwa na busala, na wale wengine walikuwa wapumbavu? (Matayo 25:2 – Wale watano wa

kwanza walikesha, walikuwa tayari kwa ujio wa Bwana harusi, na wale wengine walilala.)

3. Nini kiliwatokea walipokuwa wanasubiri, na kwa nini? (Matayo 25:3-5 – Walipatwa na usingizi walipokuwa wanamsubiri Bwana harusi, kwa sababu alichelewa.)
4. Bwana harusi alifiki wakati gani? (Matayo 25:6 – Bwana harusi alifika usiku wa manane. Alifika muda wasiotarajia.)
5. Kwa nini wale wanawali watano wenye busara hawajaweza kuwasaidia wale wengine watano? (Matayo 25:7-9 – Hawakuwa na mafuta ya kutosha kwa wote. Kila mtu anahitaji kuwa tayari mwenyewe, na si kwa kumtegemea mwingine.)
6. Nini kiliwatokea walipokwenda kununua mafuta? (Matayo 25:10 – Walipokuwa wanakwenda, Bwana harusi alifika. Aliingia katika sherehe na wale wanawali watano waliokuwa tayari na waliokuwa na mafuta katika taa zao. Halafu walifunga mlango.)
7. Kwa nini wale wanawali watano wapumbavu hawajaruhusiwa kuingia waliporudi? (Matayo 25:11 – Kwa sababu walichelewa, na mlango ulifungwa, na Bwana harusi alisema kwamba "Siwajui".)
8. Yesu anatupa tahadhali gani katika maandiko haya? (Matayo 25:13 – Yesu anasema "Kesheni, kwa maana hamjui muda wala saa, atakaporudi mwana wa Adamu".)
9. Mwana wa Adamu ni nani? (Matayo 25:31 --- Mwana wa Adamu ni Mfalme, mtoa hukumu, Mwana wa Mungu, yaani Yesu.)
10. Ina maana gani kwamba Mwana wa Adamu atatenganisha kondoo na mbuzi atakaporudi? (Matayo 25:32 – Atatenganisha watu wenye imani inayoonekana katika matendo yao, na wale ambao hawaamini na wana mioyo vuguvugu, mioyoyo yao inaonekana katika matendo yao pia.)
11. Ni ahadi gani Mflame aliowapa watu waliopo kulia kwake? (Matayo 25:34 – Wamebarikiwa, na wanao urithi walioandaliwa tangu mwanzo wa dunia.)
12. Kwa nini anawabariki waliopo kulia kwake? (Matayo 25:35-40 – Wenye haki waliishi kama baraka kwa wengine, na jambo hili lilizihilisha imani yao. Walipowatunza wengine, walikuwa wanamtunza Mfalme mwenyewe. Matendo yao yameonyesha imani ilio hai.)
13. Maneno ya wale wenye haki wanaonyeshaje haki yao? (Matayo 25:37-38 – Wanaona hawastahili baraka walizopewa.)
14. Maneno ya Mfalme kwa watu walio upande wa kushoto yana maana gani? (Matayo 25:41 – Wamewekwa mbali na mfalme na pia wako nje ya ufalme. Kwa laana hiyo inaonyesha kwamba walikuwa mbali na mfalme wao.)
15. Moto wa milele uliandaliwa nani? (Matayo 25:41 – Moto huu uliandaliwa kwa shatani na malaika wake.)

16. Kwa nini ile tahadhali ilikuwa nzito sana? (Matayo 25:42-43 – Aliwafanyia wao kama walivyofanyia wengine. Walipokea vivyo hivyo ndani ya mioyo yao. Matendo yao yanaonyesha jinsi wasivyoamini.)
17. Majibu ya wale waliolaaniwa yanaoyeshaje udhaifu wao? (Matayo 25:44 – Walijaribu kuhalalisha matendo yao. Walisema kwamba hakumwona Mflame katika mazingira hayo.)
18. Kuna tunzo gani kwa kila kundi la watu? (Matayo 25:45 – Wale dhaifu wataenda kuhukumiwa milele na wale wenye haki watapokea uzima wa milele.)

Maswali ya Kufanyia Kazi:

1. Ufalme wa Mungu upo kila mahali ambapo Mungu ni Bwana. Mahali gani Yeye si Mflame? Je, Yeye ni Mfalme juu ya maisha yako? (Nje ya umbaji wote, ni binadamu tu asiyemtii Mungu.)
2. Ni wakati gani tunakuwa wenye busara na ni wakati gani tunakuwa wapumbavu? (Matayo 25:3-4, 6, 12 – Tunakuwa wenye busara wakati tunapomwendea Bwana harusi, na kuandaa ujio wake, na kumpokea, na kuwa na uhusiano na Yeye. Kinyume cha hapo ni upumbavu.)
3. Je, tunachoka kusubiri, na kukosa uvumilivu, au kuwa wazembe tunaposubiri ujio wa Bwana? (Matayo 25:5 – Inawezekana kwa sisi sote kupatwa na hali hiyo.)
4. Nini kinachomfanya mtu kuwa tayari? Je upo tayari kwa ujio wa Yesu?
5. Nini wajibu wetu kwa wale wasiokuwa tayari? (Matayo 25:9 – Kuwaonya sasa na kuwafanya kuwa tayari.)
6. Siku hizi, kuna dhalili au kelele zilizopigwa wa manane kwamba Yesu atakuja hivi karibuni?
7. Je unafikiri nini juu ya watu wanaotabiri kurudi kwa Yesu na kusema wakati maalum? (Matayo 25:13 – Yesu alisema hakuna ajuaye muda wala saa atakaporudi, watu wanaofikiri kwamba wanajua, wamepotea)
8. Kuna umuhimu gani katika maneno yake yasemayo "mataifa yote watakusanyika mbele zake?" (Matayo 25:32 – Kila mmoja wetu atakutana na hukumu hiyo.)
9. Kuna orodha ya vitu ambavyo tunatakiwa kufanya ili twende mbinguni? Kwa nini ndiyo, au kwa nini hapana? (Matayo 25:35-36 – Hakuna orodha ya vitu vinavyotakiwa ili twende mbinguni kwa sababu matendo ya watu wenye haki yanatokana na baraka za Bwana. Urihi huo ulitayarishwa kabla hawajafanya matendo yoyote, na hawakujua kwamba wanafanya vitu ambavyo vitazaa matunda.)
10. Maneno ya mfalme kwa wenye haki yanatutiaje moyo? (Matayo 25:34 – Yanaweza kututia moyo kwamba Mungu alikuwa

anasubiri kuturithisha ufalme wake tangu mwanzo wa dunia. Urithi huo ni pamoja na ufalme na barake zake.)

11. Nani amjuaye mwenye njaa, kiu, mgeni, muhitaji wa nguo, mgonjwa au mfungwa?
12. Mahitaji mengine ya watu ni yapi bali na mbali ya kimwili yaliyotajwa katika maandiko haya?
13. Matendo haya ya kimwili yana uhusiano gani na mahitaji ya kiroho? (Matayo 25:35-36 – Watu wengine wana njaa ya kiroho yaani Neno la Mungu, wengine wana kiu ya uhusiano na Yesu. Wengine ni wageni mbele za Mungu, au ni mgeni asiye na mavazi ya haki. Watu wanaweza kuwa wagonjwa kimwili na kiroho pia, na kufungwa na minyororo mbalimbali katika maisha yao.)
14. Ile orodha ya matendo inawezaje kutulaani? (Matayo 25:42 – Tunalaaniwa tusipojali Ufalme wa Mfalme au watu wake. Sisi binafsi kwa hakika tungelaaniwa bila msaada wa Bwana.)
15. Maneno haya, "alioandaliwa shetani na malaika zake" ina maana gani kwetu? (Matayo 25:41 – Mahali hapo paliandaliwa kwa ajili ya shetani na malaika zake. Bwana hakutaka mtu yeyote adhibiwe au kulaaniwa.)
16. Mstari wa Matayo 26:2 unatupa tumaini gani pale Yesu anapokwenda kusurubiwa msalaba? (Matayo 26:2 – Ina maana kwamba dhambi zetu za kutotunza wengine zimetwaaliwa na Yesu. Alipokufa kwa wenye haki na wasio na haki.)

39. Yesu Anaingia Yerusalemu Kwa Shangwe

Matayo 21:1-17

Matayo 21
1 Walipokaribia Yerusalemu, na kufika Bethfage, katika mlima wa
Mizeituni, ndipo Yesu alipotuma wanafunzi wawili akiwaambia, 2
Nendeni katika kijiji kile kinachowakabili, na mara mtaona punda
amefungwa, na mwanapunda pamoja naye; wafungueni mniletee. 3 Na
kama mtu akiwaambia neno, semeni, Bwana anawahitaji; naye atawatuma
mara moja. 4 Haya yote yamekuwa, ili litimie neno lililonenwa na nabii,
akisema,

5 Mwambieni binti Sayuni
Tazama, mfalme wako anakuja kwako,
Mpole, naye amepanda punda,
Na mwanapunda, mtoto wa punda.

6 Wale wanafunzi wakaenda zao, wakafanya kama Yesu alivyowaamuru, 7
wakamleta yule punda na mwanapunda, wakaweka nguo zao juu yao, naye
akaketi juu yake. 8 Watu wengi katika ule mkutano wakatandaza nguo zao
njiani; na wengine wakakata matawi ya miti, wakayatandaza njiani. 9 Na
makutano waliotangulia, na wale waliofuata, wakapaza sauti, wakisema,
Hosana, Mwana wa Daudi; ndiye mbarikiwa, yeye ajaye kwa jina la
Bwana;
Hosana juu mbinguni.
10 Hata alipoingia Yerusalemu, mji wote ukataharuki, watu wakisema,
Ni nani huyu? 11 Makutano wakasema,
Huyu ni yule nabii, Yesu, wa Nazareti ya Galilaya.

12 Yesu akaingia ndani ya hekalu, akawafukuza wote waliokuwa wakiuza
na kununua hekaluni, akazipindua meza za wabadili fedha, na viti vyao
waliokuwa wakiuza njiwa; 13 akawaambia, Imeandikwa, Nyumba yangu
itaitwa nyumba ya sala; bali ninyi mmeifanya kuwa pango la
wanyang'anyi.

14 Na vipofu na viwete wakamwendea mle hekaluni, akawaponya. 15
Lakini wakuu wa makuhani na waandishi walipoyaona maajabu
aliyoyafanya, na watoto waliopaza sauti zao hekaluni, wakisema, Hosana,
Mwana wa Daudi! Walikasirika,

16 wakamwambia, Wasikia hawa wasemavyo? Yesu akawaambia, Naam;
hamkupata kusoma, Kwa vinywa vya watoto wachanga na wanyonyao
umejiandalia sifa? 17 Akawaacha, akatoka nje ya mji mpaka Bethania,
akalala huko.

Maswali kuhusu Maandiko: Yesu Anaingia Yerusalemu Kwa Shangwe

Matayo 21:1-17

Utangulizi:
Yesu alitimiza kila lililotabiliwa katika Maandiko ya Agano la Kale, zikiwemu siku hizi Yesu anapoingia Yerusalemu kama Mfalme ya Wayahudi, na Masiya wao. Yesu alikwenda Yerusalemu kwa sababu ilikuwa ni muda Baba yake aliopanga kwa wokovu. Umati wa watu walipiga kelele na kusema "Hosana", maana yake "Utukomboe", lakini alipanda mwana punda, ikiwa kama alama ya amani badala ya vita. Usikose nafasi kuyaona maneno ya wanafunzi, umati wa watu, watoto, na viongozi wa Kiyahudi..

Nia:

Maalifa
- Tutambue kwamba Mungu ni mtakatifu na mahali pa kumwabudu ni patakatifu pia.
- Tutambue kwamba watu wanaweza kufanya vitu ambavyo wanafikiri ni sahihi, lakini wanafanya hivyo kwa sababu ya ubinafsi na udhaifu.
- Tuelewe kwamba ni muhimu kujitathmini wenyewe ndani ya mioyo yetu na kuwa wanyenyekevu.

Tabia
- Tumwabudu Mungu kwa mioyo yetu yote.
- Tumpe Mungu utukufu kwa lolote linalotokea katika maisha yetu.

Action
- Kwa ujasili tuwaambie wengine juu ya Bwana Yesu.
- Tuwasaidie wengine wajifunze kumsifu Bwana na mioyo yao yote.

Mistari ya Moyo:
1 Wakorintho 3:16-17 "Tena niliwabatiza watu wa nyumbani mwa Stefana; zaidi ya hao, sijui kama nilimbatiza mtu yeyote mwingine. Maana Kristo hakunituma ili nibatize, bali niihubiri Habari Njema; wala si kwa hekima ya maneno, msalaba wa Kristo usije ukabatilika."

Scripture for Further Study:
Zaburi 118:25-26; Zekaria 9:9

Maswali kuhusu Maandiko:
1. Alipokuwa anakaribia Yerusalemu, aliwapa maelekezo gani wanafunzi wake? (Matayo 21:2 – Yesu aliwaambia wanafunzi wake mwende katika mji wa karibu na kuwafungua punda aliyefungwa na mwana punda wake.)

2. Kwa nini Yesu alimchagua punda? (Matayo 21:2 – Punda ni alama ya amani na unyenyekevu, lakini farasi ni alama ya vita.)
3. Nini ni jambo la pekee juu ya maelekezo ya Yesu kwa wanafunzi wake kwa mwenye punda, aliposema "Mwambieni 'Bwana anawahitaji'"? (Matayo 21:2-3 – Yesu aliona mambo yatakayotokea kabla hawajafika. Alijua kwamba wataulizwa, na aliwaambia namba ya kujibu.)
4. Kwa nini ilikuwa muhimu mambo haya kutabiriwa? (Matayo 21:4-5 – Yesu alikuja kukamilisha yale yaliyotabiriwa.)
5. Wanafunzi walimjibu nini Yesu alipoamuru? (Matayo 21:6 – Wanafunzi wake walimtii, na walikwenda kufanya yale waliyoambiwa na Yesu. Walileta punda na mwana punda, na wakatandika mavazi yao juu ya punda ili Yesu apande juu ya mwana punda.)
6. Ule umati ulifanya nini ulipomwona Yesu anaingia Yerusalemu? (Matayo 21:8 – Watu walipomwona Yesu anaingia mji, walikata matawi ya mitende na waliyatandaza barabarani pamoja na mavazi yao. Walipiga kelele na kusema, "Hosana kwa Mwana wa Daudi . Amebarikiwa anayekuja kwa jina la Bwana! Hosana juu mbin guni." Zaburi 118:25-26.)
7. Kwa nini watu walimsifu Yesu namna hiyo? (Matayo 21:9 – Watu walipaza sauti "Hosana", ina maana "Utukomboe". Umati ulifikiri kwamba Yesu atawakomboa kutoka sheria kali za Warumi.)
8. Watu wa jiji walijibu nini? (Matayo 21:10 – Mji wote ukajawa na hekaheka na watu wakauliza "Huyu ni nani?")
9. Kwa nini Yesu aliwafukuza wale waliofanya biashara hekaluni? (Matayo 21:13 – Yesu aliwaambia wale waliobadilisha fedha kwamba nyumba ya Baba itaitwa nyumba ya sala, lakini walifanya kuwa pango la wanyang'anyi. Alikasirika sana kwa sababu walitumia nyumba ya Bwana kwa kupata fedha, badala ya kuitumia kumheshimu na kumsifu Bwana.)
10. Wale makuhani wakuu na waalimu wa sheria walijibu nini walipomwona Yesu akiwaponya watu na watoto wakiimba wimbo wa kumsifu? Kwa nini? (Matayo 21:15 – Makuhani na waalimu wa sheria walifikiri kwamba Yesu alikuwa binadamu na hakupaswa kusifiwa kama Mwana wa Mungu. Walimwendea Yesu kwa hasira, kwa sababu walimtaka awakataze watu waache kumsifu.)
11. Yesu alijibuje swali lao? (Matayo 21:16 – Yesu alijibu kwa kutumia maandiko yaliyosema, "Kutoka katika vinywa vya watoto wadogo na wale wanaonyonya umeleta sifa kamili'. Kwa kusema hayo, alikuwa na maana kwamba Yeye ndiye Mwana wa Mungu. Zaburi 8:2.)

Maswali ya Kufanyia Kazi:

1. Tunaona faraja gani tunapotambua kwamba Yesu alijua unabii na alitimiza? (Matayo 21:2-5 – Aliendelea kufanya kazi kutokana na mambo madogo madogo yaliyotokana na mipango yake, na anafanya hivyo katika maisha yetu pia.)
2. Tunawezaje kuwa kama wanafunzi walipomtii Yesu na kwenda Yerusalemu? (Tunaweza kumtegemea na kuliamini Neno Lake, na kumfuata bila kujua hatma yetu, na kumpa ushirikiano katika huduma yake.)
3. Unyenyekevu wa Yesu una maana gani kwetu tulipomwona anaingia Yerusalemu kwa njia ya punda? (Matayo 21:5 – Yesu anakuja kwetu kwa njia ya upendo na unyenyekevu, lakini ana mamlaka yote kwa sababu alikuja kama Mflame.)
4. Tunawezaje kupiga kelele na kusema "Hosana mwana wa Daudi"? (Matayo 21:9 – Sisi pia tunaweza kumwomba Mungu kwa maneno mazuri, lakini bado tuna ubinafsi, tunashuhulika na mambo yetu na hatujitoi mbele za Bwana.)
5. Kwa njia gani Yesu anafunuliwa kwetu, lakini mara nyingi hatumwelewi? (Matayo 21:10 – Yesu anajifunua katika Neno Lake, lakini mara nyingi hatumfahamu. Hata akija katika maisha yetu tunamsahau kwamba Yeye ndiye Kristo.)
6. Umati wa watu walichukizwa na Yesu kwa sababu walitaka awe mkombozi kutoka Warumi, lakini alikuja kutukomboa kutoka katika dhambi. Mara nyingi watu wanataka Mungu kufanya wanavyotaka, lakini ana mipango mengine. Katika maisha yetu tunafananaje na umati wa watu? (Tunafanana na umati tunapotaka Mungu afanye mapenzi yetu. Mwili unataka mambo kinyume na Roho.)
7. Yesu angekuja leo angebadilisha nini katika maisha yetu? (Matayo 21:12 – Angehitaji kubadilisha vitu ambavyo vimeharibika katika maisha yetu kwa sababu inatupasa kuwa watakatifu. Mawazo yetu, maneno yetu na matendo yetu yote yanahitaji kubadilika na kusafishwa kwa damu ya Kondoo.)
8. Mesiya alikuwa ni nani? (Matayo 21:5, 9, 13, 16 – Mesiya aliyetarajiwa alikuwa Mfalme mwenye rehema. Yeye ndiye Mwana wa Daudi, aliyekuja kwa jina la Bwana, anayeponya na anayesikia.)
9. Kuna changamoto gani zinazozuia watu kumwubudu Bwana Mungu?
10. Bwana anahitaji kutukomboa kutoka wapi? (Sisi sote tunahitaji kukombolewa kutoka utumwa wa dhambi. Umati walikuwa watumwa wa ubinafsi na mipango yao, waliobadilisha fedha walikuwa watumwa wa mali badala ya Mungu, na makuhani wakuu walikuwa watumwa wa sheria zao badala ya kumtegemea Mungu.)

11. Ni mara ngapi umepaza sauti na kusifu kwa kinywa chako, lakini unajiapiza kimya kimya katika moyo wako?
12. Je, makanisa yetu ni mahali patakatifu? Je, ni nyumba za ibada?
13. Je tunamheshimu Bwana hadharani kama watoto wadogo, hata kama tunadharauliwa mbele ya watu wengine?

40. Karamu ya Mwisho na Usaliti

Luka 22:7-8, 13-23, 39-53

Luka 22
7 Ikafika siku ya mikate isiyotiwa chachu, ambayo ilipasa kuchinja
Pasaka. 8 Akawatuma Petro na Yohana, akisema, Nendeni, mkatuandalie
Pasaka tupate kuila.

9 Wakamwambia, Wataka tuandae wapi?

10 Akawaambia, Tazama, mtakapoingia mjini mtakutana na mwanamume
akiwa amebeba mtungi wa maji; mfuateni mkaingie katika nyumba
atakayoingia yeye. 11 Na mtamwambia mwenye nyumba, Mwalimu
akuambia, Kiko wapi chumba cha wageni, nipate kula Pasaka humo
pamoja na wanafunzi wangu? 12 Naye atawaonesha chumba kikubwa
ghorofani, kimekwisha tayarishwa; andaeni humo.

13 Wakaenda, wakaona kama alivyowaambia, wakaiandaa Pasaka.

14 Na saa ilipofika aliketi chakulani, yeye na wale mitume pamoja naye.
15 Akawaambia, Nimetamani sana kuila Pasaka hii pamoja nanyi kabla ya
kuteswa kwangu; 16 kwa maana nawaambia ya kwamba siili tena hadi
itakapotimizwa katika ufalme wa Mungu.

17 Akapokea kikombe, akashukuru, akasema, Twaeni hiki, mgawanye
ninyi kwa ninyi; 18 Maana nawaambia ya kwamba tangu sasa sinywi
mazao ya mzabibu hadi ufalme wa Mungu utakapokuja.

19 Akatwaa mkate, akashukuru, akaumega, akawapa, akisema, [Huu ndio
mwili wangu unaotolewa kwa ajili yenu; fanyeni hivi kwa ukumbusho
wangu.

20 Kikombe nacho vivyo hivyo baada ya kula; akisema, Kikombe hiki ni
agano jipya katika damu yangu, inayomwagika kwa ajili yenu.] 21 Lakini,
tazama, mkono wake yeye anayenisaliti upo hapa pamoja nami mezani, 22
Kwa kuwa Mwana wa Adamu aenda zake kama ilivyokusudiwa; lakini, ole
wake mtu yule amsalitiye! 23 Wakaanza kuulizana wao kwa wao, ni yupi
miongoni mwao atakayelitenda jambo hilo.

39 Akatoka akaenda mpaka mlima wa Mizeituni kama ilivyokuwa desturi
yake; wanafunzi wake nao wakafuatana naye. 40 Alipofika mahali pale
aliwaambia, Ombeni kwamba msiingie majaribuni. 41 Mwenyewe
akajitenga nao kama kiasi cha kutupa jiwe, akapiga magoti akaomba, 42
akisema, Ee Baba, ikiwa ni mapenzi yako, uniondolee kikombe hiki; lakini
si mapenzi yangu, bali yako yatendeke. [43 Malaika kutoka mbinguni
akamtokea akamtia nguvu. 44 Naye kwa vile alivyokuwa katika dhiki,

akazidi sana kuomba; jasho yake ikawa kama matone ya damu
yakidondoka nchini.] 45 Alipoondoka katika kuomba kwake, akawajia
wanafunzi wake, akawakuta wamelala usingizi kwa huzuni. 46
Akawaambia, Mbona mmelala usingizi? Ondokeni, mkaombe, msije
mkaingia majaribuni.
47 Basi alipokuwa katika kusema, tazama, mkutano wa watu, na yule
aitwaye Yuda, ambaye ni mmoja wa wale Kumi na Wawili,
amewatangulia. Akamkaribia Yesu ili kumbusu. 48 Yesu akamwambia,
Yuda, wamsaliti Mwana wa Adamu kwa kumbusu?

49 Na wale waliokuwa karibu naye walipoona yatakayotokea, walisema,
Bwana, tuwapige kwa upanga? 50 Mmoja wao akampiga mtumwa wa
Kuhani Mkuu, akamkata sikio la kulia.

51 Yesu akajibu akasema, Muwe radhi kwa hili. Akamgusa sikio,
akamponya.

52 Yesu akawaambia wakuu wa makuhani, na maofisa wa hekalu, na
wazee, waliokuja juu yake, Je! Mmekuja mkiwa na panga na marungu
kama kukamata mnyang'anyi? 53 Kila siku nilipokuwa pamoja nanyi
hekaluni hamkuninyoshea mikono, lakini hii ndiyo saa yenu, na mamlaka
ya giza.

Maswali kuhusu Maandiko: Karamu ya Mwisho na Usaliti

Luka 22:7-8, 13-23, 39-53

Utangulizi:

Karamu ya Pasaka ilikuwa utamaduni wa watu wa Israeli. Ilianza kama sherehe ya kukumbuka wakati malaika wa Bwana alipowauwa wazaliwa wa kwanza wa Misri, lakini alipita Waisraeli. Wakati wa sikukuu za Pasaka mwana kondoo aliliwa, kukumbuka jinsi Waisraeli katika Misri walivyomchinga mwana kondoo, na kupaka damu yake katika fremu ya milango, na kumla. Kabla ya mateso yake, Yesu alisherekea Karamu maalum na wanafunzi wake, kama ilivyo desturi ya watu wa Israeli. Yesu mwenyewe aliweza kuwa kondoo wa kafara, na damu yake inatukomboa na mauti. Yesu aliwafundisha juu ya mkate na divai, kwamba mkate ulikuwa mwili Wake, na divai ilikuwa damu yake. Kupitia mateso yake ambayo yatakuwa msamaha wa dhambi.

Nia:

<u>Maalifa</u>

- Tutambue kwamba, sisi kama wanafunzi, tunaanguka katika majaribu. Kama alivyofanya Yuda, na sisi tunamsaliti Yesu kwa njia ya dhambi zetu.
- Tutambue kwamba Yesu ni Kondoo wa Pasaka ambaye anachukua dhambi zetu. Alichukua adhabu ili kifo kisitupate.

<u>Tabia</u>

- Tuwe wanyenyekevu na kutambua kwamba Yesu ndiye aliyekuwa sadaka pekee inayotusafisha na kutupa msamaha wa dhambi.
- Tufurahie tukitambue kwamba ingawa bado ni wenye dhambi, Yesu alitufia ili atuokoe.

<u>Matendo</u>

- Tushiriki Meza ya Bwana mara kwa mara kwa kumkumbuka Yeye na kwa kutambua gharama aliyotulipia.

Mstari wa Moyo:

Yohana 1:29 – "Kesho yake alimwona Yesu akija kwake, akasema, Tazama, Mwana-kondoo wa Mungu, aichukuaye dhambi ya ulimwengu!"

Scriptures for Further Study:

Matayo 26:17-56; Marko 14:12-26, 32-50; Matendo ya Mitume 2:42-47; 1 Wakorintho 10:16-17; 11:20-34; Waebrania 8:7-13; 12:2-3

Maswali kuhusu Maandiko:

1. Yesu aliwaambia Petro na Yohana wafanye nini? Wapi na lini jambo hili lilitokea? (Luka 22:7-8 – Yesu alimwambia Petro na Yohana watayarishe chakula cha Pasaka. Ilikuwa siku ya Mikate Isiyotiwa chachu, na Yesu na wanafunzi wake walikuwa Yerusalemu.)
2. Karamu ya Pasaka ni nini? Kondoo wa Pasaka? (Kutoka 12 – Pasaka ilikuwa karamu ya kukumbuka ukombozi wa Waisraeli kutoka utumwani Misri, unaofanana na ukombozi wa dhambi zetu. Kondoo wa Pasaka alikuwa kondoo aliyechingwa kwa ajili ya Karamu, na damu yake ilipakwa katika fremu za milango wa nyumba zote za Waisraeli. Kondoo wetu wa Pasaka ni Yesu, na mateso yake msalabani yalikamilika ahadi ya Pasaka katika kitabu cha Kutoka.)
3. Kuna umuhimu gani kwamba Yesu aliteswa msalabani wakati wa Pasaka? (Yohana 1:29 – Yesu ndiye Mwana Kondoo wa Mungu achukuwaye dhambi ya ulimwengu, ili Mungu aweze kutusamehe na kutotuhukumu kwa ajili ya dhambi zetu.)
4. Yesu alijisikiaje alipokula na wanafunzi wake? Alijua nini kitatokea baadaye kidogo? (Luka 22:15 – Yesu aliwaambia wanafunzi wake kwamba Alitamani sana kula Pasaka hii nao kabla ya kuteswa kwake.)
5. Maneno haya yana maana gani, "Sitaila karamu hii tena hadi hapo itakapokamilika katika Ufalme wa Mungu"? (Luka 22:16 – Yesu atateswa hivi karibuni, lakini atafufuka na kwenda kwa Baba. Kifo chake na ufufuo wake ni kama ukamilisho wa Pasaka. Ufalme wake si wa dunia hii, ni ufalme wa mbinguni, ambao Mungu ni Mfalme juu ya wote.)
6. Yesu alisema nini juu ya kikombe na mkate? Alisema vilikuwa nini? (Luka 22:19-20 – Yesu aliwaambia wanafunzi wake kwamba mkate huu ni mwili wake na kikombe hiki ni agano jipya linalothibitishwa kwa damu yake. Mwili wake na damu vilitolewa kwa ajili yao, ili wale na kunywa kama ukumbusho na msamaha wa dhambi.)
7. Agano jipya ina maana gani? (Luka 22:20; 1 Yohana 1:7, Waebrania 8:10 -- Katika agano la kale, watu walihitaji kutoa sadaka za wanyama ili waweze kusamehewa dhambi zao. Katika agano jipya, Yesu ndiye alikuwa sadaka kwa ajili ya watu wote.)
8. "Fanyeni hivi kwa ukumbusho wangu" ina maana gani? (Luka 22:19 – Ina maana kwamba tumkumbuke Yesu kwa imani, na tupate faraja kutoka kwa mateso aliyoyapata Yesu. Ni wazo zuri kushiriki Meza ya Bwana mara kwa mara ili tutabarikiwe kwa kutii mafundisho yake, na kufanya kama alivyotoamuru. Hata leo anatukaribisha katika meza yake.)
9. Kuna umuhimu gani kwa Yuda Iskarioti kuwepo mezani? (Luka 22:21-23 – Yesu alijua Yuda atafanya nini, alimpa tahadhali lakini pia alimpa nafasi ya mwisho.)

10. Kwa nini Yesu aliwaambia wanafunzi wake waombe wasije wakaingia majaribuni? (Luka 22:40-46 – Roho i radhi lakini mwili ni dhaifu. Alijua hali ilivyokuwa ngumu, lakini hawakujua. Walihitaji msaada kutoka kwa Mungu.)
11. Sala ya Yesu inatufundisha nini juu yake? (Luka 22:42 – Yesu alitaka kikombe hiki kimwepuke. Mateso na maumivu yatakuwa makali kwake kama binadamu, hakutaka kukutana nayo. Lakini, alijisalimisha kwa kusema "mapenzi yako yatimizwe, wala siyo yangu.")
12. Tunajifunza nini juu ya malaika na yale matone ya damu? (Luka 22:43-44 – Yesu hajawa pekee yake katika mateso, na mizigo yake ilikuwa mizito, na sala yake ilikuwa na nguvu, na aliomba kwa bidii.)
13. Yuda alipata nini kwa kumsaliti Yesu? (Luka 22:47-48 – Yuda, alimsaliti Yesu kwa hela, yaani vipande 30 vya fedha.)
14. Kwa nini Yesu hajakimbia, wala kupigana, wala kuruhusu wanafunzi wake wapigane? (Luka 22:49-52 – Hajawa mwana mapinduzi. Alijisalimisha ili mapenzi ya Bwana yatimizwe. Tunasoma katika Waebrania 12:2-3 kwamba ilikuwa kwa ajili ya furaha iliyowekwa mbele yake, alivumilia kifo cha msalaba.)

Maswali ya Kufanyia Kazi:

1. Pasaka itakuwa lini katika kalenda zetu? Je, Pasaka ina umuhimu gani kwetu? (Sherehe ya Pasaka kwa Wayahudi ilikamilika pale Yesu alipotufia na kufufuka kwake. Tunakumbuka kifo chake siku ya Ijumaa kuu na ufufuo wake siku ya tatu, yaani Pasaka.)
2. Meza ya Bwana inatupa changamoto au msaada gani? (Luka 22:17-20 – Mungu anatumia njia ya kimwili kutupa msamaha na rehema zake. Mkate na divai bila Neno la Mungu hauna maana, lakini ukiambatanisha na Neno la Mungu, una nguvu ya kutoa msamaha wa dhambi na kututia nguvu.)
3. Agano jipya lina maana gani kwetu? (Luka 22:20 – Agano jipya ni damu ya Yesu, inayotuonyesha kwamba hatuhitaji kutoa sadaka za wanyama ili kusamehewa dhambi zetu. Badala yake, katika mateso ya Yesu, alilipa madeni ya watu wote duniani. Unaweza kusoma 1 Yohana 2:2. Msamaha unapatikana kwa yeyote anayeuomba kutoka kwake.)
4. Yesu alisema kwamba kikombe hiki ni damu yangu na mkate huu wa Mwili wangu. Maneno haya yanatufundisha nini juu ya uwepo wa Yesu katika Meza ya Bwana? (Luka 22:19-20 – Tuamini maneno yake, na kuamini kwamba kuna uwepo wa Yesu tunaposhiriki meza ya Bwana. Martin Luther aliandika kwamba "Uwepo wa Yesu yupo ndani ya, pamoja na, na chini ya mkate na divai".)
5. Kwa nini sala ni lazima kwetu kwa kuwepuka majaribu? (Luka 22:40 – Sala ni sehemu muhimu ya kuwepuka majaribu, kwa

sababu sisi tu dhaifu na hatuwezi kusimama peke yetu tunapojaribiwa na shetani. Kwa kuwa Mungu wetu ni Mwenye Enzi yote, anaweza kutuokoa. Sala inatukumbusha kwamba nguvu zetu zinapatikana kwa Bwana, na bila Yeye, sisi tu dhaifu. Tunapoomba katika jina la Yesu, Mungu anahidi kwamba anasikia na atajibu kama anavyopenda.)

6. Sisi tunafananaje na Yuda, aliyesaliti Yesu? (Luka 22:48 – Tunamsaliti tunapojipa kipau mbele kwa mambo yetu wenyewe badala ya Bwana, au tukimtumikia Bwana na miungu mingine.)
7. Ni sehemu gani katika maisha yetu tunahitaji kusema, "mapenzi yako yatimizwe, wala siyo yangu"?
8. Katika maisha yetu, tunapata majaribu gani ambayo tunapambana nayo? Tuna udhaifu gani, tunahitaji kuomba juu ya mambo gani ili tusamehewe?
9. Kwa nini Yesu alichagua kufanya mapenzi ya Mungu? Kwa nini alisimama imara na hakukimbia? Kwa nini alijisalimisha badala ya kupambana? (Luka 22:42 – Yesu alimtii Mungu Baba na akatwaa kikombe cha mateso kwa ajili yetu. Alisimama wakati sisi tungekimbia. Alijisalimisha badala yetu na alifanya hivyo kwa ajili ya msamaha wa dhambi zetu.)

41. Hukumu ya Yesu, Kifo Chake na Kuzikwa kwake

Matayo 27:11-66

Matayo 27
11 Naye Yesu akasimama mbele ya mtawala; mtawala akamwuliza,
akasema, Wewe ndiwe mfalme wa Wayahudi? Yesu akamwambia, Wewe
wasema.

12 Lakini aliposhitakiwa na wakuu wa makuhani na wazee, hakujibu hata
neno. 13 Ndipo Pilato akamwambia, Husikii ni mambo mangapi
wanayoshuhudia juu yako? 14 Asimjibu hata neno moja, hata mtawala
akastaajabu sana.

15 Basi wakati wa sikukuu, mtawala desturi yake huwafungulia mkutano
mfungwa mmoja waliyemtaka. 16 Basi palikuwa na mfungwa mashuhuri
siku zile, aitwaye Baraba. 17 Basi walipokutanika, Pilato akawaambia,
Mnataka niwafungulie yupi? Yule Baraba, au Yesu aitwaye Kristo? 18
Kwa maana alijua ya kuwa wamemtoa kwa ajili ya husuda.

19 Na alipokuwa ameketi juu ya kiti cha hukumu, mkewe alimpelekea
mjumbe, kumwambia, Usiwe na neno na yule mwenye haki; kwa sababu
nimeteswa mengi leo katika ndoto kwa ajili yake.

20 Nao wakuu wa makuhani na wazee wakawashawishi makutano ili
wamtake Baraba, na kumwangamiza Yesu.

21 Basi mtawala akajibu, akawaambia, Mnataka niwafungulie yupi kati ya
hawa wawili? Wakasema, Baraba.

22 Pilato akawaambia, Basi, nimtendeje Yesu aitwaye Kristo? Wakasema
wote, Asulubiwe. 23 Akasema, Kwa nini? Ni ubaya gani alioutenda?
Wakazidi sana kupiga kelele, wakisema, Na asulubiwe.

24 Basi Pilato alipoona ya kuwa hafai lolote, bali ghasia inazidi tu,
akatwaa maji, akanawa mikono yake mbele ya mkutano, akasema, Mimi
sina hatia katika damu ya mtu huyu mwenye haki; yaangalieni haya ninyi
wenyewe.

25 Watu wote wakajibu wakasema, Damu yake na iwe juu yetu, na juu ya
watoto wetu. 26 Ndipo akawafungulia Baraba; na baada ya kumpiga Yesu
mijeledi, akamtoa ili asulubiwe.

27 Ndipo askari wa mtawala wakamchukua Yesu ndani ya Praitorio,
wakamkusanyikia kikosi kizima. 28 Wakamvua nguo, wakamvika vazi
jekundu. 29 Wakasokota taji la miiba, wakaliweka juu ya kichwa chake, na
mwanzi katika mkono wake wa kulia; wakapiga magoti mbele yake,

wakamdhihaki, wakisema, Salamu, Mfalme wa Wayahudi! 30 Kisha
wakamtemea mate, wakautwaa ule mwanzi, wakampigapiga kichwani. 31
Walipokwisha kumdhihaki, wakalivua lile vazi, wakamvika mavazi yake,
wakamchukua kumsulubisha.

32 Walipokuwa wakitoka, wakamwona mtu Mkirene, jina lake Simoni;
huyu wakamshurutisha auchukue msalaba wake. 33 Na walipofika mahali
paitwapo Golgotha, yaani, Fuvu la Kichwa, 34 wakampa kunywa divai
iliyochanganyika na nyongo; lakini yeye alipoionja hakutaka kunywa. 35
Walipokwisha kumsulubisha, waligawana mavazi yake, kwa kupiga kura;
[ili litimie neno lililonenwa na nabii, Waligawa nguo zangu kati yao, na
juu ya vazi langu walipiga kura.] 36 Wakaketi, wakamlinda huko. 37
Wakaweka juu ya kichwa chake mashitaka yake, yaliyoandikwa HUYU NI
YESU, MFALME WA WAYAHUDI. 38 Wakati uo huo wanyang'anyi
wawili wakasulubiwa pamoja naye, mmoja katika mkono wake wa kulia,
na mmoja katika mkono wake wa kushoto. 39 Nao waliokuwa wakipita
njiani wakamtukana, wakitikisatikisa vichwa vyao, wakisema, 40 Ewe
mwenye kulivunja hekalu na kulijenga kwa siku tatu, jiokoe nafsi yako;
ukiwa ndiwe Mwana wa Mungu, shuka msalabani.

41 Kadhalika na wale wakuu wa makuhani wakamdhihaki pamoja na
waandishi na wazee, wakisema, Aliokoa wengine, hawezi kujiokoa
mwenyewe. 42 Yeye ni mfalme wa Israeli; na ashuke sasa msalabani, nasi
tutamwamini. 43 Amemtegemea Mungu; na amwokoe sasa, kama
anamtaka; kwa maana alisema, Mimi ni Mwana wa Mungu. 44 Pia wale
wanyang'anyi waliosulubiwa pamoja naye walimshutumu vile vile.

45 Basi tangu saa sita palikuwa na giza juu ya nchi yote hadi saa tisa. 46
Na kama saa tisa, Yesu akapaza sauti yake kwa nguvu akisema, Eloi, Eloi,
lama sabakthani? Yaani, Mungu wangu, Mungu wangu, mbona
umeniacha?

47 Na baadhi yao waliokuweko, waliposikia, walisema, Huyu anamwita
Eliya.

48 Mara mmoja wao akaenda mbio, akatwaa sifongo, akaijaza siki, akaitia
juu ya mwanzi, akamnywesha. 49 Wale wengine wakasema, Acha; na
tuone kama Eliya anakuja kumwokoa. 50 Naye Yesu akiisha kupaza sauti
tena kwa nguvu, akaitoa roho yake.

51 Na tazama, pazia la hekalu likapasuka vipande viwili toka juu hadi
chini; nchi ikatetemeka; miamba ikapasuka; 52 makaburi yakafunuka;
ikainuka miili mingi ya watakatifu waliolala; 53 nao wakiisha kutoka
makaburini mwao, baada ya kufufuka kwake, wakauingia mji mtakatifu,
wakawatokea wengi.

54 Basi yule afisa, na hao waliokuwa pamoja naye wakimlinda Yesu,
walipoliona tetemeko la ardhi na mambo yaliyofanyika, wakaogopa sana,
wakisema, Hakika huyu alikuwa Mwana wa Mungu.

55 Palikuwa na wanawake wengi pale wakitazama kwa mbali, hao ndio
waliomfuata Yesu toka Galilaya, na kumtumikia. 56 Miongoni mwao
alikuwamo Mariamu Magdalene, na Mariamu mama yao Yakobo na
Yusufu, na mama yao wana wa Zebedayo.

57 Na ilipokuwa jioni akafika mtu tajiri wa Arimathaya, jina lake Yusufu,
naye mwenyewe alikuwa mwanafunzi wa Yesu; 58 mtu huyu alimwendea
Pilato akaomba apewe mwili wa Yesu. Ndipo Pilato akaamuru apewe. 59
Yusufu akautwaa mwili, akauzongazonga katika sanda ya kitani safi, 60
akauweka katika kaburi lake jipya, alilokuwa amelichonga mwambani;
akavingirisha jiwe kubwa mbele ya mlango wa kaburi, akaenda zake. 61
Na pale walikuwapo Mariamu Magdalene, na Mariamu yule wa pili,
wameketi kulielekea kaburi.

62 Hata siku ya pili, ndiyo iliyo baada ya Maandalio, wakuu wa makuhani,
na Mafarisayo wakamkusanyikia Pilato, 63 wakasema, Bwana,
tumekumbuka kwamba yule mjanja alisema, alipokuwa angali hai, Baada
ya siku tatu nitafufuka. 64 Basi amuru kwamba kaburi lilindwe salama
hadi siku ya tatu; wasije wanafunzi wake wakamwiba, na kuwaambia
watu, Amefufuka katika wafu; na udanganyifu wa mwisho utapita ule wa
kwanza.

65 Pilato akawaambia, Mna askari; nendeni mkalilinde salama kadiri
mjuavyo. 66 Wakaenda, wakalilinda kaburi salama, kwa kulitia lile jiwe
mhuri, pamoja na kuwaweka wale askari walinzi.

Maswali kuhusu Maandiko: Hukumu ya Yesu, Kifo Chake na Kuzikwa kwake

Matayo 27:11-66

Utangulizi:
Siku chache zilizopita umati wa watu walipaza sauti na kusema, "Hosana", na walimsifu Yesu. Lakini sasa umati wa watu wanapaza sauti ili asurubishwe. Kwa nini Yesu aliuwawa? Je, ilisababishwa na Yuda, mwanafunzi wake aliyemsaliti? Au kwa sababu ya viongozi wa Kiyahudi? Je ilisababishwa na Pilato, aliyetoa maagizo, au labda askari waliotii maagizo ya Pilato? Kama alikufa ili achukue dhambi za ulimwengu, basi kama ilikuwa hivyo, watu wote wenye dhambi, hata mimi na wewe, tumesababisha kifo chake.

Nia:

Maalifa

- Tutambue kwamba Yesu alikufa kwa ajili ya dhambi zetu na alitwaa adhabu yetu msalabani.
- Tuelewe kwamba tumepata maridhiano na Mungu, kwa njia ya Yesu.
  Yeye ndiye mpatanishi wetu.

Tabia

- Tusikitike mioyoni juu ya dhambi zetu na gharama ya dhambi hizo.
- Tumshangae Yesu kwa utayari wake wa kufa kwa ajili yetu, kama jemedari alivyosema "Hakika, huyu alikuwa Mwana wa Mungu."

Matendo

- Tutubu dhambi zetu, na twende kinyume na tumtazame na tumtegemea Yesu.
- Tuishii katika wokovu na msamaha Yesu aliyotupatia kwa njia ya damu yake iliyomwagika.

Mistari ya Moyo:
Waebrania 9:27-28 "Na kama vile watu wanavyowekewa kufa mara moja, na baada ya kufa hukumu; kadhalika Kristo naye, akiisha kutolewa sadaka mara moja azichukue dhambi za watu wengi; atatokea mara ya pili, pasipo dhambi, kwa hao wamtazamiao kwa wokovu."

Scriptures for Further Study:
Matayo 26:36-27:10; Marko 14:43-15:47; Luka 22:1-23:56; Yohana 18:1-19:42

Maswali kuhusu Maandiko:

1. Jina "Mfalme wa Wayahudi" lina maana gani? (Matayo 27:11 – Lina maana kwamba Yesu ndiye mfalme; na pia alikuwa Mfalme wa Wayahudi. Pia ina maana alikuja kwa namna tofauti, lakini ulimwengu hawakumwona na kumwelewa. Pia ina maana kwamba alikuwa nabii yule aliyetabiliwa.)
2. Kwa nini **Yesu** alikataa kujibu aliposhitakiwa? (Matayo 27:12-14 – Yesu alikaa kimya kwa sababu watu waliomshitaki na yule hakimu hawajakuwa na mamlaka juu Yake. Shabaha ya kuja kwake katika dunia ilikuwa kwa ajili ya wakati huu na kwa sababu hii. Kwa kumshitaki kwao wale makuhani wakuu walijishitaki wenyewe. Pia kwa hukumu ya Pilato, alijihukumu mwenyewe. Nabii Isaya alitabili kwamba atakaa kimya kama kondoo. Isaya 53:7.)
3. **Pilato** alifanya nini ili asimtie hatiani? (Matayo 27:15-21, 24 -- Pilato alishawishia na kulazimishwa umati wachague kati ya Baraba au Yesu. Wakati umati walihitaji Yesu asurubishwe, Pilato alinawa mikono mbele yao, kuonyesha kwamba yeye hahusiki kwa kifo cha Yesu.)
4. **Baraba** alikuwa nani, na kwa nini alifunguliwa? (Matayo 27:16-18 – Baraba alikuwa mfungwa mwenye sifa mbaya. Mstari wa Luka 23:19 unasema kwamba alikuwa kesi ya mauaji, lakini alifunguliwa kwa sababu wale makuhani wakuu walikuwa na chuki na Yesu. Kwa Baraba, Yesu alikuwa mbadala wake.)
5. **Umati** walitaka nani afunguliwe, na kwa nini? (Matayo 27:21-22 – Waliomba Baraba afunguliwe na Yesu asurubishwe, kwa sababu walishawishiwa na makuhani wakuu na viongozi.)
6. **Askari** walimfanyia nini Yesu? (Matayo 27:27-31, 35 – Walimpeleka makao makuu ya gavana, na wakamdhihaki. Walimtania kama Mfalme wa Wayahudi. Walitoa mavazi yake, na waliweka kanzu ya rangi nyekundu juu yake na taji la miiba kichwani. Walimpiga na fimbo na kumtemea mate.)
7. Ni nani walioshiriki kumwua na kudhihaki Yesu? (Wote: makuhani wakuu, Pilato, umati, askati, wezi, na wapita njia. Walikuwa wachache waliomfuata Yesu mpaka msalabani.)
8. Yalikuwa maneno gani juu ya kibao kilichowekwa juu ya kichwa cha Yesu? (Matayo 27:36-37 – "Huyu ni Yesu, Mfalme wa Wayahudi.")
9. Watu waliozunguka misalaba walikuwa na mashtaka gani? (Matayo 27:38-44 – Walisema kwamba Hakika huyu ni Mwana wa Mungu, shuka msalabani, ajiokoe. Kwa kweli alikuwa na uwezo wa kushuka, lakini alibaki msalabani ili mapenzi ya Mungu yatimizwe, kwa ajili ya upendo wake kwetu.)
10. Maneno ya Yesu yana maana gani, aliposema "Mungu wangu, Mungu wangu, mbona umeniacha?" (Matayo 27:46 – Yesu alinukuu Zaburi 22 na alipaza sauti kwa sababu alipokuwa

anachukua dhambi za ulimwengu, Mungu aliangalia kando na kumwacha. Unaweza kusoma Isaya 53:6 na 2 Wakorintho 5:21.)

11. Kuna umuhimu gani kwa pazia la Hekalu kupasuka vipande viwili, wakati wa kifo cha Yesu? (Matayo 27:50-53 – Pazia hilo liligawanyika watu wa kawaida na Mahali Patakatifu. Lilionyesha kwamba uzio kati ya Mungu na watu uliondolewa. Unaweza kusoma Yohana 14:6 na Waebrania 10:19-22.)
12. Ushuhuda wa Jemedari ulikuwa nini? (Matayo 27:54 – Alitambua kwamba Yesu alikuwa Mwana wa Mungu.)
13. Kuna umuhimu gani kuhusu namna ya kifo cha Yesu na mazishi yake? (Matayo 27:57-61 – Kila kitu kilionyesha kwamba alikufa kweli.)
14. Ni kitu gani cha ajabu kuhusu ulinzi wa kaburi lake? (Matayo 27:60-66 – Walizungushia jiwe kubwa, na kuweka mhuri juu yake, na askari walililinda kaburi. Lakini mtu aliyefariki hawezi kuondoka, na hahitaji kulindwa. Makuhani wakuu na Mafarisayo waliogopa kwamba wanafunzi wa Yesu watakuja kuiba mwili wake na kusema kwamba amefufuka. Matayo 27:64.)

Maswali ya Kufanyia Kazi:

1. Katika maisha yetu, tunamzungumziaje Yesu? (Tunaweza kuwa kama wale wengine katika hadithi waliomsaliti, waliomkata, na waliomtesa Yesu.)
2. Kuna sababu gani ambazo zinatufanya tumwamini Yesu kwamba Yeye ndiye Mwana wa Mungu? (Tunayo maandiko, na ushuhuda wa historia, na walioshuhudia na macho. Hayo yote yanamfahamisha Yesu ni nani.)
3. Kwa njia gani tunategwa katika maisha yetu kuhusu imani zetu? (Matayo 27:15-24 – Tunaweza kupata usukumu kutoka kwa watu wengine. Rafiki zetu wa karibu wanajaribu kutushawishi. Na pia tunaweza kujidanganya.)
4. Ina maana gain kwamba Yesu ni Mfalme wa Wayahudi? (Matayo 27:11 – Yesu alikuwa Mfalme wa wafuasi wote wa dini ya Wayahudi. Pia alikuwa Mfalme wa kila kitu kama Biblia ilivyosema. Vikiwemo vitu vyote ambavyo Mungu ameviumba.)
5. Tunajibuje tukishitakiwa? Na kwa nini?
6. Wakati mwingine, umati wanasema "Hosana", na wakati mwingine, wanapaza sauti na kusema "Asurubishwe". Tufanye nini tukisikia mawazo na ushauri wa wengine? (Matayo 27:22-23 – Kuna mambo mengi duniani ambayo inatuletea ujumbe tofauti kuhusu Yesu. Lakini tusikie Neno lake, na kulipa kipau mbele.)
7. Ni kwa namna gani tunafanana na Baraba? (Matayo 27:16-17 – Sisi ni wenye dhambi na wenye sifa mbaya. Tunastahili kufa, lakini Yesu anachukua nafasi yetu msalabani.)
8. Je, tunamfanya Yesu kama askari walivyomfanyia? Namna Gani? (Matayo 27:27-31, 35 -- Tunaweza kumdharau Yesu kwa

maneno na matendo yetu. Wakati fulani tunatumia jina lake kujiapiza, au tunasema kwamba Yeye ndiye Mfalme, lakini hatutii maelekezo yake, au tunawafanyia vibaya wengine walioumbwa kwa mfano wake.)

9. Ina maana gani kwetu kwamba Mungu aliangalia kando na kumwacha Yesu? (Matayo 27:46 – Hii ina maana kwamba Mungu anatupokea kwa ajili ya Yesu.)
10. Nini kilifanyika wakati Yesu alipokufa? (Matayo 27:50-54 – Wakati ule ule, mambo mengi yalitokea. Adhabu yetu ilitwaaliwa, ule uzio kati yetu na Mungu uliondolewa. Shetani alishindwa, na sisi tunaweza kusema kama yule Jemedari, "Hakika, huyu alikuwa Mwana wa Mungu".)
11. Kama Jemedari, sisi sote tutahitaji kujibu swali hili, "Yesu ni nani?" Yesu ni nani kwako? (Matayo 27:54 – Hatuwezi kusema kwamba Yesu aliuwa mtu mzuri, kwa sababu alidai kwamba Yeye ni Mungu. Kutokana na maandiko, jibu tunaloweza kulisema ni Yeye ni Bwana.)
12. Unaweza kumrudishia nini Yesu kwa yote aliyokufanyia?
13. Tunawezaje kujibu maswali yenye mashaka kwetu? (Matayo 27:57-66 – Ingawa tunaweza kushanga kwamba Yesu alikufa na kufufuka tena, si kawaida kwa kifo cha mtu kuwa na maelezo kama haya. Tunaona kwamba alikufa kweli, tunaposoma juu ya mateso yake, mazishi yake, na ulinzi waliopo kaburini. Pia, Biblia inasema kwamba "alionja mauti kwa ajili ya watu wote." Waebrania 2:9)

42. Ufufuo wa Yesu na Tume Maalum

Matayo 28:1-20

Matayo 28
1 Na sabato ilipokwisha, ikipambazuka siku ya kwanza ya juma, Mariamu
Magdalene, na Mariamu yule wa pili, walikwenda kulitazama kaburi.

2 Na tazama, palikuwa na tetemeko kubwa la ardhi; kwa sababu malaika
wa Bwana alishuka kutoka mbinguni, akaja akalivingirisha lile jiwe
akalikalia. 3 Na sura yake ilikuwa kama umeme, na mavazi yake meupe
kama theluji. 4 Na kwa kumwogopa, wale walinzi wakatetemeka, wakawa
kama wafu.

5 Malaika akajibu, akawaambia wale wanawake, Msiogope ninyi; kwa
maana najua ya kuwa mnamtafuta Yesu aliyesulubiwa. 6 Hayupo hapa;
maana amefufuka kama alivyosema. Njooni, mpatazame mahali
alipolazwa. 7 Nanyi nendeni upesi, mkawaambie wanafunzi wake,
Amefufuka katika wafu. Tazama, awatangulia kwenda Galilaya; ndiko
mtakakomwona. Haya, nimekwisha waambia.

8 Wakaondoka upesi kutoka kaburini, kwa hofu na furaha nyingi,
wakaenda mbio kuwapasha wanafunzi wake habari. 9 Na tazama, Yesu
akakutana nao, akisema, Salamu! Wakakaribia wakamshika miguu,
wakamsujudia. 10 Kisha Yesu akawaambia, Msiogope; nendeni,
mkawaambie ndugu zangu waende Galilaya, ndiko watakakoniona.

11 Nao wale walipokuwa wakienda, tazama, baadhi ya walinzi waliingia
mjini, wakawaambia wakuu wa makuhani juu ya mambo yote
yaliyotendeka. 12 Wakakusanyika pamoja na wazee, wakafanya shauri,
wakawapa askari fedha nyingi, 13 wakisema, Semeni, ya kwamba
wanafunzi wake walikuja usiku, wakamwiba, sisi tulipokuwa tumelala. 14
Na jambo hili likisikika kwa mtawala, sisi tutasema naye, nanyi hamtapata
shida. 15 Basi wakazitwaa zile fedha, wakafanya kama walivyofundishwa.
Na neno hilo likaenea kati ya Wayahudi hata leo.

16 Na wale wanafunzi kumi na mmoja wakaenda Galilaya hadi katika
mlima ule aliowaagiza Yesu. 17 Nao walipomwona, walimsujudia; lakini
baadhi yao walikuwa na mashaka. 18 Yesu akaja kwao, akasema nao,
akawaambia, Nimepewa mamlaka yote mbinguni na duniani. 19 Basi,
nendeni, mkawafanye mataifa yote kuwa wanafunzi, mkiwabatiza kwa jina
la Baba, na Mwana, na Roho Mtakatifu; 20 na kuwafundisha kuyashika
yote niliyowaamuru ninyi; na tazama, mimi nipo pamoja nanyi siku zote,
hata ukamilifu wa dahari.

Maswali kuhusu Maandiko:
Ufufuo wa Yesu na Tume Maalum
Matayo 28:1-20

Utangulizi:
Baada ya kifo na maumivu mengi, mwili wa Yesu uliwekwa katika kaburi cha Yusufu kutoka Arimathea, na askari Warumi walilinda kaburi. Kifo cha Yesu kiliwafazaisha wanafunzi wake. Hawakujua kwamba hii ilikuwa mwanzo tu wa mpango mzuri wa Mungu. Tukitazama ufufuo wa Yesu, tutaona kwamba Bwana Mungu atashinda mara zote, hata juu ya kifo.

Nia:

Maalifa

- Tutambue kwamba Yesu ana nguvu dhidi ya kifo.
- Tujue kwamba Mungu anataka watu wote waokolewe na wapate kuijua kweli.

Tabia

- Tushangae kaburi tupu na tuone ahadi tulio nayo hapa.
- Tusiogope, kwa sababu Yesu yupo hai na atakuwa pamoja nasi mpaka mwisho wa dahari.

Action

- Tuwaambie wengine juu ya wokovu wanaoweza kuupata kwa kumwamini Yesu.
- Tutimize Tume Maalum tuliopewa na Yesu.

Mistari ya Moyo:
1 Wakorintho 15:3-6 "Kwa maana niliwatolea ninyi hapo mwanzo yale niliyoyapokea mimi mwenyewe, ya kuwa Kristo alikufa kwa ajili ya dhambi zetu, kama yanenavyo Maandiko; na ya kuwa alizikwa; na ya kuwa alifufuka siku ya tatu, kama yanenavyo Maandiko; na ya kuwa alimtokea Kefa; tena na wale Kumi na Wawili; baadaye aliwatokea ndugu zaidi ya mia tano pamoja; katika hao wengi wanaishi hata sasa, ila baadhi yao wamelala;"

Scriptures for Further Study:
Marko 16; Luka 24; Yohana 20; 1Wakorintho 15:3-6; 1 Timotheo 2:4

Maswali kuhusu Maandiko:

1. Ni watu gani waliokuwa karibu na Yesu na kwanza kwenda kaburini? (Matayo 28:1 – Mariamu Magdalena na Mariamu walienda siku ya kwanza ya Juma, baada ya Sabato.)
2. Nani aliondoa lile jiwe kubwa? Na kwa nini? (Matayo 28:2 – Malaika wa Bwana alishuka kutoka mbinguni na aliondoa jiwe ili watu waone kwamba Yesu hayupo, kwa sababu alifufuka kutoka kwa wafu.)

3. Nini kitu cha ajabu juu ya wale walinzi malaika alipokuja? (Matayo 28:4 – Kwa kawaida Walinzi hawaogopi chochote, lakini silaha zao hazikuwasaidia mbele ya malaika. Si jambo la kawaida kwao kutetemeka kwa hofu, na kuwa kama wamekufa.)
4. Kwa nini Yesu aliwatokea wanawake na wanafunzi, na si kwa makuhani wakuu na viongozi? (Matayo 28:5, 17 – Wanawake na wanafunzi walikuwa wanamtafuta na walimwamini.)
5. Kuna umuhimu gani kwa ujumbe wa Yesu kwa wanawake? (Matayo 28:5 – Yesu anawaambia wasiogope, wala waende kuwaambie wale wengine.)
6. Nini kilitokea kwa Yesu, na walikutana wapi? (Matayo 28:6-7 – Yesu alifufuka kutoka kwa wafu na aliwatangulia Galilaya.)
7. Iliwapasa wanawaka hawa kuwaambia nani habari hii njema? (Matayo 28:7 – Waliagizwa kwenda haraka na kuwaambia wanafunzi kwamba Yesu amefufuka.)
8. Hao wanawake walijisikiaje walipoondoka kaburini? (Matayo 28:8 – Waliogopa, lakini walijazwa na furaha.)
9. Tunajifunza nini tunapoona Yesu alikutana na wanawake njiani? (Matayo 28:9-10 – Kwanza, mwili wake wa ufufuo uliweza kufahamika na kushikika. Yesu aliwasalimu kwa namna tofauti na aliwapa ujumbe kwa wale wengine. Hawajahitaji kumwogopa kwa sababu watamwona tena.)
10. Kwa nini askari walitoa taarifa juu ya malaika na kukosekana kwa Yesu kwa makuhani wakuu badala ya afisa wao? (Matayo 28:12-14 – Walikutana na makuhani wakuu ili watengeneze mpango wa kuficha matokeo. Askari walipanga kusema kwamba wanafunzi wake walifika usiku na kumwiba Yesu, na makuhani wakuu waliwalipa pesa nyingi kwa kufanya hivyo. Waliahidi kwamba watawalinda askari, riporti ikifika gavana. Mlinzi akiwa mzembe kazini anapata adhabu ya kifo.)
11. Yesu alikutana na wanafunzi wake wapi? (Matayo 28:16 – Wanafunzi walienda Galilaya, mlimani ambapo waliambiwa na Yesu waende. Yesu alikutana nao pale.)
12. Wanafunzi wake walifanya nini walipomwona Yesu? (Matayo 28:17 – Walimwabudu, lakini baadhi yao waliona mashaka.)
13. Yesu aliwapa wanafunzi wake mamlaka gani? (Matayo 28:18 – Mamlaka ya Neno lake, Ahadi yake, Maelezo yake na uwepo wake.)
14. Tume maalum ilikuwa nini kwa wanafunzi? (Matayo 28:18-20 – Yesu aliwaambia waende na kuwafanya watu wa mataifa yote kuwa wanafunzi wake. Waliambiwa wanapokwenda, wabaptize watu na kuwafundisha kwa mamlaka waliyopewa na Yesu. Waende popote, kwa mataifa yote. Pia aliwaahidi kwamba hatawaacha pekee yao hata mwisho wa dahari.)

Maswali ya Kufanyia Kazi:

1. Kuna umuhimu gani kwetu kwamba kaburi la Yesu li tupu? (Matayo 28:6 – Yesu alishinda kifo! Kifo hakina nguvu juu ya Yesu, na tukiwa ndani Yake, hakina nguvu kwetu.)
2. Unafanya nini unapotambua kwamba Yesu yu hai? (Matayo 28:9 – Kama wanawake, tumsifu na kumwabudu.)
3. Ujumbe wa malaika una maana gani kwetu? (Matayo 28:5-7 – Hakuna sababu yeyote ya kuogopa kifo, kwa sababu kimekosa nguvu. Tunaweza kuona kwa uhalisia ufufuko wa Yesu. Yesu ni kiongozi wetu katika maisha haya na maisha yajayo.)
4. Ufufuko wa Yesu unatufundisha nini? Ufufuo wa Yesu unatuambia Yesu ni nani? (Inatujulisha kwamba maneno yake yalionyesha kweli ni Mwana wa Mungu. Ufufuko wake unatonyesha kwamba Neno lake ni kweli. Unaweza kusoma Warumi 1:4.)
5. Kwa nini watu wanajaribu kuficha ushahidi wa ufufuko wa Yesu? (Matayo 28:11-15 – Hawapendi kuamini lililo kweli na wazi, kwa sababu watahitaji kubadilisha maisha yao. Wangehitaji kujisalimisha Yesu katika maisha yao.)
6. Tunawezaje kufuata mafundisho ya Yesu katika Matayo 28:19-20 (Maelekezo ya Yesu yapo wazi kwetu, na tufanye watu wa mataifa yote kuwa wanafunzi. Ni maelekezo ambayo tunahitaji kuyafanyia kazi mpaka yakamilike. Tuwabatize katika jina la Baba, na la Mwana na la Roho Mtakatifu, na kuwafundisha washike mafundisho yote aliyowapeni.)
7. Mamlaka ya Yesu yanatusaidiaje katika maisha yetu? (Matayo 28:18 – Ana mamlaka juu ya mambo yote, hata maisha yetu. Tunahitaji kutimiza mapenzi yake, na kufuata mwenendo wake wa kuishi.)
8. Yesu anatutia moyo na alitupa ahadi gani tunapofanya kazi yake ya kufanya watu kuwa wanafunzi wake? (Matayo 28:20 – Yesu alituahidi kwamba tutakuwa mashahidi walio na mamlaka yake, na kwamba atakuwa nasi siku zote, mpaka utimilifu wa dahari.)
9. Yesu alikutana na wanawake njiani na wanafunzi wake kule Galilaya. Anakutana nasi wapi leo? (Anakutana nasi katika Neno lake, katika sala, na katika ushauri kwa watu wengine, na pia tunapomwabudu, n.k.)

Swali ambalo limekuwa kichwani mwangu kwa muda mrefu lilikuwa, "Unawezaje kuwafundisha Neno la Mungu kwa watu katika mazingira, na lugha tofauti katika dunia aliyeuumba Mungu?"

Nilipoishi hapa Tanzania, niliona kwamba wainjilisti wana nafasi muhimu ya kuongoza makanisa yao, lakini waliweza kukutana na changamoto mbalimbali walipojaribu kupata elimu bora. Changamoto kama vile kukosa ada ya shule, shida ya lugha mpya, na majukumu katika familia zao, kupata shule nzuri, vitendea kazi kama vile vitabu vya kutosha, chaki, mazingira, n.k.

Kulikuwa na mwanamke mzee kutoka kanisa dogo sehemu ya Wisconsin (Marekani), Mungu alimtumia kunionyesha International Orality Network. Ilituonyesha jinsi ambavyo Yesu alitumia njia mbalimbali kuwafundisha wanafunzi wake, na tunaweza kutumia njia hizo hizo hata leo kuwafundisha watu Neno la Mungu. Mifano na maswali ambayo yalitumiwa na Yesu yanatuwezesha kupiga hatua katika mambo ya lugha na utamaduni sasa. Waliosoma vyuoni na wale wasiojua kusoma wala kuandika kwa pamoja wanaweza kujifunza kwa urahisi kwa njia ya majadiliano ya mdomo.

Utafiti huo umeleta matunda makubwa ya kushangaza, na tulitambua kwamba Mungu alituwezesha. Kundi la kwanza la wanafunzi 20 walianza mafunzo yao kule Uganda. Walipomaliza miaka miwili ya masono, walifungua madarasa saba zaidi, na wanafunzi hao hao walianza kuwafundisha kizazi cha pili. Walipohitimu walikuwa wanafunzi 71, na wanafunzi hao waliohitimu walifungua madarasa 20, wakiwa na tumaini la kupata wanafunzi 300 katika darasa la tatu.

Kitabu hiki ni matunda ambayo Bwana ameyafanya miaka mitano iliyopita. Kazi hii ilifanywa na watu kutoka katika nchi saba tofauti. Wachache wamefundisha wengine, wachache wametafsiri, wengine walisimamia usahihi wa mafundisho na wengine walishughulika na sarufi. Mch. Nate Jore, anafanya kazi ya umisionari pale Uganda, aliwaongoza wengine kufanya mambo haya kwa vitendo. Ametoa Neno la Mungu na hata maisha yake kwa viongozi wa Uganda na Bwana amemtumia kueneza mafundisho haya. Nathan Olson na Andrew Olson wameunga mkono katika kazi hii inaweza kupatikana katika lugha nne za Kireno, Kispanya, Kiganda, na Kiswahili. Mch. Valery Hryhoryk alitafsiri kwa Kirusi pia na Mch. Devasahayam Dunna alitafsiri kwa Kitelegu kule India.

Mambo haya yote yalifanyika kwa shabaha ya kufundisha watu Neno la Mungu, na kwa utukufu wa Mungu. Hakuna hata mtu mmoja anayeweza kujikweza kwamba haya yote yamefanyika kwa sababu yake, Mungu ametumia haya yote kuinua Ufalme wa Mbinguni. "Apolo ni nani? na Paulo ni nani? Sisi ni watumishi tu ambao tuliwaleteeni ninyi imani. Kila mmoja wetu anafanya kazi aliyopewa na Bwana… Kwa msaada wa neema aliyonipa Mungu, nimefaulu, kama mwashi stadi mwenye busara, kuweka msingi ambao juu yake mtu mwingine anajenga. Basi, kila mmoja awe mwangalifu jinsi anavyojenga juu yake. Hakuna mtu awezaye kuweka msingi mwingine badala ya ule uliokwisha wekwa, yaani Yesu Kristo." -- 1 Wakorintho 3:5, 10-11

Mch. Kevin Olson
Mkuu wa Orality Institute

Kiambatanisho cha Pili – Shukrani

Tunawatakia kila la kheri watakaotumia kitabu hiki. Mungu awawezeshe kuielewa Biblia na kumpokea Yesu kuwa Bwana na Mwokozi katika maisha yenu. Tunajua kwamba Mungu anaweza kuwatumia ninyi katika Ufalme wake kwa ajili ya utukufu wake.

Tunaomba Ushirikiano wenu katika kazi ya Bwana. Kwa kweli mavuno ni mengi, lakini watenda kazi ni wachache. Kwa hiyo tumwombe Mungu atume watenda kazi wengi zaidi katika shamba lake.

Kama kuna sehemu hatujatafsiri vizuri, tunaomba tusameheane. Sisi kama binadamu hatuwezi kufanya kazi hii bila makosa. Hata hivyo, mambo hayo yote tumeyafanya kwa rehema na utukufu wa Bwana.

- Watafsiri kutoka Tanzania

Abrahamu Mkala

Andrew Olson

- ❖ Abrahamu Mkala – KKKT Bigwa, Tanzania
  Translation Terms 1-3
- ❖ Andrew Olson – Lutheran Bible Translators
  Translation Coordinator, Typist
  emptypipe@gmail.com

Tunashukuru KKKT Shule ya Lugha, Morogoro
kwa kutupa nafasi ya kuifanya kazi hii.

Tunashukuru International Orality Institute
kwa kutuwezesha kifedha kuifanya kazi hii.